தூயன்

சமகால படைப்பிலக்கியத்தில் கட்டுரைகளும் கதைகளும் விமர்சனங்களும் தொடர்ந்து எழுதிவரும் தூயன், புதுக்கோட்டையில் பிறந்தவர். முதுகலை நுண்ணுயிரியல் முடித்துவிட்டு ஆய்வகத்தில் பணிபுரிகிறார். 'இருமுனை' சிறுகதைகளும், 'கதீட்ரல்' நாவலும் இதுவரை வெளிவந்துள்ளன. 'டார்வினின் வால்' இவரது இரண்டாவது சிறுகதைத் தொகுப்பு.

தொடர்புக்கு – thuyan154@yahoo.com

டார்வினின் வால்

தூயன்

எதிர்
வெளியீடு

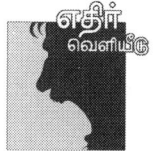

டார்வினின் வால்
தூயன்

முதல் பதிப்பு: ஜனவரி 2022

எதிர் வெளியீடு,
96, நியூ ஸ்கீம் ரோடு, பொள்ளாச்சி – 642 002
தொலைபேசி: 04259 – 226012, 99425 11302

விலை: ரூ. 250

Darvinin Vaal
Thuyan

Copyright: © Thuyan
First Edition: January 2022

Published by
Ethir Veliyeedu, 96, New Scheme Road. Pollachi – 2
email: ethirveliyedu@gmail.com
www.ethirveliyedu.in

ISBN: 978-93-90811-49-6
Printed at Jothy Enterprises, Chennai.

All rights reserved. No part of this book may be reprinted or reproduced or utilised in any form or by any electronic, mechanical or other means, now known or hereafter invented, including Photocopying and recording, or in any information storage or retrieval system, without permission in writing from the Publisher.

To my beloved friend
Mohamed Riyas

நன்றி

'Hampi' வாட்ஸப் குழு நண்பர்கள்
பா.வெங்கடேசன்
சாந்தினிதேவி – பாவேந்தன்
தி.பரமேஸ்வரி
எதிர் பதிப்பகம் அனுஷ்
மற்றும்
குயிலி முனுசாமி – ராணி

உள்ளடக்கம்

சிறுகதைகள்

- டார்வினின் வால் 11
- தீப்பற்றிய கனவுகள் 28
- லாஸ்யம் 45

குறுநாவல்கள்

- இந்திரஜாலம் 87
- நோய்ச் சொர்க்கம் 127
- மேதகு வைஸ்ராய் திரு ராபர்ட் புல்வேர் லிட்டன்
  (அல்லது)
  கவிஞர் ஓவன் மெரிதித்தாக எப்படி வணிகம் செய்வது? .. 165

சிறுகதைகள்

டார்வினின் வால்

கிறிஸ்டி அவன் அருகே வந்து "ஒரு பெயர் வைக்கலாமா?" என்று கேட்டதும் அவன் எதுவும் பேசாமல் அவள் கண்களையே பார்த்தான். அக்கண்களிலிருக்கும் குழந்தைமை அவனுக்கு எப்போதும் ஆசுவாசமளிக்கும். "சொல்லுங்க என்ன பெயர்" என்றாள் மறுபடியும் அழுத்தமாக. பிறகு, அவளே ஒருகணம் யோசிப்பதுபோல பாவனைக் காட்டி, "டார்வின்" என்றாள். அவன் ஆச்சர்யமாக நிமிர்ந்தான். எதற்காக அப்பெயரைத் தேர்ந்தெடுத்தாளெனக் கேட்கத் தோன்றவில்லை. ஏதோவொரு வகையில் ஒரு அடையாளத்திற்கு அப்போதைக்கு அப்பெயர் தேவையாகத்தான் பட்டது. இதில் ஆச்சர்யம் என்னவென்றால், அக்கணத்திலிருந்து இருவருடைய பிரக்ஞையிலும் டார்வின் என்ற சொல் உச்சரிக்கத் துவங்கிற்று. இந்தப் பெயர் அவளின் வளர்ப்பு பூனைக்கோ நாய்க்கோ அல்ல, அவர்கள் பிடிக்கப் போகும் எலிக்கு. ஆமாம் இந்தக் கதை ஒரு எலியைப் பற்றியதுதான்.

எலிக்கும் அவனுக்குமான துவந்தம் அவ்வீட்டிற்குக் குடிவந்த இரண்டொரு நாளிலேயே ஏற்பட்டுவிட்டது. எல்லோரையும்போல உலகில் எலிகளை வெறுக்க எவ்விதப் புதுக் காரணங்கள் அவனுக்கும் அமைந்துவிடவில்லைதான். சொல்லப்போனால் அது தன் இருப்புக்கான விஷேசத் தேவைகளைத்தான் தேடிக்கொண்டிருந்தது. (எல்லா உயிர்களின் நடத்தையும்

பொருளியல் சக்திகளால் தீர்மானிக்கப்படுவது போல) வேலை நிமித்தமாக குன்னூருக்கு அவன் மாற்றலாகி வந்ததும் முதலில் கிடைத்த எச்சரிக்கை ‘எலி பிடிக்கும் கூண்டு ஒன்று வைத்துக்கொள்’ என்றுதான். முதலில் அவன் இதை ஒன்றும் பொருட்டாக எண்ணவில்லை. எல்லா ஊர்களைப் போலத்தான் இருக்குமென விட்டுவிட்டான். பிறகு மெல்ல மெல்ல காய்கறிகள், பழங்கள், தலையனை, புத்தகம், சோப்பு, துடைப்பம், காலி டப்பா, டாய்லட் ப்ரஷ் என ஒவ்வொன்றையும் தின்று தீர்க்கத் துவங்கியபோதுதான் அதன் தீவிரம் அவனுக்கு உரைத்தது. தினம் காலையில் முதல் வேலை, வீடு முழுதும் எலி கொரித்துப்போட்டவைகளைக் கூட்டி அள்ளுவதுதான். ஒரு கட்டத்தில் வீட்டையே கொஞ்சம் கொஞ்சமாக தின்றுகொண்டிருக்கிறதோவெனத் தோன்றியது. தினம் சாய்ந்தரம் வீடு திரும்புகையில் தாழ்ப்பாளைத் திறந்ததும் சட்டென ஓர் அசைவு வெளியேறி மறையும். அதுவரை அவ்வீடு முழுதும் நடந்துகொண்டிருந்த களேபரங்களைச் சிதறிக் கிடப்பவைகளை வைத்து கற்பனை செய்வான். தூலமாக பின்தொடரும் பிறிதொன்றின் இருப்பிலிருந்து தன்னை விடுவித்துக்கொள்ள வழி தெரியாது அமர்ந்துவிடுவான். இரவில் அது எங்காவது கொரித்துக்கொண்டிருக்கும் சத்தம் வந்ததும் ஓசைபடாமல் எழுந்து வேட்டை நாயின் தந்திரத்துடன் இருளுக்குள் தேடியலைவான். ஆனால் எலி, அவன் அசைவை உணர்ந்ததும் கொரிப்பதை நிறுத்திவிடும். சட்டென்று அதன் தடம் மறைவது முதலில் அவனுக்குப் புரியவில்லை. ஆனால் மறைவது என்பது வெளியேறுவதல்ல மாறாக அவ்விடத்திலிருக்கும் ஏதோவொன்றுக்குள் மறைந்துகொள்வதுதானென பின்னால்தான் அவனால் கண்டுபிடிக்க முடிந்தது. எலி சிக்காத ஆற்றாமையில் டார்ச்சுடன் வீடு முழுவதும் குறுக்கும் நெடுக்குமாக ஓடத் துவங்கினான். ஒளி விழுமிடமெல்லாம் பொருட்கள் எலியின் நிழல் போலவே காட்டி அவனை அலைக்கழித்தன. இப்படியானச் சூழலில்தான் புதிய திட்டமொன்று அவனுக்கு உதித்தது. அதாவது எலியைப் பதுங்க விடாதவாறு வீட்டிலுள்ள பொருள்களையெல்லாம் தரையிலிருந்து இரண்டு அடிக்கு மேல் வைப்பது என்கிற யோசனை. கூடவே மூன்று அறைகளிலும் விளக்கை நிரந்தரமாகப் போட்டு வைத்தான்.

அதன் பிறகு, மூன்று நாட்களுக்கு நிம்மதியான தூக்கம். எலித் தொந்தரவு அவ்வளவாக இல்லாதமாதிரிதான் தெரிந்தது.

சமயங்களில் நடுயிரவு விழிக்கையில் வீடு, நிலத்திலிருந்து இரண்டடி மேலெழும்பிவிட்டது போலிருக்கும். அச்சமயம் பயத்துடன் கட்டிலிலிருந்து காலை நீட்டி தரையைத் தொட்டுப் பார்த்துக்கொள்வான். நான்கு நாட்கள் நிம்மதியாக சென்ற தூக்கம், ஐந்தாம் நாள் இரவு மறுபடியும் கலைந்தது. இப்போது எலியின் சப்தம் வீடு முழுதுமே எதிரொலித்தது. அதன் பாதை மிகத் தெளிவாக ஒதுக்கப்பட்டிருக்க வேண்டும். திண்பதற்கோ கொரிப்பதற்கோ எதுவும் வாய் எட்டும் தூரத்தில் இல்லையென்பதால் இருளுக்குள் பொருட்களைத் தேடியபடி 'கீச் கீச்' என வீட்டைச் சுற்றுவது போலிருந்தது. டார்ச்சைப் பிடித்தபடி மெல்ல எழுந்தான். அடுப்படி ஓரத்தில் இருந்த தண்ணீர் சூடு படுத்தும் பானைக்குள் ஒண்டியிருந்த எலி, ஒருகணம் அவனைத் திரும்பிப் பார்த்துவிட்டு விறுவிறுவெனக் கதவிற்கடியிலிருந்த ஓட்டைக்குள் மறைந்துவிட்டது. அன்றைக்குதான் அதன் மொத்த உருவத்தையும் பார்க்கிறான். கரிய காட்டு முயலையொத்த உருவம். அவன் நினைத்திருந்ததைவிட இரண்டு மடங்கு. ஒரே இரவில் ஒரு முழு உடலையும் தின்று விடக்கூடும். ஒருகணம் அவ்விருளும் தனிமையும் அவனை அச்சமூட்டின.

எலியைக் கொல்வதென முடிவானதும் கடைகளில் விற்கும் விஷமருந்துகளின்மீதான நம்பிக்கையிலிருந்து முதலில் தன்னை விடுவித்தான். கொல்வதென்றால் ஆயுதத்தை நாமே தயார் செய்ய வேண்டும். தோட்டத்திற்குச் சென்று மூங்கில் கம்புகளை வெட்டி, வில் ஒன்றை உருவாக்கினான். அம்பு பூட்டுமிடத்தில் டார்ச்சை கட்டி, கூரான அம்புகளைத் தேர்ந்தெடுத்து வைத்தான். கூடவே அம்பு நுனியில் எலி மருந்தையும் தேய்த்துக்கொள்வதென்கிற முடிவும். வில்லும் அம்பும் தயாராகயிருந்தன. அப்படியொரு ஆயுதத்தை எந்த நோக்கம் உருவாக்கியதென்றே புரியவில்லை. மலைக்கிராமத்தில் பார்த்த பழங்குடியினரின் பிம்பத்தாலா? அல்லது இயல்பாகவே மனிதனுக்குள்ளிருக்கும் வேட்டை எண்ணமா? எது என்று தெரியவில்லை ஆனால் அன்றைக்கு இரவு எலி வரவில்லை. (புதிய ஆயுதங்கள் உபயோகத்திற்கு வரும்போதெல்லாம் எலி வருவதில்லை).

இரண்டு நாட்கள் காத்திருந்தான். அன்றைக்கு இரவு சாப்பிட்டுவிட்டுப் பாத்திரங்களைக் கழுவி முடித்து கட்டிலில் அமர்ந்தபோது அடுப்படியில் பாத்திரம் உருளும் சப்தம் எழுந்தது.

வில் அம்புகளுடன் எலிக்காகத் தயாரானான். அது ஹாலைத் தாண்டி அவனுடைய அறைக்கு நுழைவதற்குள் பதற்றத்தில் விரல்கள் டார்ச்சில் பட்டுவிட்டன. சட்டெனப் பாய்ந்த வெளிச்சம், அவனுக்கு முன்னால் சில அடிகளில் எலி இருப்பதைக் காட்டியது. ஒருகணம் அதன் கண்கள் மின்னி அடங்கின. ஒரு வேகத்தில் அம்பையும் அதை நோக்கி எய்துவிட்டான் (தோரயமாகத்தான்). டார்ச்சின் வெளிச்சமும் அம்பும் விழுந்ததில் எலி எங்கு ஓடுவதென புரியாமல் வெடுக்கெனத் திரும்பி அவன் இருந்த கட்டிலுக்கடியில் புகுந்துவிட்டது. கட்டிலின் எந்தக் காலைப் பிடித்து மேலெழுமென்கிற பயம் வேறு. ஒருவிதமான நடுக்கம் கொண்ட அவ்வுணர்வு கணம் கணம் கூடிக்கொண்டே சென்றது. காலால் உதைத்து பயமுறுத்தினான். கீழே அசைவே இல்லை. கட்டிலின் விளிம்பில் எடையை அழுத்தாமல் அதே நேரம் திடமாகவும் அரைமணி நேரம் அப்படியே நின்றுகொண்டிருந்தான். ஒருகணம் உலகம் இவ்வளவு சிறியதா என்ற எண்ணம் தோன்றிற்று. வெளிச்சத்தை எல்லா விளிம்புகளிலும் பாய்ச்சிப் பார்த்தும் எலி கீழே இருப்பதற்கான அறிகுறி எதுவுமில்லை. எப்படி மறைந்தது?

அன்றையிலிருந்து தினமும் இரவுகளில் விழிக்க ஆரம்பித்தான். தூக்கம் என்பதே இல்லை. எந்நேரமும் எலி பற்றியச் சிந்தனை. கால்களுக்குக் கீழே எதிரியின் போர்த்தளங்கள் இருப்பதாகவும் ஒருகணம் கவனம் பிசகினாலும் கன்னி வெடிக்கு பலிகொடுக்க நேரும் பயவுணர்விலே அமர்ந்திருந்தான். இப்படி ஒவ்வொரு முறையும் நிகழும்போதெல்லாம் வீட்டின் எல்லா பொருள்களின் மீதும் காரணமில்லாத அகங்காரம் எழும். அன்றைக்கு கல்லூரியிலும் அவ்வெண்ணம் தொடர்ந்தது. அதைக் கொல்வது அவ்வளவு சாத்தியமல்ல என்றானதும் கொஞ்ச நாட்களுக்கு எலி பற்றிய சிந்தனையிலிருந்து தன்னை விடுவித்துக்கொள்வதுதான் சரியெனப்பட்டது. பிரக்ஞைபூர்வமாக தன் ஒவ்வொரு கணத்தையும் அவனே நிர்வகித்தான். காலையில் எழுந்ததும் சுடு தண்ணீர் வைப்பது, பின் காபி போட்டுக்கொண்டு மலைமீது அவிழும் வெண்பொழிவைப் பார்த்தவண்ணம் வந்தமர்வது, பிரட் சாப்பிட்டபடியே அன்றைய நாளுக்கான பாடங்களை யோசிப்பது, கல்லூரிக்குச் செல்வது, பிறகு வீடு வந்ததும் நாவல்களோ அல்லது தத்துவ புத்தகங்களையோ படிக்கத் துவங்குவது (எந்த சப்தத்திற்கும் செவி கொடுப்பதில்லை. எல்லாம் எங்கோ யாருக்கோ நிகழ்கிறது)

என ஒவ்வொன்றும் சாவி சுழற்றியதுபடி நடந்துகொண்டிருந்தது. நேரமிருக்கும்போதெல்லாம் ஊட்டியிலிருக்கும் பேராசிரியர் ரானா தாஸை பார்ப்பதற்குக் கிளம்பிச் சென்றுவிடுவான். அவரின் அருகாமை அவனை முற்றிலும் பிரக்ஞையுலகிலிருந்துத் துண்டிக்கச் செய்யும்.

ஊட்டியிலிருந்து மைசூர் செல்லும் சாலையில் மலைகள் சூழ நடுவில் கின்னம் வடிவத்திலிருக்கும் பள்ளத்தின் நடுவே காளான் முளைத்திருப்பது போல அச்சிறு குடில் இருந்தது. சாலையில் தூறலாக விழும் குளிருக்கு உடலைச் சுருட்டிக்கொண்டு நுழைந்தவன் அவ்விடத்தை அடைந்ததும் குருதியில் வெதுவெதுப்பாகிவிடும். ரானாதாஸ் ஒரு ஞானி போல அங்கு வாழ்ந்துகொண்டிருந்தார். ஒருமுறைகூட மலைவாழ்வாசிகள் இல்லாமல் அவரைத் தனியே கண்டதில்லை. குடிலைச் சுற்றி விதவிதமான பூக்கள் இருக்கும். அதன் தாவரவியல் பெயரை அழுத்தமாகச் சொல்வார். எந்த மலரை பட்டாம்பூச்சிகளுக்கு அதிகம் பிடிக்கும் என்பதுகூட அவருக்குத் தெரிந்திருக்க வேண்டும். காய்கறிகள் பறிப்பதற்காக யாராவது கூடையுடன் நிற்பார்கள். எப்போதுமே ஏதாவது காய்கறிகளைப் பறித்தவாறு (பெரும்பாலும் கேரட் அல்லது பேரிக்காய் இருக்கும்) சால்வை சுற்றிக்கொண்டு நிற்கும் வயதானவுருவம்தான் அவன் கண் முன் தோன்றும். பேராசிரியர் எலியிடமிருந்து எப்படி இத்தனையையும் தப்பிக்கச் செய்கிறாரென்றக் குழப்பமும் அவனுக்கு துருத்திக்கொண்டுதானிருந்தது. பேராசிரியர் எல்லாவற்றுக்குமே வெண்தாடி விரிய ஒரு மலர்ந்தப் புன்னகை தருவார். "ஆமாம் இங்கும் இருக்கிறது. நானும் இருக்கிறேன்" மீண்டும் சிரித்தார். "உண்மையில் இங்கு மனிதர்களைவிட எலிகள்தான் அதிகம். வெஸ்டர்ன் பிலாசபியில் எலிக்கு முக்கியப் பங்குண்டு" என்று சொல்லிவிட்டு சிரித்தார். "எலி பிறந்ததுமே அது எது சாப்பிடனும் எது சாப்பிடக்கூடாதுனு தாயிடம் பால் குடிக்கும் போதே கத்துக்கிறது. அதனோட ஒவ்வொரு வளர்ச்சியும் மனிதனுக்கு ரொம்ப நெருக்கத்தில் இருக்கும். சொல்லப்போனால் மனிதனை விட சூழலுக்குத் தகுந்த மிகச்சரியான நுட்பமான உயிரி எலி."

அடுத்தநாள் காலையில்தான் அவன் வீடு திரும்பினான். அவருடனான உரையாடல் எப்போதுமே பட்டாம் பூச்சியாக ஒவ்வொன்றாகத் தொட்டு அப்பால் சென்றுகொண்டே இருக்கும்.

வீடு திரும்பும்போது வழியில் கழைக் கூத்து நடப்பதை வேடிக்கைப் பார்த்தான். அவ்வளவாகக் கூட்டமில்லாததால் பொறுமையாகக் கூத்து முடியும்வரை நிற்க முடிந்தது. உண்மையில் கம்புதான் அவ்வித்தையை நிகழ்த்துகிறது, புவி ஈர்ப்பு விசையை தூலமாகக் கம்பின் மேல் பிடித்துக்கொண்டு அவள் சாதாரணமாகத்தான் நிற்கிறாள். அந்தக் காட்சியை அசைபோட்டவாறே அங்கிருந்து வீட்டை நோக்கி நடக்கத் தொடங்கினான். எலியைக் கொல்வதற்கான முயற்சிகளைக் கைவிட்டு அதைப் பிடிப்பதற்கான ஓர் எந்திரத்தை உருவாக்க வேண்டுமென யோசனை உதித்தது. அதாவது சாதாரண எலிக்கூண்டு போலில்லாமல் சற்றே பெரியதாக அது இருக்க வேண்டும்.

தினம் கல்லூரியிலிருந்து திரும்பியதும் கூண்டு பற்றிய வரைபடமொன்று அவன் கையில் இருக்கும். பிறகு கூண்டுக்கான வேலைகளை செய்யவாரம்பித்ததும் உதிக்கும் புதிய யோசனைகளுக்குத் தகுந்தளவில் கூண்டு உருமாறிக்கொண்டிருக்கும். எலிக்கூண்டை செய்யும்போதெல்லாம் பக்கத்து வீட்டில் நடக்கும் சண்டை சச்சரவுகள் அவன் காதில் விழுந்தபடியிருந்தன. அவர்கள் எப்போதுமே எதையோ கண்டுபிடித்ததுபோலவோ அல்லது நிலச்சரிவு நிகழுந்ததுபோலவோ சந்தோசத்தையும் கூச்சலையும் ஒரே தொனியில் வைத்திருப்பார்கள். இரண்டு வீட்டிற்குமிடையே ஐம்பது மீட்டர் இடைவெளி இருக்கலாம். அவ்வீட்டில்தான் கிறிஸ்டி இருந்தாள். அவர்களுக்கு ஒரே மகள். எட்டு வயது. எப்போதாவது அவனை நோக்கிப் புன்னகைப்பது மட்டும்தான் அவளுக்கும் அவனுக்குமான பரிச்சயம். ஆனால் அவனுடைய ஒவ்வொரு அசைவும் அவளுக்குத் தெரியும். அதுவொரு வகை விளையாட்டு. மரக்கிளைக்குள் பறவை அமர்ந்து பார்த்துக்கொண்டிருப்பது போல. உள்ளூர இதை அறிந்தும் அவனுக்கும் தன்னைப் பற்றி அவளது சேகரிப்பைப் பின் தொடர்வதில் ஆர்வம் உண்டு. இரவில் மரப்பலகைகளை வெட்டி ஆணி அடித்துக்கொண்டிருக்கும்போது சட்டென அப்படியே நிறுத்திவிட்டு வெளியே வந்து பார்ப்பான். இருளுக்குள் கிறிஸ்டி எங்கோ வேகமாக ஓடி ஒளியும் சப்தம் வரும். பிறகு அவனுக்குள்ளே சிரித்துகொண்டு சென்றுவிடுவான்.

ஒருநாள் மாலை கூண்டு வேலையைச் செய்து கொண்டிருக்கும்போது கிறிஸ்டி அவன் வீட்டிற்குள் நுழைந்து விட்டாள். சட்டென எல்லாவற்றையும் மறைத்துக் கொண்டான். அருகாமையில்

வந்து நின்றவள் விழிகளைச் சுழற்றித் தேடினாள். பெரிய கண்கள். விழிகளாலே அனைத்தையும் அறிந்துவிடக் கூடிய கூர்மை. ஒருகணம் அக்கண்களில் துளிர்க்கும் ஏமாற்றத்தைக் கவனித்தான். கூடவே ஒரு புன்னகையுடன் அதை மறைக்கும் யத்தனமும் அதிலிருந்தது. குழந்தைகளுக்குரிய குட்டி கர்வம் அது. சம்பந்தமில்லாமல் அவனிடம் பெயரைக் கேட்டாள். அவன் சொன்னான். என்ன வேலை பார்க்கிறீர்கள் என்றாள். சுருக்கமாகச் சொல்லிவிட்டு அடுத்த கேள்விக்காக அவளை நோக்கினான். அப்பார்வையைச் சந்திக்காமல் "என்ன தினமும் ஏதோ பண்ணறீங்க" என்றவள், அவன் யோசிப்பதற்குள் கட்டிலுக்கடியில் குனிந்து 'அது என்ன?' என்று சுட்டிக்காட்டினாள். சில நிமிடங்கள் பேச்சற்று அப்படியே அடங்கிவிட்டான். ஒருகணம் தன் மீதே ஆத்திரம் பொங்கியது அவனுக்கு. ஆனால் அவள் முன்னால் தோற்பதை எண்ணி மறுகணமே அவ்வெண்ணத்தை மாற்றிக்கொண்டான். அதைப் பார்க்கலாமா? என்றாள். எடுத்துக் காட்டினான். (அப்போது கூண்டு முழுமையடையவில்லை.) சற்று குழப்பத்துடன் வாங்கிப் பார்த்தாள். கண்களில் புதியதொரு பொருளை - அதுவும் இதுவரை பார்த்ததில்லாதவொன்றை- எதிர்கொள்ளும் பரவசம். "இது மேஜிக் பாக்ஸ் மாதிரி இருக்கு" என்றாள். "எத்தனை எலி பிடிக்கலாம்?". "ஒன்றுதான்" என்று சொல்லியவன் குழப்பத்துடன் அதெப்படி அவளுக்கு அது எலி பிடிப்பதென்று தெரிந்திருக்கும் என யோசித்தான். அதற்குள் அவள் அடுத்தக் கேள்வியைக் கேட்டாள். "அந்த பெரிய எலியா?". "ஆமாம் உனக்கு எப்படி தெரியும்?" ஆச்சர்யமாகக் கேட்டான். எல்லாம் தெரியும் என்பது போல குழந்தைகள் காட்டும் மெத்தனமான புன்னகையைக் காட்டியவள், "எலினு சொல்லக்கூடாது. அது காதில் கேட்டுரும் சரியா" என்று எச்சரித்தாள். பிறகு, "ஒரு பெயர் வைக்கவேண்டும்" என்று தனக்குள்ளே முணங்கியபடி, கூண்டை உயரே தூக்கி உள்ளே பார்த்தவள், புருவங்களைச் சுருக்கி ஏதோ புரியாமல் "உள்ளே என்ன" என்றவாறே கையை விட்டதும் சட்டென எடுத்துகொண்டு, கூண்டின் ஜன்னல் வழியே ஏதும் அடைத்திருக்கிறதா எனத் துழாவினாள். கூண்டின் இரண்டு ஜன்னல்களும் நேருக்கு நேராக இல்லாமல் தெற்குக் கிழக்காக ஒன்றுக்கொன்று பார்த்தவாறிருப்பதைக் கண்டுபிடித்தாள். அவள் கண்ணிமைகள் மூச்சுவிடுவது போல ஒருகணம் அவனை நோக்கி விரிந்தன. அவளின் ஆர்வம் அதிகரித்தது. சட்டெனத் தன் பையிலிருந்த ரப்பரை எடுத்து

கூண்டின் ஒரு பக்கம் போட்டு ஒவ்வொரு அறையாக (உள்ளே மொத்தம் மூன்று அறைகள்) அது உருள்வதை ஆர்வம் பொங்க அவனிடம் திரும்பி “மேஜிக் இல்ல?” என்றாள் சப்தமாக. ஒருமுறை பள்ளிக்கு எடுத்துப் போகட்டுமா என்றதும் அவன் பதறி வேண்டாம் என்றான். பின்பு நிதானமாக இது ரகசியமாக வைக்க வேண்டியது, உனக்கு வேறொன்று செய்து தருகிறேன் என்றதும் “சரி இதேமாதிரி செய்து கொடுங்க” என அழுத்தமாக, செல்ல அதிகாரத்துடன் சொல்லிவிட்டுக் கிளம்பிவிட்டாள். ஆனால் அன்றையிலிருந்து தினமும் எலிக்கூண்டு முடிந்து விட்டதா? எலி எப்போது பிடிக்கப் போகிறீர்கள் என வீட்டிற்கு வரத்துவங்கினாள்.

கிறிஸ்டிக்கு தெரியாத, ஆனால் பேராசிரியர் ரானாதாஸிடம் மட்டுமே அவன் சொன்ன எலிக்கூண்டின் வடிவம்

எலிக்கூண்டின் உள்ளே மூன்று அறைகள் இருக்கின்றன. கூண்டின் இரு பக்கமும் ஜன்னல் உண்டு (பொதுவாக எலிக்கூண்டுகளில் பின் பக்கத்தில் மட்டும் தான் கம்பி பொருத்தப்பட்டிருக்கும்). வாசலும் பின் வாசலும் கனமான மரத்தில் கோட்டைக் கதவு போலில்லாமல் சன்னமாகவும், அதன் விளிம்பு கில்லட்டின் கூர்மையுடன் செய்யப்பட வேண்டும். “என்னுடைய திட்டம் இதுதான்: கூண்டு மிக விசாலமானது. அதாவது கூண்டின் நுழைவாயில் இடது பக்கத்திலுள்ளது. முதல் அறையின் வலது மூலையில் இரண்டாவது அறைக்கு வாசலும் இரண்டாவது அறையின் இடது மூலையில் மூன்றாவது அறைக்கு வாசலும் என மூன்று அறைகள் *S* வடிவில் அடுத்தடுத்து அமைந்திருக்கும். முதல் அறைக்குள் நுழைந்ததும் உணவு இல்லாததைக் கண்டு, எலி குழப்பத்துடன் யோசனையில் நிற்கும். (சன்னல் வழியே பார்த்தேனே, ஆமாம், நீ பார்த்தது முதல் அறையின் சன்னல், ஆனால் உணவு இருப்பது மூன்றாவது அறையில்.) ஆக, எலி தன் உணவை அடையும்போது அதன் உடல் மூன்றாவது இரண்டாவது அறையிலும், வால் முதல் அறையிலுமாக நீண்டு நெளிந்து கிடக்கும். நான் வெட்டப் போவது எலியின் நீண்ட வாலைத்தானே தவிர எலியை அல்ல என்றபோது பேராசிரியர் திடுக்கிட்டு அவனைப் பார்த்தார். திட்டம் அவருக்குக் குழப்பத்தை ஏற்படுத்தியிருக்க வேண்டும். அவருக்கு விளக்குவதற்கு டார்வினின் கூற்று ஒன்றை எடுத்துக்கொண்டான். அதாவது, உயிரிகள் தங்கள் இயல்பூக்கங்களால் செயல்படுகின்றன. தங்களைக் காத்துக் கொள்வதற்கும் தங்கள் இனத்தின் இருப்பிற்கும்

இந்த இயல்பூக்கம் அனிச்சையாகவே அவற்றுக்கு உதவுகிறது என்கிறார் டார்வின். இங்கிருந்துதான் நான் ஒரு விசயத்தை புரிந்துகொண்டேன். எலியின் இயல்பூக்கம் மற்ற விலங்குகளை விட சற்று அதிகம். அதன் இயல்பூக்கத்தை மிக உன்னிப்பாக நோக்கினால் ஒன்றை நீங்கள் அவதானிக்கலாம், அதாவது அதன் மொத்த சேகரிப்பும் வாலில்தான் இருக்கும்."

பேராசிரியர் புன்னகைத்தார். ஒருகணம் அவரைப் பார்த்துவிட்டு தொடர்ந்தான். "எலியைக் கொல்வதற்கென நிறைய வழிமுறைகள் புழக்கத்தில் இருக்கு. அவை எல்லாமே எலியைக் கொல்வதற்கானவைதானேயொழிய எலியின் அறிவை அழிப்பவையல்ல. உலகில் ஓர் உயிரைக் கொல்வது ரொம்ப எளிமையானது. மாறாக அதன் அறிவை அழிப்பதுதான் கடினம். ஆகவே எலியைக் கொல்லும் மிகச் சாதாரணமான முடிவைக் கைவிட்டு அது இதுவரை சேகரித்த மொத்த அறிவின் இருப்பை அகற்றுவதுதான் சரியென எனக்குத் தோன்றுகிறது. அதற்கு முதலில் நான் எலியின் வாலை நறுக்க வேண்டும்."

"வெறும் உடலின் வெப்பத்தைக் கட்டுப்படுத்தும் வாலை நறுக்கி என்ன ஆகப் போகிறது?"

"இல்லை. அது அப்படி இல்லை. இதைத்தான் நாம தவறாக புரிந்து கொண்டிருக்கிறோம். உடலின் மொத்த இயக்கமும் வெப்பத்தால்தான் நிர்ணயிக்கப்படுகிறது. வெப்பசமநிலைதான் சிந்தனைக்கான இருப்பை உருவாக்குகிறது, நனவிலியை சிருஷ்டிக்கிறது. வாலை நறுக்குவதிலிருந்து ஒற்றை நனவிலியை கூட்டு நனவிலியிலிருந்து பிரிக்க முடியும். அதாவது அதன் சமூகத்திற்கான நனவிலியிலிருந்து அந்த ஒரு எலியை மட்டும் தனித்துவிட முயற்சிக்கிறேன்."

பேராசிரியர் அந்த யோசனையை முதலில் வரவேற்பது போலிருந்தாலும் பிறகு அதை எதிர்க்கவே செய்தார். "மனித மனங்களின் கற்பனைகள் சாத்தியங்களுக்குட்பட்ட கற்பனைகள் மட்டுமே. அவை ஓர் எல்லையைத் தாண்டி தன்னை விரிவுபடுத்த முடியாது" என்றார். "மனிதனைத் தவிர மற்ற உயிரிகளிடமுள்ள சிந்தனையை ஒருபோதும் மனிதனால் அடைந்துவிட முடியாது.

“அப்போ இது விஞ்ஞானத்தின் தோல்வி இல்லையா?” அந்தக் கேள்வியை பேராசிரியர் எதிர்பார்க்கவில்லையென்பதை முகம் காட்டிற்று. வெட்டிக்கொண்டிருந்த கத்தரியின் கூர்மையைத் துடைத்தபடி நிலம் நோக்கி குனிந்தவர் ஏதோ யோசனையில் நிமிர்ந்தார்.

“நிச்சயமாக நீ சொல்வது வாஸ்தவம்தான். ஆனால் அதை அப்படி எடுத்துக்க முடியாது. அதாவது, ஹைப்போத்திஸிஸ் இஸ் த கீ ஆஃப் தி வே. அவர்கள் ஊகிக்கிறார்கள் அவ்வளவுதான்.”

“ஹைப்போதிஸிஸின் பாசிப்ளிடிதான் விஞ்ஞானமா?”

“கண்டிப்பாக. நியூட்டன் இதைச் சொன்னபோதுதானே அவர்கள் மறுத்தார்கள்.”

“இருக்கலாம் புரோபசர். ஆனால் நியூட்டனோ டார்வினோ அவர்கள் சொன்னவற்றை அதன் உளவியலுடன் தொடர்புபடுத்திப் பார்த்தால்தான் அதன் சாரம்சத்தைப் புரிந்துகொள்ளமுடியும். அவர்கள் பௌதிக உடலின் பரிணாமத்தை அளவிடும்போது மனதின் ஒவ்வொரு அடுக்குகளைப் பற்றிய உரையாடலை விட்டுச் செல்கிறார்கள். அதற்குதான் நமக்கு ப்ராய்டு தேவைப்படுகிறார்.” பேராசிரியர் அவனை அமைதியாகப் பார்த்தார். “உயிரின் பரிணாமத்தை நிர்ணயிக்கும் சூழல்தான் அதன் சிந்தனையையும் நிர்ணயிக்கிறது. எனவே சிந்தனைக்கு அப்பாலிருக்கும் சூழலின் நிகழ்வை மூளையால் உணரமுடியாது. நான் மாற்றியமைக்க நினைப்பது சூழலைத்தான்” அவன் சொல்லி முடிப்பதற்குள் பேராசிரியர் குறுக்கிட்டு,

“நீங்கள் பிராய்டிய வழியில் சிந்திக்கிறீர்கள் என்று தோன்றுகிறது” என்றார்.

“இல்லை. பிராய்டிய வழியில் டார்வினை அனுகுகிறேன்.”

அவன் எலிக்கூண்டை கிறிஸ்டிக்குக் காட்டிய இரண்டாவது நாள், அவள் சில காகிதங்களுடன் வீட்டுக்கு வந்தாள். அதில் எலிக்கூண்டின் உத்தேச வடிவங்கள் சில இருந்தன. இப்படி இருக்கலாமென அவளாகவே கற்பனையில் வரைந்தவை. அவன் அவற்றைப் பார்த்துவிட்டு எதுவும் பொருந்தவில்லையென உதட்டைச் சுழித்தான். கிறிஸ்டிக்கு சட்டென முகம் மாறிவிட்டது.

காகிதங்களைப் பிடுங்கிக்கொண்டு வீட்டுக் கதவை படாரெனச் சாத்திவிட்டுக் கோபமாக வெளியேறிவிட்டாள்.

○○○

எல்லாம் சரியாகத்தான் நடந்தது. எலிக்கூண்டைப் பயன்படுத்திய முதல் நாள் இரவு எலி, கூண்டின் அருகே வந்ததும் வலமும் இடமுமாக இரு முறையும் பின்பு, மேலே ஏறி இடப்புறம் இறங்கி மீண்டும் மேலே என நான்கு முறை கூண்டைச் சுற்றி வந்து அதன் அமைப்பை தீர ஆராய்ந்தது. அதற்குத் தெரியும் இது தன்னைப் பிடிக்க வைக்கப்பட்டதுதான் என்று. உண்மையில் எலி அவனை நன்கு அறிந்திருந்தது. அவன் உருவாக்கும் ஒவ்வொரு சுழற்சியிலும் அதன் இன்னொரு பக்கத்தைத் தெரிந்து வைத்திருந்தது. (எல்லா அறுங்கோண வடிவமும் ஒரு புள்ளியிலிருந்தே தொடங்கப் படுகிறது) இக்கூண்டு செய்யும்போதுகூட எங்கிருந்தோ மூக்கை அசைத்து பார்த்துக்கொண்டிருப்பதாக அவன் கற்பனை செய்திருக்கிறான்.

அன்றைக்கிரவு சரியாக பன்னிரெண்டு மணிக்கு எலியின் நடமாட்டத்தைக் கவனித்தான். எழுந்து பார்த்தபோது அது, கூண்டின் உள்ளே நுழையத் தயக்கம் காட்டி வாசலிலே சற்று நேரம் நின்று கொண்டிருந்தது. மனித மனங்களுக்குரிய அவசரம் சில சமயம் இப்படி வெளிப்படக்கூடும். ஆனால் அவன் பொறுமை காத்தான். பிரபஞ்சத்தின் ஒட்டுமொத்த சக்தியையும் திரட்டி வைத்த பொறுமை. எலி முதல் அறையை எட்டிப் பார்த்ததும் பிறகு முழுமையாக உள்ளே தன்னை நுழைத்தது. அதன் வால் வெளியே பாம்புபோல தனித்துக் கிடந்தது. உள்ளே கூண்டு ஏற்படுத்தும் பதற்றத்தையும் அச்சத்தையும் எலி தன் வாலின் வழியே வெளியேற்றுவது அதன் அசைவில் புலப்பட்டது. கிட்டத்தட்ட அரை மணி நேரம் அசைவற்று அப்படியே காத்திருந்தது. அவனுக்குப் பொறுமை கொள்ளவில்லை. இரண்டு பேரில் யார் முதலில் தோற்பதென்பதுமாதிரியான அசைவின்மை அது. பின்பு மெல்ல எலி கூண்டை விட்டு வெளியே வந்திறங்கி, இரண்டு முறை கூண்டைச் சுற்றிவிட்டு விருவிருவென அதன் பொந்தை நோக்கி வேகமாக ஓடியது. அவன் அதன் மறுபிரவேசத்திற்காக அங்கேயே இருந்தான். இது எலிகளுக்கேயுரிய பாவனை. அவை எப்போதுமே புதிய பொருட்களை உடனே நம்பிவிடுவதில்லை. தன் இருப்பிடத்திற்குச் சென்று அமர்ந்துகொண்டு வாலின்

சமிக்ஞைகளைப் பெற்று உறுதிப்படுத்திய பின்புதான் அடுத்த அசைவைத் துவக்கும். இது ஒரே நாளில் நடக்கலாம் அல்லது இரண்டு மூன்று நாட்கள்கூட ஆகும். ஒவ்வொரு முறையும் கூண்டு வைக்கும்போதெல்லாம் இதுபோல நிகழ்ந்திருப்பதால் அச்சம்பவத்தை அவன் பெரிதாக அலட்டிக்கொள்ளவில்லை. எலி இரண்டாவது முறை எப்படியும் வந்துவிடும். இது அதன் பரிணாம விதியல்லவா? (உயிரிகள் உலகை தம் வாலால் அறிந்திருக்கின்றன). இரவு முழுதும் எலிப்பொந்தை நோக்கியவாறு பொறுமையாகக் காத்திருந்தான். பூமிக்குள் யாரோ இறங்கி நடப்பது போல கடிகாரத்தின் நகர்வு, அறை முழுதும் எதிரொலித்தது. ஒவ்வொரு கணமும் காத்திருப்பு ஊதிப் பெருத்து அலுப்பை வெறிப்படுத்துவதை உணர்ந்தான். இறுதியில் சோப்பு நுரைமேல் அமர்ந்திருக்குமளவுக்கு உடல் மிதக்க ஆரம்பித்தது. எலி வரவேயில்லை. அவனுடையக் கணிப்பு தவறியது. அது ஏற்படுத்திவிட்டுச் சென்ற குழப்பத்திலிருந்து அவனால் மீள முடியவில்லை. எலிப்பொந்தை நோக்கி நிலைக்குத்தியிருந்த கண்களில் வலியெடுக்க ஆரம்பித்தன. பொந்தின் வாயிலில் எலி இருப்பது போன்ற பிரமை பார்வையை விட்டு விலகாமல் துன்புறுத்தியது. எலி தன்னையும் கூண்டையும் எங்கோ அமர்ந்து பார்த்துக்கொண்டிருக்கக்கூடுமென ஓர் எண்ணம் உதித்தபோது மணி இரண்டாம் ஜாமத்தைத் தாண்டிவிட்டிருந்தது.

காலை விழிக்கும்போது மூளைக்குள் ஏதோவொரு படத்தின் இசைக்கோர்வை ஓடிக்கொண்டிருந்தது. எலியைத் துரத்தும் பூனையாக மாறிவிட்டேனோவென்று அவசரமாக எழுந்து கண்ணாடி முன் வந்து நின்றான். தண்ணீரில் முகத்தைக் கழுவியபோது தீயை அள்ளிக் கொட்டிக்கொண்டது போன்று எரிச்சல். உறங்கிய சொற்ப நேரத்தில் மிகப்பெரியதொரு எலி வேட்டையைக் கனவு கண்டிருந்தான். பெருந்தனிமைச் சிறைக்குள் சிக்கிவிட்டதுபோலவும் அத்தோல்வியை யாரிடமாவது கால் தொழுது சமர்ப்பித்து சரிய வேண்டும் போலிருந்தது அவனுக்கு. கிறிஸ்டியின் அருகாமை, சரிந்திருக்கும் தன் பிரக்ஞையை ஏந்தி நிறுத்தும் என உணர்ந்தான். சட்டென ஒரு கூரான விழிப்பு அவனை மீட்டியது.

அன்றைக்கு கல்லூரியிலிருந்து சீக்கிரமாகவே வீடு திரும்பியவன் ஜன்னல் பக்கம் அமர்ந்துகொண்டு கிறிஸ்டியின் பள்ளிப் பேருந்து

வந்து நிற்கும் சாலையையே வெறித்துக்கொண்டிருந்தான். கடுமையான மழை வேறு. கிறிஸ்டி மிகத் தாமதமாகத்தான் வந்திறங்கினாள். முகம் சோர்வாக இருந்தது. அவனருகே வந்தவள் மூக்கைத் தூக்கி கண்ணாடியை ஏற்றிவிட்டுக்கொண்டு "உங்க மேஜிக் என்ன ஆச்சு?" என்றாள். அவள் குரலின் தொனி அவனைச் சீண்டியது. குட்டியானை வந்து மோதிவிட்டு நிற்பது போலிருந்தது அப்பார்வை. அவன் புன்னகைத்தான். "வாழ்வில் நடக்கும் தற்செயல்கள் எல்லாமே மேஜிக் தான் கிறிஸ்டி." அவள் புரியாமல் பார்த்தாள். "கண் முன்னே ஒன்று நடக்கிறது பிறகு பார்வையிலிருந்து மறைகிறது அல்லது விலகிவிடுகிறது. இந்த நிகழ்தலுக்கும் விலகுதலுக்கும் இடைப்பட்ட காலம் தான் மேஜிக் நிகழும் இடம்."

○○○

அன்றிரவு அவனிடம் இருவிதமான ஊகங்கள் இருந்தன. ஒன்று, கூண்டை வேறு இடத்துக்கு மாற்றுவது (அப்படி மாற்றுவதென்றால் எங்கு?) இரண்டாவது, கூண்டை நெருங்காமல் (எலிக்கு என் வாசனை தெரியும்) அப்படியே விட்டுவிட்டு கிட்டத்தட்ட பிரக்ஞையின்றி இருப்பது.

முதல் ஊகத்தை எடுப்பது எலியின் கணிப்பிற்குள் சிக்கிவிடுவது போலாகிவிடும். மாறாக கூண்டு சீந்தாமல் அப்படியே இருந்தால் அது எலியின் அவதானிப்பில் சற்று குழப்பத்தையும் கொடுக்கும். எனவே இரண்டாவது ஊகத்தை எடுப்பதுதான் சரியென முடிவெடுத்தான்.

அன்று பள்ளி முடிந்ததும் வீட்டிற்குப் போகாமல் சீருடையுடன் கிறிஸ்டி அவனது வீட்டிற்கு வந்தாள். (டார்வின் பெயரிட்டதற்கு நான்காம் நாள்) கையில் சில வரைபடங்கள் இருந்தன. ஒவ்வொன்றாகப் புரட்டினான். அதில் கடைசி வரைபடம் அப்படியே கூண்டின் வடிவத்தை நகலெடுத்தது போல ஒத்திருந்தது. மனம் திக்கென்றானது. அவளை ஏறிட்டுப் பார்த்தான். "இது தானே?" என்றாள் மிகச் சாதாரணமாக. அவன் தலையாட்டியதும் சிரித்தாள். கனமானவொரு மௌனத்திற்குள்ளிருந்து வெளிப்படும் புன்னகை அது. "எப்படி?" நிறைய முறை முயற்சித்ததாகச் சொன்னவள் சட்டென நிறுத்தி வாயைப் பொத்திக் கொண்டு "இது உங்க வீடு. தெரியலையா?" என்று சொல்லிவிட்டுச் சிரித்தாள்.

அவன் திடுக்கிட்டுச் சரிந்தான். பிரக்ஞை தன் வசமிழந்து நழுவுவது போலிருந்தது. அவள் மீண்டும் சிரித்தாள். ஆமாம் அது வீட்டின் வடிவம் தான். எப்படி என்னையறியாமல் கூண்டின் வடிவத்தில் வந்து சிக்கியது? கிறிஸ்டி எப்படி இதைக் கண்டுபிடித்தாள்? குழம்பிவிட்டிருந்தான். கிறிஸ்டி அவனிடம் "வாழ்வில் நடக்கும் தற்செயல்கள் எல்லாமே மேஜிக்தான் அங்கிள்" என்றாள். அன்று முழுதும் அவன் தூங்கவில்லை. குழப்பம் அவனை புதிய தடங்களை அழித்து பின்னோக்கி வந்த பாதைக்கே கொண்டு வந்து சேர்த்திடும் என பயந்தான். ஆனால் அடுத்தநாள் அவனுக்கு இன்னொரு அதிர்ச்சியும் காத்திருந்தது. வீட்டைச் சுற்றி எலி செத்த நாற்றம் வீசத் துவங்கியது.

மதில் சுவர் அருகே கிறிஸ்டியின் குடும்பம் மூக்கைப் பொத்தியபடி நின்று கொண்டிருந்தார்கள். அவனைப் பார்த்ததும் கிறிஸ்டி "டார்வின் தான்" என்று மெல்லக் கூறினாள். அவள் அம்மா "யாருடீ டார்வின்" என்று தலையில் தட்டி அதட்டினாள். அவனும் கிறிஸ்டியின் அப்பாவும் வாகனங்கள் வைக்கும் இடம், மோட்டார் அறை, தண்ணீர் தொட்டி என ஒவ்வொரு இடமாகத் தேடினார்கள். கிறிஸ்டி மெல்ல அவனருகே வந்து "அது டார்வின் தான். கொன்னுடீங்களா?" என்று கேட்டாள். அவன் அவள் அம்மாவைப் பார்த்தான். புதிய ஆள் போல முறைத்தாள். நாற்றம் வீசும் இடத்தை அவர்களால் சரியாகக் கணிக்க முடியவில்லை. ஒருமுறை குளியலறையிலிருந்தும் இன்னொருமுறை அவன் வீட்டு அடுப்படியிலிருந்தும் என மாறி மாறி வீசி அவர்களை அலைக்கழித்தது. மூன்று பேருமாக சேர்ந்து குளியலறையிலிருந்து கழிவுநீர் குழாய் செல்லும் துளைக்குள் கம்பி விட்டு குத்தியதும் கருப்பு பந்துகளாக முடிக்கற்றைகளும் ஷாம்பு பாக்கெட்டுகளும் பிய்ந்து விழுந்தன. அதன்பின் இரண்டு நாட்கள் கிறிஸ்டி அவனைச் சந்திக்கும்போதெல்லாம் குழப்பத்துடன் பார்த்துக்கொள்வதும் டார்வினின் சாவு பற்றிய நம்பிக்கையற்று பேசாமல் அப்படியே செல்வதுமாக இருந்தாள். மூன்றாம் நாள் நாற்றம் மெல்லத் தனியவாரம்பித்தது. நான்காம் நாள் சுத்தமாக இல்லை. ஆறாம் நாள் இரவு மறுபடியும் டார்வின் சப்தம் எழுந்தது. ஆனால் இப்போது சப்தம் வெளியிலிருந்து வந்தது. பதறியெழுந்து டார்ச்சுடன் வெளியே வந்தான். மதில் சுவர் ஓரமாக (டார்வின் தான்) ஓடிக்கொண்டிருந்தது. அது உயிரோடிருப்பது சந்தோஷத்தை

அளித்தது. அன்றிரவே மறுபடியும் டார்வினின் கூண்டை செய்ய உட்கார்ந்துவிட்டான். (இம்முறை சிறு மாறுதல் மட்டும்).

காலையில் பள்ளிப் பேருந்துக்கு நின்றுகொண்டிருந்த கிறிஸ்டியிடம் டார்வின் உயிரோடிருப்பதை சைகை செய்ததும் அவள் புரிந்து கொண்டு விரலை உயர்த்திக் காட்டினாள். ஏழாம் நாள் இரவு டார்வின் வீட்டிற்குள் வராமல் போக்கு காட்டிவிட்டுச் சென்றது. இரண்டு நாட்கள் இப்படியே சென்ற பிறகு அடுத்தநாள் காலையில் எழுந்து பார்த்தபோது கூண்டுக்கருகே தக்காளியும் சில கடலை மிட்டாய்களும் கிடக்க எந்த அசைவும் இல்லாமல் கூண்டும் கூண்டுக்குள் சோளமும் வைத்தது வைத்தபடி அப்படியே இருந்தன. அதாவது டார்வின் சாப்பிடும்போது அதன் வால் கூண்டின் மேலோ அல்லது கூண்டுக்குள்ளோ (ஜன்னல் வழியாக) கிடந்திருக்கலாம். தன் வாலால் கூண்டை மிகச் சரியாக அளந்தும் முகர்ந்தும் வைத்துக்கொண்டு கிளம்பிவிட்டிருக்க வேண்டும். என்னுடைய கணிப்பு சரியாகப் போய்க்கொண்டிருக்கிறது. வால் இருக்கும் வரை டார்வினை மட்டுமல்ல எந்த உயிரியையும் பிடிப்பது லேசானதல்ல. காலையில் டார்வினைப் பற்றிக் கேட்க வந்த கிறிஸ்டியிடம் இதைத்தான் சொன்னான். (அப்போதும் கிறிஸ்டியிடம் வாலை வெட்டுவது பற்றி சொல்லவில்லை) அவள் மறுப்பும் ஏற்பும் இல்லாமல் அசைவின்றி அவன் சொல்வதைக் கவனித்தாள்.

இம்முறை இன்னும் சில யோசனைகளை பயன்படுத்தலாமென முடிவெடுத்தார்கள். ஒன்று, டார்வின் வீட்டுக்குள் வந்ததும் கூண்டுக்குள்ளிருக்கும் சோளத்தைத் தவிர எந்த உணவையும் அதன் கண்ணில் படும் வகையில் வைக்கக்கூடாது. இரண்டாவது, கூண்டுக்கு வெளியே ஒரு பெரிய சோளத்தையும் சிறிய சோளங்களை கூண்டின் இரண்டாவது மூன்றாவது அறையில் உடைத்து வைப்பது (இது கிறிஸ்டியின் யோசனை). இந்த இரு யோசனைகளையும் ஐந்தாம் நாள் நடைமுறைப்படுத்தியபோது கிறிஸ்டி சொன்னது போலவே டார்வின், வெளியே கிடந்த சோளத்தை எடுத்துக்கொண்டும் கூண்டுக்குள்ளிருப்பதை அப்படியே விட்டுவிட்டும் சென்றுவிட்டிருந்தது. ஓரளவு நினைத்தது போல நடந்ததால் கிறிஸ்டி அவனிடம் கூண்டின் வடிவம் சரிதானா என்று கேட்டாள். அவளுக்கு அதன் மீது சந்தேகம். தன் கையிலிருந்த கூண்டின் வரைபடத்தை உற்றுப் பார்த்தவள் மனதிற்குள் ஏதோ

கற்பனை செய்துகொண்டாள். "இரவு டார்வின் நுழைந்ததும் வீட்டின் எல்லாக் கதவுகளையும் திறந்து விடுங்கள். அதுதான் டார்வினை கூண்டுக்குள் விட கடைசி வழி" என்றாள். அவன் சற்று குழம்பிப் போனான். "ஆமாம். வீடு திறந்துகிடந்தால் டார்வின் வீட்டை ஒருமுறை சுற்றிவிட்டு மறுபடியும் வந்த இடத்திற்கே திரும்பி, மீண்டும் சாத்தியிருக்கும் இந்த கூண்டிற்குள் நுழைந்து பார்க்கலாமென யோசிக்கும்." வீட்டின் எல்லா அறைக்கதவுகளும் திறந்து, கூண்டின் கதவை சற்று சாத்தி வைப்பதில் என்ன உத்தி இருக்கப் போகிறதென அவனுக்குப் புரியவில்லை. (முன்பு வீட்டின் கதவுகள் சாத்தப்பட்டு கூண்டு திறந்திருந்தது). எனினும் கிறிஸ்டியின் யோசனை சிக்கலான கணக்கிற்கு புதிய சூத்திரம் கிடைத்து போலத் தோன்றியதால் உபயோகிக்கச் சம்மதித்தான்.

ஆறாவது நாள் இரவு தூங்குவதற்கு முன் கிறிஸ்டி அவன் வீட்டிற்கு வந்து எல்லாம் சரியாக இருக்கிறதாவெனப் பார்த்துவிட்டு தன் யோசனையை மறுமுறை நினைவூட்டிவிட்டும் சென்றாள். உண்மையில் இந்த விளையாட்டைத் திறக்கச் செய்யும் சாவி இப்போது அவன் வசமிருந்து அவளிடம் சென்றுவிட்டிருந்தது. ஆறாம் நாள் இரவு விழித்தபடி குளிருக்கு கம்பளி சுற்றிக்கொண்டு ஜான்செக்கின் இசையையும் துணைக்கழைத்துக்கொண்டு அமர்ந்திருந்தான். இரவு சரியாக இரண்டு மணிக்கு டார்வின் வீட்டுக்குள் வந்தது. ஜான்செக்கின் வயலின் கோர்வை அவனைத் தூங்கச் செய்துவிட்டிருந்ததால் டார்வினின் வருகை அவனை எழுப்பவில்லை.. (நாற்பது நிமிட இசை). அடுப்படியிலிருந்து பாத்திரம் விழுந்த சப்தத்தில்தான் திடுக்கிட்டு விழித்தான். மூளைக்குள் துண்டு துண்டாகக் கிடந்த ஜான்சாக்கின் இசையும் பாத்திரம் உருளும் சப்தமும் மாறி மாறிக் கேட்டன. இருளுக்குள் அடுப்படியை நோக்கி நடந்தான். காலடியோசை கேட்டதும் டார்வின் அடுப்படியின் மூலையில் ஓடி ஒளிந்து கொண்டது. பதற்றத்தில் டார்ச்சை தடுமாறி எடுப்பதற்குள் டார்வின் கதவுக்குள்ளும் அலமாரிக்கடியிலுமாக நுழைந்து ஹாலுக்கு வந்து விட்டது. டார்ச்சை இறுகப் பிடித்தபடி டார்வினைப் பின்தொடர்ந்தான். அக்கணம் அவனிடம் எந்தவித யோசனையும் இல்லை. எந்த சாத்தியங்களையும் இனி பயன்படுத்திவிட முடியாது இன்றுடன் இந்த விளையாட்டு முடிந்துவிட வேண்டும். டார்வின் அவனுக்கு முன்னால் ஓடுகையில் மீண்டும் மீண்டும் அதையே திரும்பச் சொன்னான். அதன் வால் நீண்டு நெளிந்து குட்டிப் பாம்பாக

பின்தொடர்ந்தது. கதவுகள் எல்லாம் திறந்து கிடந்தும் டார்வின் வெளியே செல்ல முயற்சிக்காதது ஆச்சர்யமளித்தது. கிறிஸ்டி சரியாகச் சொல்லியிருக்கிறாள் என்று எண்ணிக்கொண்டான். டார்வின் அவனது படிப்பறையின் மேசையினடியில் புகுந்து தன்னுடலை பாதியாகக் குறுக்கிக்கொண்டது. குனிந்து டார்ச்சை அடித்தான். வெளிச்சம் பாய்ந்ததும் விறுவிறுவென அவனை நோக்கித் திரும்பி, மீண்டும் அடுப்படிக்குள் ஓடியது. அது வெளியே சென்றுவிடுமென்கிற பயம் வேறு. வயலின் கம்பிகள் அதிர்வு அறை முழுதும் எழ இருவரும் ஒருவரையொருவர் மீட்டிக்கொண்டிருந்தார்கள். சட்டென நிற்பதும் பின் நடப்பதும் அதிர்வதும் அடங்குவதுமாக இருந்த ஓட்டம் சரியாக கூண்டிற்குள் சென்று முடிந்தது. அடுத்த கணம் கூண்டின் கதவுகள் படாரென அடித்துச் சாத்தின. தடுமாறி சுவரைப் பிடித்தபடி கூண்டை நோக்கிக் குனிந்தவன், உள்ளே அகப்பட்டுவிட்டதா எனத் துழாவினான். எதுவும் இருப்பதாகத் தெரியவில்லை. தன் பார்வையை ஏதும் மறைக்கிறதா என்று நடுக்கத்துடன் கூண்டை எடுத்து முன்னும் பின்னும் பார்த்தான். உள்ளே சிறு அசைவும் ஏதோ இருப்பது போல கனமாகவும் இருந்தது (கூண்டு செய்ததற்கு பிறகு அன்றுதான் மறுபடியும் எடுக்கிறான்). ஆமாம், கூண்டின் முதல் அறையில் வாலின் நீண்ட துண்டு கிடப்பது போலிருந்தது. மூன்றாவது அறையில் பயத்துடன் டார்வின் மூலையில் பதுங்கியிருப்பது தெரிந்தது. அதன் கண்களை உற்றுப் பார்த்தான். அடுத்த நொடி அவன் வீட்டின் அனைத்து கதவுகளும் சாத்தப்பட்டன. வெளியிலிருந்து யாரும் அப்படி எல்லா கதவுகளையும் சாத்த முடியாதே? இப்போது மறுபடியும் கூண்டை நோக்கித் திரும்பினான். உள்ளே டார்வின் மிகச் சிறியதாக சுருங்கிவிட்டதுபோல் இருந்தது. வெளியே யாரோ சிரிப்பது கேட்டதும் ஜன்னல் வழியே எட்டிப் பார்த்தான். அப்போது அங்கிருந்த புதர்க்குள்ளிருந்து டார்வினின் பொந்தை நோக்கி நீண்ட வால் கொண்ட எலி ஒன்று ஓடிக்கொண்டிருந்தது.

□□□

நன்றி

மறைவதும் தெரிவதுமான விளையாட்டுப் பொறியை தந்து உதவிய கவிஞர் பெருந்தேவி அவர்களின் “அழுக்கு சாக்ஸ்” கவிதைக்கு.

தீப்பற்றிய கனவுகள்

ஓவியர் ஹரிதாஸை சித்தனவாசலில் சந்திக்கும்வரை ஆத்மநாமைப் பற்றி நான் எங்கும் கேள்விப்பட்டிருக்கவில்லை. அந்தப் பெயரே அன்றுதான் எனக்கு பரிச்சயம். ஓவியங்களுடனான என் துவந்தமும் அன்றிலிருந்தே துவங்கிற்று. இன்று, இந்திய ஓவியர்களின் அகவுலகம் சார்ந்து திரட்டப்பட்ட என் ஆராய்ச்சி நூலுக்கான உந்துதல் அச்சந்திப்பில்தான் முகிழ்ந்தது. தொண்ணுற்றியாறில் சித்தனவாசல் இப்போது நீங்கள் பார்ப்பதுபோல கருவேல மரங்கள் சூழ்ந்த வனமாகவும் கிரஷர் லாரிகளின் ஓயாத இரைச்சலினூடே ஒரு முள்ளெலிபோல தன்னை ஒடுங்கிக்கொண்டிருக்கவில்லை. வில்வ மரங்களும் பொருசியும் மண்டிய வனமாகவும் கணத்திற்கொருமுறை மயில்களின் அகவலும் என எப்போதும் ஓயாது சத்தத்துடன் இருக்கும். ஹரிதாஸிற்கு அவ்விடம் பெரும் ஆத்மார்த்தவுணர்வை அளித்திருக்க வேண்டும். பாறையுச்சியை அடைந்ததும் களைப்பு படர்ந்த வயதான கண்கள் மெல்ல தெளிந்தன.

இந்தியா டுடேக்கு ஓவியர் ராமானுஜத்தைப் பற்றியக் கட்டுரையொன்றிற்காகவே அவரைச் சந்திக்க முடிவெடுத்திருந்தேன். விட்டல்ராவ் எழுதிய ‘காலவெளி’ நாவலைத் தவிர ஓவியர்களைப் பற்றிய புனைவுகளோ அபுனைவுகளோ எதுவும் அப்போது வந்திருக்கவில்லை. அந்நாவலில்

ராமானுஜத்தைப் பற்றிய வரிகளை வாசித்ததும் அது குறித்து ஹரிதாஸிற்குக் கடிதம் எழுதினேன். அவர், தான் அடுத்தவாரம் தமிழ்நாட்டுக்கு வருவதாகவும் அப்போது சந்திக்கலாம் என்றும் பதிலனுப்பியிருந்தார்.

ஆனால் சித்தனவாசலுக்கு அவர் வந்ததிலிருந்து அன்று முழுவதும் என் கட்டுரைக்கான உரையாடல் அமையாமல் நகர்ந்துகொண்டே சென்றது. நான்கைந்து முறை அது சம்பந்தமானப் பேச்சை துவக்கும்போதெல்லாம் அதைத் தவிர்த்தபடியே வந்தார். கோடுகளும் வண்ணங்களும் கொண்ட சூழலுக்குள் எப்படி அப்பேச்சு மறைந்துகொள்கிறதென நானும் காத்திருந்தேன். ஆனால் அடுத்தடுத்தக் கணங்கள் என் கணிப்புகள் உதிரத் தொடங்கிற்று. தாமரைக் கம்பள ஓவியங்களை பத்துநிமிடங்களில் பார்த்துவிட்டு மலை விளிம்பிற்கு வந்தவர் சுற்றி விரிந்திருக்கும் பச்சைநீண்ட காட்சிகளையும் கண்ணாடி வட்டங்களாக கிடக்கும் குளங்களையுமே வெகுநேரம் வெறித்தவாறிருந்தார். எனக்கோ கேட்கவேண்டிய கேள்விகளின் இருப்பு பிரக்ஞையில் தொங்கிக் கொண்டிருந்தது. வயதானவர்களுக்கு அழகியல்கள் மீது ஏனிந்த விசாரிப்புப் பார்வை என நொந்துகொண்டேன். சட்டென சூரியன் மறைந்துவிட்டதில் துக்கம் பீடித்துவிட்டது. அழுதுவிடுவாரோ என்று பயந்தேன். தொடுவானில் துழாவினார். விழிகள் சஞ்சலமடைந்தன. எங்களிடையே கனத்த இரும்புத்துண்டுகளாக மாறிவிட்ட மௌனத்தைக் கடக்க முடியவில்லை. கொஞ்சம் கொஞ்சமாக அவர் மீதிருந்த பற்றுதல் விலகி அருவருப்பு சேகரமாகிவிட்டிருந்தது. வெளியே வருவதற்குள் கட்டுரைக்கான கேள்விகளைக் கேட்டுவிடுவது அல்லது எதுவும் பேசாமல் பஸ் பிடித்து சென்றுவிடவேண்டுமென்கிற இரு முடிவுகளுக்கு வந்துவிட்டேன். ஆனால் ஹரிதாஸின் முகபாவம் என்னை எதுவும் பேசவியலாதவாறு அடக்கிவிட்டிருந்தது. அறைக்குத் திரும்பும் வரை நாங்கள் இருவரும் பேசிக்கொள்ளவில்லை. அன்றே அவர் டில்லி சென்றுவிட்டார்.

நான்கு நாட்கள் கழித்து என் அலுவலகத்துக்கு கத்தையான பார்சல் ஒன்றை அனுப்பியிருந்தார். அது, ஹரிதாஸ் தன் ஓவியக்கல்லூரி அனுபவங்களை எழுதித் தொகுத்தக் கைப்பிரதி. ஆட்டோபயாகிராபி நாவல் போல இருந்தது. அடித்தல் திருத்தலில்லாமல் இங்க் மையில் எழுதிய முன்னூறு பக்கங்கள்.

அவர் மீதிருந்த வெறுப்பில் சீந்தாமல் இரண்டு வாரங்கள் அலுவலக கோப்புகளுக்குள்ளே போட்டுவைத்திருந்ததை அப்புறப்படுத்தும் நோக்கில் வீட்டிற்கு தூக்கிச் சென்றேன். கோடிட்ட தாளின் மேல் இரயில் பெட்டிகள் ஊர்வது போன்ற கையெழுத்துப் பக்கங்களை சரியவிட்டபோது ‘கனவுகளின் கேந்திரியம் அவன்’ என்ற வரி என்னை திசைமீட்டியது.

ooo

ஆயிரத்து தொள்ளாயிரத்து அறுபத்து ஆறில் ஹரிதாஸ் ஓவியக்கல்லூரியில் சேர்வதிலிருந்து தொடங்குகிறது அப்பிரதி. இரண்டாம் ஆண்டில் ‘இன்டர் மீடியட்’ முடிக்கின்றபோது ஆத்மநாமை சந்திக்கிறார். அப்போது ஆத்மநாம் கல்லூரியில் இறுதியாண்டு மாணவன். எல்லோராலும் கேலிக்குள்ளாக்கப்படும் வினோதச்சித்திரன். கட்டற்று திரியும் இளைஞன். கல்லூரிக்கு வருவது கிடையாது. போர்ட்ரைட் வகுப்புகளுக்குள் நுழைந்து மாணவர்களுக்கு படிமியாகத் தன்னைக் காட்டி அமர்ந்துகொள்வான். அவனைக் குறுக்கீடு செய்பவர்களிடம், ‘நீங்கள் என்றைக்காவது காணும் பொருளாக இருந்திருக்கிறீர்களா? எப்போதுமே ஒரு பக்கமிருந்து மட்டும் பார்க்கும் தட்டைச் சிந்தனையை மாற்றி பார்த்திருக்கிறீர்களா? சட்டகத்திற்குள் அடைக்க முயலும் பரந்துபட்டக் காட்சியின் சுதந்திரத்தை உணர்ந்ததுண்டா? அசலான அக்காட்சியிலிருந்து ஒரு துளியை மட்டும் எடுத்துக்கொண்டு முழுமையையும் உருவாக்கி விட்டதாக எப்படி உங்களால் சொல்ல முடிகிறது?’ என அடுக்கடுக்காக கேள்விகளை எழுப்பிவிட்டு சென்றுவிடுகிறான்.

அதேசமயம் காட்சிகளை அப்படியே தத்ரூபமாக பிரதியெடுப்பவர்களையும் ஆத்மநாம் வெறுத்துள்ளான். படைப்பாளியின் அகத்துடன் புறவுலகம் மோத வேண்டும். எண்ணங்களின் இடையூறால் மட்டுமே படைப்பு நிகழ்கிறது என்கிறான். ஆனால் கல்லூரியில் எல்லோரும் நிறங்களை இறைப்பதிலே ஆர்வமுற்றிருக்கிறார்கள். யாருக்கும் தன்னுள் மூளும் உணர்ச்சிக்கொப்பான நிறத்தைக் கண்டுகொள்ளத் தெரியவில்லை. மனவெழுச்சியையும் ஆங்காரத்தையும் கசிந்தோடும் காமத்தையும் நிறமாக்கத் தெரியாமல் உழல்வதும் நிறத்தின் அர்த்தங்களை புரிந்துகொள்ளாமல் மலட்டுத்தனத்துடன் தீட்டிக்கொண்டிருப்பதும்

அவனை எரிச்சலூட்டுகிறது. சொற்களற்ற கவிஞர்கள் என அவர்களைச் சாடுகிறான்.

ஆத்மநாமின் கேள்விகள் ஹரிதாஸை தூக்கமிழக்கச் செய்கின்றன. கலையை அறிவதென்பது அதை தன்னுள் நிரப்பிக்கொள்வதும் அதன் ஆகிருதியில் தன்னை இணைப்பதுதானென ஹரிதாஸ் எண்ணுகிறார். ஆத்மநாமின் தனித்துவ பாவனைகளால் கவரப்பட்டு தினம் அவனைப் பார்ப்பதற்கென்றே கல்லூரிக்கு வருகிறார். ஆனால் ஆத்மநாம் யார் கண்களிலும் தென்படாதவனாக இருக்கிறான். மாணவர்கள் யாருக்கும் அவனைப் பற்றியப் பிரக்ஞை இல்லை. அவரவர் தன் வகுப்புக்கு வருவதும் கொடுக்கும் பொருளை பிரதியெடுப்பதையும் தொடர்ந்துகொண்டிருக்கிறார்கள். ஹரிதாஸ் தினம் கல்லூரியின் சிவப்பு கட்டிடங்களிலும் மாணவ விடுதியிலும் ஆத்மநாமின் இருப்பைத் தேடியலைகிறார். நண்பர்கள் ஒவ்வொருவராகத் தொட்டு இறுதியில் அவன் இருக்குமிடம் புலப்படுகிறது. கல்லூரியின் மேல்தளத்தில் காகிதப் பூச்சிகளின் எச்சில்கள் நிரம்பிய கூள அறைக்குள் தன்னுடைய ஓவிய ஸ்டூடியோவை அமைத்துக்கொண்டு யார் கண்ணிலும் புலப்படாமல் உறங்கிக்கொண்டும் தனிமையில் உலாத்திக்கொண்டுமிருக்கிறான். அவனைப் பார்த்ததும் ஹரிதாஸுக்கு பயம் ஏற்பட்டுவிடுகிறது.

ஆனால் கொஞ்சம் கொஞ்சமாக ஆத்மநாமுடன் பழகும்போது அவன் பிரக்ஞையுடனிருப்பதை உணர்கிறார். அவனின் படைப்பு மனம் என்பதே அவனின் உறக்கம்தானென்றும் அது, உற்பத்தி செய்யும் கனவுகளும் அக்கனவிலி மனமெழுப்பும் காட்சிகளையே தன் கேன்வாஸில் தீட்டுகிறானென்கிற அவனின் சித்திர வித்தையை கண்டுகொள்கிறார். ‘கனவுகளின் கற்பனா ரூபத்திற்கு ஒப்பானவொன்று புறவுலகில் எங்குமில்லை. ஆழ்பிரக்ஞையிலிருக்கும் படிமங்களை சேகரித்து கனவுக்குள் காட்சிப்படுத்தும் அந்த அரூப சைத்ரீகனே நிஜமான சித்திரக் கலைஞன்’ என்கிறான் ஆத்மநாம். ‘பால்யவயதிலிருந்து என்னைத் துரத்தியக் கனவுகளை ஓவியக் கல்லுரியில் படிக்கும்போது உற்றுநோக்க ஆரம்பித்தேன்’.

கனவுகளை மட்டுமே ஓவியமாக்க முடிவெடுக்கும் ஆத்மநாம் தினம் உறங்குவதில் ஆர்வம் கொள்ளத் தொடங்கியிருக்கிறான். ஆரம்பத்தில் அதில் அவனுக்கு நிறைய பிரச்சனைகள்

எழுந்திருக்கின்றன. முதலில் அவனது பொழுதுகளையெல்லாம் உறக்கங்களாக மாற்ற முயற்சித்திருக்கிறான். காலதீதமற்ற உறக்கம் வேண்டும். புறத்தீண்டலோ அதிர்வோ லேசில் கலைத்திடாத நிலத்தைத் தேடியலைகிறான். அப்படியொரு நிச்சலனமிடம் எங்கும் கிடைக்கவில்லை. மொட்டை மாடியில் உறங்கிப்பார்க்கிறான், வனாந்திரத்தினுள் புலியாகப் பதுங்கிக் கிடந்திருக்கிறான், கடலுக்குச்செல்லும் படகிலேறி அணியத்தினுள் படுத்திருக்கிறான், பூட்டிய அறைக்குள் வியர்வை கசிய தூங்கிப்பார்த்தும் உறக்கம் எந்தவொரு கனவையும் சிருஷ்டிக்கவில்லை. திசைதப்பிய பறவையாக அலையும் தன் தூக்கத்திற்குரிய கனவைத் தேடிச்சலித்து ஓய்ந்தபோது ஒரு நாள் தன் ஓவிய அறைக்குள் (கூள அறை) வந்து விழுந்தவனை, சட்டென தூக்கம், மோகினியாக மயக்கியிழுத்துள்ளது. அக்கணத்தில் பூச்சிகளாக கனவுகள் அவனை மோதிக்களைத்ததும் திடுக்கிட்டெழுந்தவன் அவ்விடத்தைப் பார்த்து குதூகலிக்கிறான். அன்றிலிருந்து தூக்கக் கதவை இழுத்து சாத்திக்கொண்டு கனவுக்குள் இலகுவாகப் படுத்துக்கொள்கிறான். அப்படித்தான் அவனுடைய சித்திரவுறக்கம் தொடங்கிற்று. வெகுநாட்களுக்குப் பிறகு முகிழ்ந்த அந்நீண்டவுறக்கத்தில் வாராக்கனவுகளெல்லாம் சீட்டுக்கட்டுகளாகச் சரிந்து விழுகின்றன. ஆழ்மனக்கிடங்கில் குவிந்து கிடக்கும் புறக்காட்சிகளும் மனிதர்களும், உறக்கம் துவங்கியதும் சிலந்தி நூலைப் பிடித்து மேலெழுவது போல கனவுக்குள் நுழைகின்றன. எதையும் கலைக்க முடியவில்லை. காலையில் விழித்ததும் கனவுகள் சிருஷ்டித்துக் காட்டியவைகளை அப்படியே கேன்வாஸில் தீட்டிக்கொள்கிறான். அன்றையிலிருந்து அவன் கனவுகள் முழுதும் ஓவியங்களாக மாறுகின்றன.

அதுபோன்ற பல ஓவியங்களை அவ்வறைக்குள் பார்த்ததாக ஹரிதாஸ் அடுத்தடுத்த பக்கங்களில் எழுதியிருந்தார்.

ஒரு நடுநிசியில் அவனைப் பார்க்கச் செல்லும்போது அறைக் கதவு தாழிடாமல் இருக்கிறது. உள்ளே அவனுடைய உறக்கபாவனையைக் கண்டு ஹரிதாஸ் திடுக்கிட்டுப் போகிறார். அதுவரை அப்படியொருவர் தூங்குவதைக் கண்டதில்லை என்றும் அவ்வுறக்கம் கூலிசனங்களின் களைப்புறக்கமாகவோ பொற்பட்டு விரிப்பின் மேலுறங்கும் பேரரசனைப் போன்றோ நாய் பூனைகளின் கணத்தூக்கங்களோ இல்லை. மரக்கிளை மீது படுத்துக்கொண்டு

பிரக்ஞையில் எந்நேரமும் இரையின் அசைவை உற்றுக் கேட்டவாறு இமைகளை மட்டும் மூடியிருக்கும் சிறுத்தை போன்றிருந்தது என்கிறார். (கட்டில் மீது அவன் அப்படித்தான் படுத்திருப்பானென கற்பனை செய்து கொண்டேன்). மெல்ல அவனருகே சென்றவர் கட்டிலில் அமர்கிறார். பழுத்த செந்தோல் உடம்பு. மூச்சொலிகூட அறையின் மௌனத்தை சூனியமாக்குகிறது. ஒருகணம், உடம்பு முழுவதும் இமைகள் திறந்து விழித்துக்கொள்வானோவென்கிற அச்சம் ஏற்பட்டு நகர்ந்து கொள்கிறார். சட்டென கனவு கலைந்தெழுந்தவன் ஈஸில் செருகியிருந்த கிழிந்த பழைய கேன்வாஸில் நீண்ட கூம்பு வடிவ மாடங்களையும் அதன் மேல் பறந்து செல்லும் வல்லூறுகளையும் அவசரமாகக் கீற்றுகிறான். முழுவதும் வரைந்து முடித்தப் பின்புதான் ஹரிதாஸின் இருப்பு ஆத்மநாமுக்கு பிரக்ஞையிழெலுகிறது.

'எப்போ வந்த?'

அவர், 'இது பண்டையக் கால அரண்மனையா' என்று கேட்டு, 'ஏன் அதற்கு வண்ணங்கள் தீட்டவில்லை? என்கிறார். ஆத்மநாம் ஏதும் பேசாமல் அடுத்தவொன்றை வரையத் தொடங்குகிறான்.

அவனருகே கருப்பு வெள்ளையில் முடிக்கப்படாத ஓவியம் ஒன்று கிடந்தது. ஆடுகளை மேய்த்தவாறு சிலர் நடந்து வருவதுபோன்ற ஓவியம். இராணுவ அணிவகுப்பு போல ஆடுகள் தலைகவிந்திருக்கின்றன. கருங்குருவிகளாக அதன் தூக்கிய வால்கள் தீட்டப்பட்டுள்ளன. அவ்வோவியத்தையே வெறித்துக்கொண்டிருந்தவருக்குச் சட்டென ஓர் எண்ணம் பிரக்ஞையை அறைகிறது. ஆடு மேய்ப்பவர்களின் இடது காதுகளில் கரிய இரத்தம் தோய்ந்த கட்டுத்துணியும் சிலரது காதுகளில் ஈக்கள் மொய்ப்பதுமாக தீட்டப்பட்டுள்ளது. அவ்விடத்தில் ஹரிதாஸ் இப்படி எழுதுகிறார்: 'எனக்கு நினைவிலுள்ளது. அது யதார்த்த சித்திரம் அல்ல. அவனுடைய ஆழ்மனதின் பதிவு. கற்பனைக்கிடங்கு. கரிய மரங்கள் காற்றில் அசைவது போலவும் நீல வண்ண சிமெண்ட் தரையெங்கும் காகிதங்கள் பறந்தலையும் அவ்விடத்தை நான் அதுவரை பார்த்ததில்லை. எல்லாமே கறுப்பு வண்ணத்தில சிதறடிக்கப்பட்டிருந்தன'. அவனிடம் அவ்வோவியத்தைப் பற்றிக் கேட்டதற்கு அவன்,

“எல்லாம் பைத்தியங்கள். ஒன்றையொன்று மாறி மாறி காதுகளை அறுத்துக்கொண்டு அலைகின்றன” என்கிறான்.

அது நிச்சயம் வான்காவை குறிப்பிடுவதாக இருக்க வேண்டும். அக்காலத்தில் வான்கா, காகின் போன்ற போஸ்ட் இம்ரஷனிஸர்களிடமிருந்து ஆத்மநாம் முற்றிலும் முரண்பட்டிருக்கக் கூடும்.

ஹரிதாஸ் தினம் இரவுகளை அவனுடனே கழிப்பதற்காக அக்கூள அறைக்குச் செல்கிறார். பிறிதொருவரின் கனவுகளை முகர்வதிலிருக்கும் அந்தரங்கத் தேடல் அவருக்கு மோக ரோகத்தை ஏற்படுத்திற்று.

அன்று தீவிரமாக அவன் வரைந்துகொண்டிருக்கும் ஓவியம், செம்மண் பாவிய ஆற்றுக்கரையோரம் காய்ந்த புதர் மண்டிய நிலம் கொண்ட பெரிய ஓவியம். குவியல் குவியலாகப் போல பழுத்த இலைகள். நிலத்தைக் கீறியோடிய வெள்ளத்தின் தளும்புகள். அதுவரை உண்டான கனவுகளிலே அவ்வோவியத்தில்தான் துல்லியமாக ஒவ்வொன்றையும் பதிவு செய்திருக்க வேண்டும். வறண்ட நதிப்படுகையை நோக்கி கிழவர் ஒருவர் அமர்ந்திருக்கிறார். கருத்தத் மென்தோலைப் போர்த்தியச் சுருங்கிய தேகம். பெரிய அட்டையொன்று ஊர்வது போன்று முதுகுத்தண்டின் முடிச்சுகள். கைத்தடியை கையில் சாய்த்தவாறு மேய்ச்சலுக்கு விட்டிருக்கும் மாடுகளின் திசையை வெறித்துக்கொண்டிருக்கிறார். அவரருகே பூமிக்குள் இறங்கிச்செல்லும் இருள் கவிந்த படிக்கட்டுகள் கொண்ட கல்லறைத் தோட்டம் வரையப்பட்டுள்ளது. உள்ளே மனித முகங்கள் அண்ணாந்தவாறு இருக்கின்றன. அதே ஓவியத்தில் மற்றுமொரு பக்கத்தில் கிழவர் போர்வையைத் தூக்கித் தோளில் போட்டுக்கொண்டு ஓடுவது போன்ற சித்திரமும். அதுவும் அக்கிழவர்தான். ஆனால் இரண்டாவதில், கிழவரின் அவிழ்ந்த கேசம் பறந்தலைவது போல தீட்டப்பட்டுள்ளது. ஹரிதாஸ், “ஜீசஸ் கிறிஸ்து போலிருக்கிறாரே” என ஆத்மநாமிடம் கேட்டதற்கு ஆத்மநாம், “ஆமாம் இவரும் அவரைப் போல மாய வித்தைக்காரர் தான்” என்கிறான்.

கூள அறை முழுதும் இராட்சஸப் பறவையொன்று சிறகை உதிர்த்து விட்டிருப்பது போல கிழிந்த கேன்வாஸ் காகிதங்கள் சிதறிக்கிடக்கின்றன. எல்லா ஓவியங்களிலும் கிழவரின் உருவம்

வரையப்பட்டுள்ளது. அதில் சில கிழவரின் நிர்வாணப் படங்களும் கூட. எல்லா சித்திரங்களிலும் அக்கிழ மனிதன் தோன்றுவது குழப்பத்தை ஏற்படுத்துகிறது. சிறு கோடுகள் கூட அவன் கனவிலிருந்தே படைக்கப்படுகிறதெனில் ஒரே பிம்பம் மட்டும் எப்படி எல்லாப் படைப்பிலும் பின்தொடரும்? அவ்வோவியங்கள் எதிலும் சிறு துளி கூட நிறம் சிந்தப்படவில்லை. எல்லாம் கருப்பு வெள்ளைப் படங்கள்.

அன்றைக்கு முழுதும் ஹரிதாஸ் குழப்பங்களால் பீடிக்கப்படுகிறார். நினைக்க நினைக்க அவ்வுருவம் விழிப்பின் மீது சவ்வுபோல படர்கிறது. பால்யத்திலிருந்து உறக்கங்களில் மிதந்துவரும் சில துர்சொப்பனங்களைப்போல் அவ்வுருவமும் தினம் ஏன் அவன் கனவுகளில் ஊடுருவக் கூடாது? ஹரிதாஸ் பல குழப்பமான கேள்விகளுடன் அவனைச் சந்திக்கிறார். அதற்கு ஆத்மநாம் "இல்லை அவர் எனக்கு ஒருவகையில் முப்பாட்டனார். எங்கள் நிலத்தின் ஆதித் தலைவன்" என்கிறான். கிழவர் பற்றிய கதை ஹரிதாஸை துணுக்குறச் செய்கிறது. "ஆமாம் இந்த வனத்தை அவர் தான் உருவாக்கினார்" என அப்போது வரைந்துகொண்டிருப்பதைக் காட்டுகிறான். அது கருப்பு வெள்ளையிலுள்ள நிலத்தின் ஓவியம். வனம் சூழ்ந்த நகரம். ஆத்மநாம் அவரிடம் தன் மூதாதையரின் கதையைச் சொல்லத் துவங்கினான். அதை இப்படித் தொடங்குகிறார் ஹரிதாஸ்...

அப்பிரதியில் முக்கியமானதொரு பகுதியான, என்னை பிரமிக்க வைத்த ஆத்மநாமின் பூர்வகுடிக் கதை:

'பல வருடங்களுக்கு முன்பு இந்நிலம் உலகிலுள்ள புண்ணிய பூமிகளில் ஒன்று. வனவாசிகள், மிருகங்கள், சமவெளி மனிதர்கள் என்கிற பாகுபாடு இருந்ததில்லை. மானுடச் சொப்பனங்களில் சஞ்சரிக்கும் சொர்க்கமாக இந்நிலம் தோன்றுவதாக இங்கு வந்தவர்கள் சொல்வதுண்டு. எல்லாவுயிர்களும் தாய்மையுடன் பழகியதை என் அப்பா தன் பால்ய வயதில் பார்த்திருக்கிறார். அவற்றின் குணத்தையெல்லாம் கிழவர்தான் மாய வித்தை செய்து பெட்டிக்குள் அடைத்து வைத்தவர். வனாந்திரம் முழுதும் தியானத்திலிருப்பதுபோல் மௌனித்திருக்கும். வலசை வந்த நீண்ட மூக்கு கொண்ட வெளிதேசத்து பறவைகளும் இந்நிலத்தின் தியான வித்தைக்குப் பழகி, இவ்விடத்திலே நிரந்தரமாக

கூடிட்டு குஞ்சு பெருக்கி அடைந்து கொண்டன. எப்போதுமே நிலம் ஒருவித ஆழுறக்கத்தில் லயித்திருக்கும். நீர் வறண்டு மரங்கள் மூளியாக நிற்கும் வெயில் காலமென்பதே கிடையாது. செடிகொடிகளும் புதர்களும் கால் முளைத்து நகர்வதுபோல தன் இருப்பை எந்நேரமும் பெருக்கிக்கொண்டேயிருக்கும். தினம் லட்சோபலட்ச மலர்களின் யோனிமையிலிருந்து கசியும் வாசம் உறக்கத்திலிருப்பவர்களை இன்னும் அதனாழத்திற்கு இழுத்துச் சென்றதே தவிர களைத்தெழுப்பவில்லை. மனிதர்கள் கனவுகளின் அடிமைகளல்லவா?

கிழவர் இந்தப் பூரணத்துவ நிலையைக் கண்டு தன் எல்லா குணவிஷேசங்களிலிருந்தும் விடுபட்டு நிச்சலனத்தை அடைந்திருந்தார். இவை எல்லாமும் கிழவர் செய்யும் மாயவித்தைதானெனவும் அவர் தம் கனவுலகில் சிருஷ்டிப்பதன் வெளிப்பாடே என்று எண்ணிய வனவாசிகளும் சமவெளி மனிதர்களும் கிழரை யோகியாக்கி பூஜித்தார்கள். உறக்கம் மெல்ல மனிதர்களிடமிருந்து அஃறினைகளின் பிரக்ஞைக்குள் ஊடுறுவியது. தினம் பகற்பொழுதுகளில் வேட்டையில் களைத்திருந்த அவ்வுயிர்கள் உறக்கத்தை வேட்கையுடன் பருகி கனவுகளுக்குள் தளும்பின. முடிவின்றி நீளும் தூக்கத்திலிருந்து விடுபட்ட மனிதர்கள் விழிப்புக்கும் உறக்கத்திற்கும் நடுவில் உழன்று பின் அது தரும் போதையைப் பருகி மறுபடியும் தூக்கத்தினுள் நுழைந்து கொண்டார்கள். பிரக்ஞைக்கப்பால் நடக்கும் எதுவுமே அவர்களுக்கு கிளர்ச்சியூட்டவே செய்தன. பசி ஏற்படவில்லை யாரும் எதையும் கொன்றுண்ணவில்லை.

ஒரு நிலைக்கப்பால் கிழவரின் யோக முறை செயலிழக்க ஆரம்பித்தது. கனவு மெல்ல தன் விழிப்பைத் தொடங்கிற்று. தூக்கம் களைந்தெழுந்த உயிர்கள், தங்கள் ஆதி குணத்திற்கு திரும்பவாரம்பித்தன. பசி தன் கார்வையால் உயிர்களின் மோன நிலையை உசுப்பியது. ஒவ்வொருவுயிரியின் வயிற்றுக்குள்ளும் கூண்டுக்குள் அலையும் மிருகமாக பசி சுற்றிவந்தது. பேரழகியாக இவ்வனம் தன் அழகிய முலையைக் காட்டி எழுந்து நின்றது. பேருறக்கம் களைதலின்போது ஆட்கொள்ளும் போதையும் நீண்ட நாளின் பசியும் மிருகங்களை புணர்ச்சிக்கொப்பான வேட்டைத்தனத்துடன் பச்சிலைகளை நோக்கி உந்தித் தள்ளியது.

மிருகங்களின் மூச்சுக்காற்றிலிருந்து பரவிய இந்நோய் சமவெளிக்குள் உறங்கிக்கிடந்த கால்நடைகளைத் தாக்கின. வீட்டிலிருந்த ஆடு மாடுகளெல்லாம் பட்டியை உடைத்தெறிந்து வெளியேறி, கண்ணில் படும் தாவரங்களையும் புற்களையும் வெறியோடு மேய்ந்தன. எதற்குமே பசி அடங்கவில்லை. ஆடுகள் வனமெங்கும் கிளைகளில் தேன்கூடுகள் போல தொங்கிக்கொண்டிருந்ததை ஊர் மக்கள் பார்த்து உறைந்து போனார்கள். மாடுகள் கொம்பால் நிலத்தைப் பிளந்து எஞ்சிய வேரை சுவைக்கப் பழகின.

இந்நோய் மனிதனைப் பாதிக்கச் சிறிது காலமெடுத்தது. கனவுகள் அவர்களை உறக்கத்திலிருந்து மீள விடாமல் சாத்தி வைத்திருந்தது. ஆனால் நோய் பீடித்த மறுகணம் மனிதர்களின் வெறியுணர்ச்சி பேரலையாக அவர்களை உருட்டித் தள்ளியது. கண்ணில் பட்ட மரங்களையெல்லாம் வெட்டித் தின்ன ஆரம்பித்தார்கள். தின்றழிக்க முடியாத அளவு மரங்களும் புதர்களும் விரிந்திருந்தன. புழுக்களாக இலை மீது நெளிந்தார்கள். பச்சையிலைகளின் குளுமையும் மென்மையும் எந்த உயிரையும் பசியாற்றிவிடாமல் தன் இருப்பை நிறுவிக்கொண்டிருந்தது. பசுந்தழைகளை சுவைத்த நாக்குகள் பச்சை நிறமாக மாறின. தங்கள் நாக்கின் பச்சையைப் பார்க்கும் ஒவ்வொரு கணமும் பசியின் நினைவெழுந்து வனத்தை நோக்கி ஓடச் செய்தது. ஒவ்வொன்றும் ஒன்றையொன்று தின்றும் புணர்ந்தும் செத்தொழிந்தன. மனிதர்கள் ஆடு மாடுகளைத் திண்பதும் மிருகங்கள் மனிதர்களை வேட்டையாடுவதும் எஞ்சிய மாடுகள் நிலங்களை முட்டி விழுந்தும் செத்தொழிந்தன. மலைக்கழுகுகள் பசியில் பிசாசாக பறந்து திரிந்தன. இலைகளற்ற மொட்டை மரப் பொந்துகளில் அடைந்திருந்த கிளிகளைப் பிடித்துக்கொண்டு அப்பால் பறந்தபோது துர்சாபத்தின் சமிக்ஞை போலிருந்ததாம்.

ஓடிக்கொண்டிருந்த நீர் முழுதும் உறிஞ்சிக் குடிக்கப்பட்டு நதி கரிய சதையுடன் பிசுபிசுப்பாக மாறியது. அதனுள்ளும் மறைந்திருக்கும் ஈரத்தைத் தோண்டி மனிதர்கள் பேயாக அலைந்தார்கள். தோண்டிய குழிகளிலிருக்கும் குளுமையைத் தேடி எலும்பு துருத்திய உடலோடு மிருகங்கள் வந்து விழுந்தன.

வனவாசிகளை விட சமவெளி மனிதர்களிடம்தான் இந்நோயின் தாக்கம் கோரத்தனமெடுத்தது. மரங்களை வேரோடு பிடுங்கி வந்து

இலைதழைகளை வெட்டித் தின்றார்கள். நிலம் தோலுரிக்கப்பட்டு செந்நிறமாக மாறிவிட்டிருந்தது. காடு முழுதும் கொஞ்சம் கொஞ்சமாக மரங்கள் வெட்டுண்டு எறும்புபோல நகர்ந்து கொண்டிருந்தன. மலைகள் மெல்ல மெல்ல தன் நிறத்தை இழந்தன. அதன் எடை குறைந்தபோதும் யாருக்குமே பசி அடங்கவில்லை. பச்சை ஏற்படுத்துவது வெறும் வயிற்றுப் பசி மட்டுமின்றி புலன்களின் ஒட்டு மொத்த இயக்கத்தையென அவர்கள் உணர்ந்தார்கள். அவ்வுணர்ச்சிதான் தன் ஆகிருதியைக் காட்டுகிறதென அறிந்த கிழவர் நிச்சலனம் களைந்தெழுந்தபோது எதுவும் மிஞ்சவில்லை. குவியல் குவியலாக உடல்களும் பிணக்கவுச்சியும் மட்டுமே. பதற்றமாக வடக்கிற்கும் தெற்கிற்கும் அலைந்திருக்கிறார். தன் யோக வித்தை ஏற்படுத்திய எதிர்விளைவு அவருக்கு குற்றவுணர்ச்சியைத் தூண்டிற்று. தினம் தன் தவறுக்காகப் பிரார்த்தனைகள் செய்யவாரம்பித்தார். இவ்வூர் மீண்டும் தன் செழிப்பை அடையும்வரை சாப்பிடப் போவதில்லையென முடிவெடுத்தார். ஊர் சனங்கள் சமாதானம் செய்தும் ஒரு பருக்கைக்கூட அவரை விழுங்கச் செய்ய முடியவில்லை. அதன் பின் கிழவரின் கனவுகள் வெறும் பச்சைத் திரையை மட்டுமே காட்டியதால் உறக்கத்திலிருந்து விடுபட்டு மௌனமாக எழுந்தமர்ந்து கொண்டார். தூக்கமும் உணவுமற்ற உடல் வற்றத் தொடங்கியது. பேசுவதைக் குறைத்தார். மௌனத்திலாழ்ந்தவாறு அழிந்த வனத்தின் வெறுமையைப் பார்த்துக்கொண்டிருப்பார். அவருக்கு ஆடுகள் மட்டுமே பிடிக்குமென்பதால் அவற்றுடன் மட்டும் சம்பாஷனைகள் இருந்தன. வெளியே வரும்போதெல்லாம் மொட்டைவனத்தைக் கண்டு கண் கலங்கி நின்றுவிடுவார். எல்லாம் இழந்த பின்னும் இந்நிலமும் வனமும் தன்னை விட சலனமற்று ஆழுறக்கத்தில் இருப்பதைக் கண்டு கிழவர் வெட்கித்துப் போனார்.

அந்த வினோத நோயிலிருந்து தப்பித்துக் கொள்ளும் வித்தையை யாரும் தெரிந்திருக்கவில்லை. அந்நோய்க்கு மருந்தென்பது பசியை பூர்த்திசெய்ய விடாமல் அதைக் கவனித்தவாறு அப்படியே அமர்ந்திருப்பதுதானென கிழவர் சொல்லியிருக்கிறார். ஏனெனில் பசியாறப் பசியாற அந்நோய் தீர்ந்துபோகாமல் ஊதிப் பெருத்துக்கொண்டேதான் போகுமாம். கிழவருக்கு எங்காவது மீந்திருக்கும் பச்சையிலைகளைப் பார்க்கும் போதெல்லாம் சொல்லொன்னாவுணர்ச்சியில் மனம் தளும்பிடும். புத்துணர்வு,

வாழ்வின் மீது கொள்ளும் பற்று, இருத்தலின் நம்பிக்கை, ஆசை, மோகம் என பேருருவங்களை பச்சை தன்னுள் பொதிந்து வைத்திருக்கிறது என்பார்.

யாருக்கும் நோய் குணமடையவில்லை ஆனால் அதற்குள் இலை தழைகள் முழுதும் தின்றழிக்கப்பட்டுவிட்டன. பச்சையிலைகள் இல்லாததால் நோயின் வீரியம் அதன்பிறகு பாதித்தவர்களுக்கு குறைந்திருந்தது. அவர்கள் சீக்கிரமே அதிலிருந்து வெளியேறினார்கள். அவ்வாறு மீண்டவர்கள்தான் என் அப்பாவும் அவரின் குடும்பங்களும். ஆனால் அவர்களின் விந்துத்துளிகளுக்குள் அந்நோய் வேர்பிடித்து சந்ததிகளுக்குள் பயணமாவதை எவரும் அறியவில்லை.

○○○

ஆத்மநாமின் பூர்வ கதை அவரை மிகவும் தொந்தரவுக்குள்ளாக்குகிறது. அடுத்த இரண்டு ஆண்டுகள் அவனைப் பார்க்கக்கூடாதென முடிவெடுக்கிறார். ஏனெனில் ஹரிதாஸுக்கு நிறங்கள் மீதிருந்த வேட்கைதான் ஓவியம் பயிலவே உந்தியிருந்தது. ஒவ்வொரு நிறத்திற்கெனவும் பிரத்யேக குணங்கள் உண்டு. அவை தரும் உணர்ச்சிகளின் கூட்டியக்கமே சித்திரம் எனும் ஆழமான நம்பிக்கை அவருக்கு இருந்தது. அது முற்றிலும் ஆத்மநாமுக்கு எதிரான மனநிலை. அவனுடைய தாக்கம் தன்னை நிலைகுலையச் செய்துவிடுமென்கிற அச்சத்தில் அவனிடமிருந்து ஒதுங்கிவிடுகிறார். ஆனாலும் ஆத்மநாமின் சிந்தனை அவர் எண்ணங்களை சுவீகரித்துப் பிரமாண்டச் சித்திரமாக உருவாக்கிவிடுகிறது. தன் கற்பனைகளே அவனின் ஓவியங்களின் நீட்சிதானோ என மனக்கொந்தளிப்புக்குள்ளாகிறார். அவன் ஏற்படுத்திய அதிர்வுகளை முற்றாக அழிக்க அவருக்கு நெடுங்காலம் தேவைப்படுகிறது. ஆத்மநாமின் கரிய கோட்டு சித்திரங்களின் தாக்கம் தன்னுடைய படைப்புகளிலும் பாதித்துவிடக்கூடாதென எந்நேரமும் எச்சரிக்கை சுமந்து திரிந்துள்ளார். ஒரு கலைஞனின் தாக்கத்திலிருந்து விடுபடுதல் தற்கொலைக்கொப்பானதாக இருந்துள்ளது. அதற்காக அவனைப் பார்ப்பதையே தவிர்த்துள்ளார்.

அதன்பின் கல்லூரி முடிக்கும் வரை ஆத்மநாமை அவர் பார்க்கவில்லை. நண்பர்களுடன் சேர்ந்து ஓவியக்கண்காட்சியொன்றை நடத்த முயல்கையில் மீண்டும் ஆத்மநாமைச் சந்திக்கும் வாய்ப்பு

அமைகிறது. லலித் கலா அகதாமியில் ஹரிதாஸின் நூற்றி இருபது ஓவியங்களையும் பார்க்கும் ஆத்மநாம், 'கேன்வாஸில் உன்னுடைய பிம்பம் தான் பிரதிபலிக்க வேண்டுமே தவிர அடுத்தவைகளை அல்ல' எனக் கூறிவிட்டு வெளியேறிவிடுகிறான். அதன் பின் அவனை எங்கும் பார்க்கமுடியவில்லை என அக்குறிப்புப் பிரதி முடிகிறது..

கடைசி பக்கங்களில் துண்டுதுண்டான குறிப்புகள் எழுதப்பட்டிருந்தன. ஓவியக்கண்காட்சிகள் பற்றிய சில தகவல்களும் சில ஆளுமைகளின் சித்திரங்களும். இந்த கைப்பிரதியை முடித்தபோது பெரும் சூன்யம் கவிந்ததுபோலானது எனக்கு. எண்ணத்தில் மீண்டும் மீண்டும் அக்கதை எழுந்து கனத்த மனச்சோர்வினுள் தள்ளிற்று. அன்றைக்கு இரவே ஹரிதாஸிற்குக் கடிதம் எழுதினேன். அடுத்தடுத்த ஆறு மாதங்கள் அப்பேச்சு தொடர்ந்தது. வழியில் பச்சை இலைகளையும் அரை நிர்வாணப் பக்கிரிகளையும் பார்க்கும்போதெல்லாம் ஆத்மநாமின் எண்ணம் எழுந்துவிடும். ஹரிதாஸ்தான் முதலில் என் ஆய்வு பற்றிய எண்ணத்தைத் தூண்டினார்.

ஆத்மநாமின் ஓவியம் ஏதுமிருந்தால் உளப்பகுப்பாய்வுக்கு உதவியாக அமையுமென கடிதமெழுதியிருந்தேன். ஆனால் அவர், தான் எதையும் கைவசம் வைத்துக்கொள்ளவில்லையென்றும் கல்லூரி முடித்து வெளியேறியபோதே ஆத்மநாமின் கூள அறை சுத்தம் செய்யப்பட்டு எரியூட்டப்பட்டுவிட்டதாக பதிலெழுதினார். எனக்கு அதில் நம்பிக்கை ஏற்படவில்லை. ஒரு வருடம் நானே தேடியலைந்தேன். (அக்கதாப்பாத்திரம் புனைவா உண்மையா என ஒருகணம் கூட நான் யோசித்ததில்லை) ஆத்மநாம் வாழ்ந்த காலக்கட்டம் நாற்பது வருடங்கள் பின்னோக்கியிருந்தது. அவன் வயதொத்த ஓவியர்களைச் சந்தித்தேன். அல்போன்ஸ், சந்தானராஜ், பாஸ்கரன் என அன்றைக்கு கல்லூரி முதல்வர்களாகவும் முக்கியமான ஆளுமைகளாக இருந்தவர்களுடனும் உரையாடினேன். (புற்றுநோய்க்கான சிகிச்சையிலிருந்ததால் ஆதிமூலத்தை மட்டும் என்னால் சந்திக்க முடியவில்லை.) அக்காலத்தில் பணியாற்றிய பெரும்பாலான ஓவியர்கள் அன்றைக்கு உயிரோடில்லை. சிலருக்கு வயது முதிர்வில் நினைவு பிறழ்ந்துவிட்டிருந்தது.

இரண்டு வருட அலைச்சலுக்குப் பிறகு எனக்கு கிடைத்த தகவல் இதுதான்:

ஆத்மநாம் 1939இல் தெலுங்கு பிராமணனுக்கும் இஸ்லாம் பெண்ணுக்கும் பிறந்தவன். இளவயதிலே அவன் அம்மா காசநோய் தாக்கி இறந்துவிடவே அப்பா மறுமணம் செய்துகொண்டு தமிழ்நாட்டுக்குக் குடியேறியிருக்கிறார். அம்மாதான் அவனுக்கு பூர்வக்கதைகளை சொல்லியிருக்கிறாள். கிழவர் அவன் அப்பா வழியில் அவனுக்கு முப்பாட்டனார். அவர் வடக்கில் பெரும் ஜமீன்தார் குடும்பத்தில் பிறந்தவர். அப்போதே வெளிநாடுகளெல்லாம் சுற்றிவந்தவர். அவரிருந்தவரை அக்குடும்பம் பெரும் நிலத்தையே ஆண்டுகொண்டிருந்துள்ளது. கல்விக்காக வீடுகளையும் நிலங்களையும் தானமாகக் கொடுத்து ஒரு நிலைக்கப்பால் அவர்களுக்கு தங்குவதற்குகூட இடம் கிடைக்காமல் ஆனது.

ஆத்மநாமின் அப்பா வேலைக்காக அலைந்தபோது அவனும் நாடோடியாக சுற்றியிருக்கிறான். எப்போதும் சுண்ணாம்பு கட்டிகளையும் கறித்துண்டுகளையும் பொறுக்கி வைத்துக்கொண்டு கால் கடக்கும் நிலக்காட்சிகளை சுவர்களிலும் தார்ச் சாலைகளிலும் தத்ரூபமாக தீட்டியிருக்கிறான். தெருச்சுவர்களிலே அவனின் கலையார்வம் கெட்டுவிடுமென்ற அச்சத்தில் நெல்லூரிலுள்ள உண்டு உறைவிடப்பள்ளியில் சேர்த்துவிட்டு அவர் நாடோடியாக வெளியேறிவிட்டார். அங்கிருப்பவர்கள் அவனை கவின் கலைக்கல்லூரிக்கு அனுப்பி படிக்க வைத்திருக்கிறார்கள். அப்போதெல்லாம் டிப்ளமோவே ஆறு ஆண்டுகள் படிக்க வேண்டும். கலைத்துறையில் அவ்வளவு நீண்ட பாடயியல் இது தான்.

அவனைப்பற்றிய இன்னொரு தகவல் கல்லூரி நூலகவியலாளர் ஸ்ரீகுமார் மூலம் கிடைத்தது. சோழ மண்டல கலைக் கிராமத்தில் பழைய பாணி ஓவியங்கள் பாதுகாக்கப்பட்டிருப்பதாகவும் அவற்றில் சில கருப்பு வெள்ளை ஓவியங்கள் உண்டு என்றும் என்னிடம் தெரிவித்தார். நான் தேடிவந்தது சரியாகவே இருந்தது. ஆமாம். அதில் ஒரு சித்திரம் ஆத்மநாமுடையது. ஹரிதாஸ்தான் அதை ஆவணப்படுத்தினார் என்பதை அங்கிருந்த காப்பகக் கண்காணிப்பாளர் மூலம் கேட்டறிந்தேன்.

அது கருப்பு வெள்ளையிலிருந்த கோட்டு சித்திர பாணி ஓவியம். பிளந்துபோடப்பட்ட நிலத்தின் நடுவே கிழவர் ஆடுகளை நோக்கி ஓடும் காட்சி. அவரின் கைத்தடி விரலிலிருந்து நழுவுவதிலிருந்தும் நரம்புகள் புடைத்திருப்பதிலும் அம்மனிதரின் பதற்றத்தையும் பயத்தையும் துல்லியமாகப் பதிவிட்டிருந்தான் ஆத்மநாம். ஹரிதாஸின் கைப்பிரதியை அக்கணம் நினைவுகூர்ந்தேன். பல வருடங்களாக அக்கதை கனவாகவே என்னைத் தொடர்ந்துவந்ததை எண்ணியபோது உடல் விதிர்த்தது. கேமிராவில் அதை புகைப்படமெடுத்துக்கொண்டேன். அன்றிலிருந்து என் தேடல் வேறு வேறு திசையில் என்னைச் சுழட்டியது. இந்தியா முழுக்கச் சுற்றினேன். அன்றைக்குப் புகழுச்சியலிருந்த பல ஓவியர்களைச் சந்தித்தேன். முடியாது என்னும் போது பல்வேறு நரித்தனங்களைப் பிரயோகித்தேன். விவன் சுந்தர், புபேன் கக்கர் என வேறுவேறுபட்ட ஆளுமைகளுடன் நேரடித் தொடர்பு கிடைத்தது. விவன் சுந்தர் எனக்கு ஷன்கா சௌத்திரியை அறிமுகப்படுத்தினார். சௌத்திரி அப்போது பரோடாவில் கண்காட்சி நடத்துவதற்காக ஓவியங்களைத் தயார்படுத்திக் கொண்டிருந்தார். கண்காட்சியின் இடைவெளிகளில் அமர்ந்து பேசினோம். பரோடா கல்லூரியில் தான் பயிலும்போதே ஆத்மநாமின் சித்திர பாணி வியப்புக்குள்ளாக்கியதாகவும் அவனைச் சந்திப்பதற்காக நண்பர்களுடன் தேடிவந்து பார்க்கமுடியாமல் திரும்பியதை நினைவுகூர்ந்தார். அப்போது "ஆத்மநாம் போன்ற படைப்பாளிகள் நிச்சயம் தற்கொலை செய்திருப்பார்கள். அவர்களால் யதார்த்தவுலகில் வாழ முடியாது" என்றார். என்னால் அவர் கூற்றை ஏற்றுக்கொள்ள முடியாமல் சட்டென எழுந்து கொண்டேன். 'படைப்பின் ஆழ்நிலை என்பது ஒருவகையில் பித்து மனம்தான். அதன் சுழற்சிக்குள்ளிருந்துதான் கலைஞன் பெரும் படைப்புகளை வெளிக்கொணர்கிறான். அத்தருணத்தில் அவன் அதைப் படைப்பை உருவாக்கும் சாதனமாக மட்டும் விட்டுவிட்டாலொழிய யதார்த்தவுலகில் பிரக்ஞாப்பூர்வமாக இருக்க முடியும். அப்படியில்லையெனில் ஆழ்பிரக்ஞையினுள்ளே தன் உலகை சிருஷ்டித்து அவ்வெளியிலிருந்து மீளாமல் உழல்வதைத் தவிர வேறுவழியில்லை. ஆத்மநாம் அவ்வாறு சிக்குவதற்குரிய சாத்தியங்கள் நிறைய இருக்கக்கூடும்" என்றார் சௌத்திரி. நான், "என் ஆய்வே அதிலிருந்துதான் தொடங்குகிறது" என்றேன். ஆய்வு நூலை அவர் முன் விளக்கினேன். முழுவதையும் கேட்டவர் மெல்லத் தெளிந்தாலும் அவரின் ஆளுமை அதை ஆமோதிக்க

மறுத்தது. பெரும் கலைஞர்களுக்கே உரிய பகுமானம் அது. பிறகு மும்பையிலிருக்கும் நேஷனல் மாடர்ன் ஆர்ட் கேலரியின் இயக்குநர்களிடம் பேசி சர்வதேசத் தரத்தைப் பெற்றுதருவதாக உறுதியளித்தார்.

ஒவ்வொன்றாகத் தொட்டு நிறைய ஓவியர்களைச் சந்திக்க முடிந்தது. அவர்களின் படைப்புகளையும் நனவிலி மனதையும் உளப்பகுப்பாய்வு செய்து திரட்டிய தரவுகள் என் ஆய்வை வேறொரு பாதைக்குக் கொண்டுபோனது. என்னுடைய பேட்டியொன்றை ஆங்கில நாளிதழில் வெளியிட்டிருந்தார்கள். (ஓவியம் சார்ந்த அறிதலுள்ளவர்கள் தவிர பெரும்பாலானவர்கள் அதைக் கவனித்திருக்க வாய்ப்பில்லை.)

என்னுடைய உள ஆய்வில் நான் குறிப்பிடுவது இரண்டு விஷயங்கள் தான். ஒன்று, இந்திய படைப்பூக்க மனம் எப்போதுமே பித்துநிலைக்குள் சிக்கி, வெளிவர முடியாமல் உழன்று தற்கொலை செய்யக்கூடிய அளவில் கனமிழந்துவிடுவதில்லை. படைப்பூக்கம் செயலிழக்கும் தருணங்களில் சிந்தனைமரபும் தொன்மங்களும் இந்நிலத்துக்குரிய தத்துவங்களும் அப்படைப்பு மனத்தைச் சமன்படுத்திவிடுகின்றன. கீழைத்தேயச் சிந்தனை மரபும் தத்துவங்களும் எதிர்சிந்தனையைக் கொண்டிருக்கும் படைப்பாளிகளுக்குக்கூட ஆழ்பிரக்ஞையில் ஊடுறுவியிருக்கிறது. அது, மனப்பிளவிற்காளாகும் போது அதாவது தன்னுள் அவர்கள் கண்டுகொள்ளும் இன்னொரு எதிர் மனத்தை அறிந்து அதை கொன்றுவிடும் நோக்கில் முன்னேற இச்சிந்தனை மரபு விடுவதில்லை. அப்படியே அத்தகைய சூழல் உண்டானாலுமே அக்கணச்சூன்யத்திலிருந்து உடனே மீண்டுவிடுகிறார்கள். அதனால் தான் மேலைத்தேய நாடுகளில் படைப்பாளிகளின் (எத்துறை சார்ந்தும்) தற்கொலைகள் இங்கு தாக்கத்தை ஏற்படுத்துவதில்லை. (இவ்விடத்தில் வான்காவை ஆத்மநாம் கேலிச்சித்திரமாக வரைந்திருந்ததையும் என்னால் நினைவுபடுத்திக்கொள்ள முடிந்தது)

இரண்டாவது, கலை என்பது நனவிலி மனதை ஆராயும் ஒருவித உளப்பயிற்சி தான். ஆத்மநாமின் ஓவியம் அவன் ஆழ்மனதின் கூறுகள். அவன் மட்டுமின்றி கலையுடன் இயங்கும் எல்லா படைப்பாளிகளுமே அவ்வுளப் பயிற்சியையே மீண்டும் மீண்டும் செய்கிறார்கள். தங்களுக்குள் இருக்கும் இன்னொன்றோடு தர்க்கம்

புரிகிறார்கள். தங்களின் ஆழ்சிந்தனை மரபுடன் தான் கற்றறிந்ததை மோதச் செய்து பரிசோதனை செய்கிறார்கள். அதனாலேயே படைப்பாளிகள் ஒரு நிலையில் முதிர்ந்த சிந்தனை மரபு நோக்கி நகர முடிகிறது.

என் ஆய்வு நூலை எடுத்துப் பார்க்கும் கணந்தோரும் ஹரிதாஸின் நினைவு எழாமலிருந்ததில்லை. சோழ மண்டல கலைக்கிராமத்தில் ஆத்மநாமின் ஓவியத்தை என்னிடமிருந்து மறைத்ததற்குப்பிறகு அவர் மேலிருந்த விருப்பம் முழுவதும் என்னிடமிருந்து உதிர்ந்துவிட்டிருந்தது. ஆனால் எதற்காக தன் சொந்தக் கைப்பிரதியை எனக்கு அனுப்பினாரென்று அவர் இறப்பதுவரை தெரியவில்லை. அப்பிரதியை வைத்துக்கொள்வதில் அந்தரங்கமான தவிப்பு ஊர்வதை உணர்ந்திருக்கிறேன். நேரமிருக்கும்போதெல்லாம் பிரதியின் ஏதோவொரு பக்கத்தை வாசிக்கத் துவங்கிவிடுவேன். ஒருவகையில் என் முழு ஆய்வையும் நிறைவு செய்வதற்கான உந்துதல் அந்நூலிலே இருந்திருக்க வேண்டும். ஆத்மநாமின் கனவுகளும் அக்கிழமனிதனின் உருவமும் என் கனவுகளில் ஒருவித நோய்மையை ஏற்படுத்தியிருந்ததைப் பற்றி ஒருமுறை ஹரிதாஸிடம் கேட்டபோது ‘உன்னால் மட்டுமே அக்கதையை சரியாக உணரமுடியும்’ என்றார்.

ஆய்வுகள் தொடங்கி பத்து வருடங்கள் முடிந்த பின்பும் ஒரு மனநோயாளியின் உறைந்துவிட்ட காலம்போல ஆத்மநாமின் கதைக்குள் நான் சிக்கிக்கொண்டிருந்தேன். பல வருடங்களாக சீந்தாமல் அலமாரியில் பழைய புத்தகங்களுக்கிடையே பழுப்பேறிக் கிடந்ததை ஒரு நாள் எடுத்துப் புரட்டினேன். இம்முறை அதன் ஒவ்வொரு வரிகளும் என்னை அடையாளம் கண்டுகொண்டன. அதன் அடியில் சோழ மண்டல கிராமத்தில் நான் புகைப்படமெடுத்துவைத்த ஆத்மநாமின் ஓவியம் இருந்தது. வனம் சூழ்ந்த நிலங்களையும் கைத்தடியுடன் ஓடும் நிர்வாணக் கிழவரையும் உற்றுப் பார்த்தவண்ணம் அமர்ந்திருந்தேன். அக்கிழவரின் கதையும் நிலத்தின் மீதான அவரது தவிப்பையும் என் நினைவு மெல்ல ஒரு முறை அசைபோட்டது. ஒரு கணம் அச்சித்திரம் என் முன் தோன்றி தன் பொக்கை வாயைக் காட்டிச் சிரித்தது என் மனத்தை நடுங்கச் செய்தது.

□□□

நன்றி:

அறிவியலாளர் தோழி வீணா கௌர் கேட்ட சில கேள்விகளுக்கு

லாஸ்யம்

பின்னிகழ்வூக மனநிலை

உளவியலில் 'பின்னிகழ்வூக மனநிலை' என்கிற நோய்க்கூறு உண்டு. தங்களுக்கு நிகழும் சம்பவங்களை முன்பே அறிந்திருப்பது. கனவிலோ காட்சியிலோ நிலைக்குத்திய சிந்தனையிலோ சட்டென வேலை செய்துகொண்டிருக்கும்போது நிற்கும் ஒரு புள்ளியிலோ அது அவர்களுக்குத் தோன்றும். பிளெட்டொவுக்கு தத்துவ விசாரத்தில் உதிக்கும் என்பார்கள். மேற்கில் ஆபத்தானதாகவும் அதிசயமானதாகவும் பின்னாளில் பார்க்கப்பட்டது. ஓஷோவிடம் கண்டுபிடித்திருக்கிறார்கள். ஆனால் கீழைத்தேயச் சிந்தனையில் மிகப் பெரியதாக இந்நோய் பேசப்படவில்லை. காந்திக்கு இருந்திருக்கலாம், கிறிஸ்துவுக்கும் இருந்திருக்கலாம். அப்படியென்றால் கோட்சேவுக்கும் பிலாத்துக்கும் இருக்க வாய்ப்பு உண்டு. லாஸியாவுக்கும் இருந்தது. காந்திக்கு ராட்டை சுற்றும்போதும், கிறிஸ்து பிரார்த்தனை லயித்திருக்கும்போதும், லாஸியாவுக்கு நுண் சிற்பங்கள் செய்யும்போதும் நடக்கப்போவது தோன்றியிருக்கக்கூடும். சந்துருவுடன் பெரிய விவாதம் வரப்போவது அவளுக்கு முன்பே தெரியும். அடிக்கடி விபத்து நிகழும் சித்திரங்கள் ஓடுவதுண்டு. கிறிஸ்து மாதிரி இறந்தவர் உயிர்மீள்வதாகவும் உலகில் ஒரேயொரு மரம் மட்டும் நிற்கின்ற காட்சியும் கனவுகளில் சதா உதிப்பது வழக்கம். அப்படியென்றால்,

அன்று ஆலமரத்தில் சஜ்ஜூவைச் சந்திக்கப்போவதும் அவளுக்கு முன்பே தெரிந்திருக்க வேண்டும்.

1

அந்த மிகப் பெரிய காத்திருக்கும் அறையில் லாஸியாவைத் தவிர இடைவெளி விட்டு போடப்பட்டிருந்த அலுமினிய சாய்விருக்கைகளும் கண் சோர்ந்து சலித்துக்கொள்ள பொன்மீன்கள் அலையும் கண்ணாடித்தொட்டி ஒன்றும் இருந்தன. நிமிர்ந்து அமர்ந்திருந்த வலியை சற்று தளர்த்த கழுத்தைச் சாய்த்தாள். அதற்குள் இளைஞர்கள் திபுதிபுவெனக் கதவைத் திறந்து நுழைந்தனர். அங்கு இருப்பதில் விருப்பமின்றி கல்லூரி வளாகத்தைவிட்டு வெளியே வந்தாள். பல வருடங்களுக்கு முன்பு அங்கு வந்த நினைவு இருக்கிறது. அன்றைக்கு இப்படி பிரமாண்டக் கட்டிடமும் இவ்வளவு ஜனத்திரளும் இல்லை. சபித்தது மாதிரி வெயில் வெட்டவெளியில். கட்டிடத்திற்கு வடக்கில் தைல மரக்காடுகள் இருந்தன. மண்பூச நடக்க வேண்டும் போலிருந்தது. செம்மண் சாலையின் முடிவில் ஓர் ஆலமரமும் சிறிய குளமும் இருக்க வேண்டும். அவளுடைய ஞாபகத்திலுள்ளபடி குளம் இல்லை ஆனால் பழைய புகைப்படச் சட்டம்போல தூசி படிந்து மரம் மட்டும் நின்றுகொண்டிருந்தது. மரத்தைச் சுற்றி கூண்டு போல விழுதுகள். புகைப்படம் எடுக்க அலைபேசியைத் திறந்தவள் அது உயிரற்றுப்போன ஞாபகத்துடன் சலித்துக்கொண்டாள். சஷியிடம் நேரம் போக்க அலைந்ததைப்பற்றிக் கூறினால் சட்டையே செய்யமாட்டாள். “நல்லா அனுபவி” அதுதான் அவளுடைய சாபம். கத்தரித்தக் கூந்தல் நுனி, பாசிப்பயறு பச்சை சுடிதாருக்குப் பொருந்தாத துப்பட்டா, சட்டமில்லாத புதிய மூக்குக் கண்ணாடி இதில் எதற்கு முதலில் திட்டு விழும். “எதையும் நீ சரியாகச் செய்றதில்லை.” முழுவதுமாக அளந்து முடிப்பதற்குள் உதடுகளைச் சுழித்துவிடுவாள். அதை யாரும் கவனித்துவிட முடியாது. அழகாக இருந்தால் இமை பொறாமையுடன் இறங்கும். லாஸியா கழுத்தை இறக்கியபோதுதான் துணுக்குற்றாள் அந்த இளைஞன் அவளைப் பார்த்துக்கொண்டிருந்ததும் அவள் அப்போது அண்ணாந்து அப்படிச் சாய்ந்திருந்ததும். ஆனால் காரணம் அதுவல்ல அவன் ஒரு சாயலில் சந்துருவாகத் தெரிந்தான். திடுக்கிட்டுப்போனாள். சஷியிடம் இவனைக் காட்ட வேண்டும் என்று தோன்றிற்று.

அதற்குள் சஷியின் வருகையும் தோழிகளின் குலாவல்களிலும் அவன் காணாமல் போய்விட்டான்.

சஷி வந்ததும் பாய்ந்து அவளைக் கட்டிக்கொள்வாள் என்று நினைத்தாள். பதிலாக கோபத்துடன் கைகளைக் கட்டிக்கொண்டு முறைத்தபடி நின்றாள். மாறாக அவளது தோழிகள்தான் குழந்தையைச் செல்லமாகப் பிடித்து ஆட்டுவதுமாதிரி கலைத்துவிட்டார்கள். இவளுக்குத்தான் நாகரிகத்தைக் காப்பாற்ற முடியவில்லை. தோழிகள் அத்தனை பேரும் அணைத்தபின் யாரோ ஒருத்தி கூறினாள், நமக்குள் கட்டிக்கொள்வதற்கும் உன் அம்மாவை அணைப்பதற்கும் வித்தியாசம் தெரிகிறது சஷி. வாசனையா, உடல் வனப்பா, சங்கோஜமா, வயதா, அந்நியமா எதுவென்று பிடிபடவில்லை. "நீங்க ரொம்பவே அழகு" என்றாள். சஷி அதற்கு அங்கலாய்ப்புடன் சிணுங்கல் காட்டி, இன்னொருமுறை வேண்டுமானால் கட்டிப் பாரேன் என்றதற்கு அவளும் இறுக்கி அணைத்தேவிட்டாள். இந்தமுறை விடும் போது கன்னத்தில் ஒரு முத்தம் பரிசு. பிடித்து அழுத்தியதில் தோடு குத்திய வலியைத் தேய்த்ததையும் சஷி கவனித்தாள். ஒருவாறு எல்லோரும் கலைந்த பின்பு இருவரும் தேநீர் குடித்துக்கொண்டிருக்கையில்தான் லாஸியாவால் கொஞ்சம் நேரத்திற்கு முன்பு சந்தித்துப் பேசிய இளைஞனின் நினைவுகளிலிருந்து விடுபட முடியாமல் இருப்பது தெரிந்தது. அவனது சொற்கள் இன்னும் செவியிலிருந்து அகலவில்லை. அவனுக்குச் சந்துருவைப்போன்ற முகச்சாயல் அவ்வளவாக இல்லை. பிறகு எப்படி சந்துருவை நினைவுபடுத்த முடியும்?

லாஸியா அவன் அமர்ந்திருந்தக் கோணத்திற்குச் சற்று தள்ளி அமர்ந்தாள். எறும்புகளை உதறும் சாக்கில் அவனுக்கு எதிரே சில அடிகள் சென்று திரும்பினாள். இவன் எப்படி அமர்ந்திருக்கிறானோ அதுபோலவே சந்துருவும் ஞாபகத்தில் தோன்றினான். லாஸியாவுக்கு உடல் வெலவெலத்துவிட்டது. பதறி நெஞ்சில் வைக்க எடுத்தக் கையை கழுத்துச் சங்கிலியில் பற்றினாள். கால் மேல் கால் போட்டபடி வைத்திருந்த காகிதங்களில் எதையோ துழாவினான். இன்னொரு கையின் முழங்கையை தொடையில் ஊன்றியவாறு கட்டை விரலை ஆழ்ந்த யோசனைக்குக் கடித்துக்கொண்டு சந்துருவின் தோரணையுடன் இருந்தான். கடித்துக்கொண்டிருக்கும் விரலை எடுத்துவிட்டு ஒருமுறை

வெண்டைக்காயை வைத்துவிட்டு லாஸியா சிரித்திருக்கிறாள். அப்படி நிறைய பழக்கங்கள் அவனுக்கு உண்டு. கீழே அமர்ந்தால்கூட சமயத்தில் கிழவன் மாதிரி காலைப்போட்டு பாதத்தைத் தடவுகிறபோது அவளுக்கு ஆத்திரமாக வரும். அவனும் காலை எடுத்து பாதத்தைத் தடவுகிறான். அவன் சந்துருவின் சாயலில் இல்லை, சந்துருவுக்குச் சொந்தமான பழக்கங்களை வைத்திருக்கிறான். அதிர்ச்சியிலிருந்து மீள முடியாமல் மறுபடியும் அவனையே உற்று நோக்கிக் கொண்டிருந்தாள். இப்போது சந்துருவின் முழு ஆகிருதியும் அவளுக்கு முன்பு இருந்தது. நினைவிலிருந்தவன் இவனுடைய நிழல் போலத்தான் தெரிந்தான். எழுந்து சென்று அழைக்கலாமா என்றுகூட தோன்றிற்று. ஆனால் என்ன பேசுவதென்று தெரியவில்லை. சாதாரணமான கேள்விகள் ஆயிரம் இருக்கின்றன பேச்சைத் துவங்க, இருந்தாலும் தைரியம் போதாமல் அமர்ந்துவிட்டாள். அதிகபட்சம் சஷியைவிட இரண்டு அல்லது மூன்று வயது அதிகமிருக்கலாம். சஷி இருபத்தி ஐந்து வயது சந்துருவைப் பார்த்ததில்லை. வெகுநேரம் தன்னை யாரோ வெறித்துப் பார்க்கிறார்களென்பதைக் கவனித்தவன் நிமிர்ந்து லாஸியாவின் பக்கம் திரும்பினான்.

லாஸியா புன்னகைத்தாள். நிச்சயம் அவன் எதிர்பார்க்கவில்லை. சற்று குழம்பிவிட்டான். அது புன்னகையென்று சொல்ல முடியாது. உதட்டின் மென் வளைவு. சிற்பங்களில் தெரியும் சன்னமான உதடு விரிதல். உற்று கவனித்தால் தெரியாது. கானல் சிரிப்பு. அவ்வளவுதான் காட்ட முடியும். அவன் அடுத்த நிமிர்தலில் அதே விரிசலளவில் அவளைப் பார்த்தான். லாஸியாவுக்கு மின்சாரம் தாக்கியது போலானது. எதற்கு இந்த பரிமாற்றம் என்று துணுக்குற்றாள். நெற்றியைத் தடவியபடி கீழே குனிந்துவிட்டாள். அடுத்தக் கணமே குற்றவுணர்வாகியது. எழுந்துச் சென்று மன்னிப்புக் கேட்க வேண்டும். நிச்சயம் தான் வெகு நேரம் அவனைப் பார்த்துக்கொண்டிருந்ததைக் கவனித்திருப்பான். புன்னகைத்ததும் குழப்பத்துடன் அவன் திரும்பியது அவ்வாறுதானிருந்தது. அவன் கிளம்புவதற்குத் தயாராவது தெரிந்ததும் லாஸியா அவசரமாக கைப்பையையும் அலைபேசியையும் கைக்குட்டையையும் விழுந்துவிடாமல் பிடித்துக்கொண்டு அருகே சென்று “தவறாக எடுத்துக்க வேண்டாம்” என்றாள் பரிவாக. சந்துருவைப்போலவே எதையோ மென்றுகொண்டு கேட்கும் கனத்தக் குரலுடன் “எதற்கு?” என்றான் புருவத்தைத் தூக்கி. அவள் கண்கள் விரிய

நோக்கி “உங்களை எங்கயோ பார்த்த மாதிரி இருந்தது.” ஒருசில சொற்களே பேச முடிந்தது. சில அடிகள் சென்றவன் திரும்பி, “சின்ன வயசுல பார்த்துருக்கலாம்” என்றான். அவன் அப்படிச் சொன்னபோதுதான் லாஸியாவுக்கு பிரக்ஞைத் தெளிந்தது. அதை ஆமோதிப்பதுபோல அவனுக்குத் தலையசைத்தாள். சந்துருவை முதன் முதலில் சந்தித்தபோது அதாவது, அவர்கள் தொலைபேசியில் பேசிப் பழகியதற்குப் பின்பு அவன் கேட்ட முதல் கேள்வி “உன்னை எங்கயோ பார்த்தமாதிரி இருக்கிறது” என்று. அவளால் சிரிப்பை அடக்க முடியவில்லை. “குழந்தையாக இருக்கிறபோது பார்த்துருக்கலாம்” என்றாள். அந்தச் சீண்டல் எதற்கு என்று அவனுக்குத் தெரியும். ஏனென்றால் இருவரும் ஒரே ஊரில்தான் பிறந்து வளர்ந்தார்கள். ஒன்றாக விளையாடியிருக்கவும் வாய்ப்பிருக்கிறது.

சஷி வருவதற்குச் சில கணங்கள் முன்புதான் அவன் கிளம்பிச் சென்றான். தேநீர் குடித்துவிட்டு சஷி அலைபேசியிலிருந்தாள். லாஸியாவுக்கு இருப்புக்கொள்ளவில்லை. கல்லூரியின் அத்தனை முகங்களையும் கண் கொட்டாமல் பார்த்துக்கொண்டிருந்தாள். மனம் ஆறாத சலிப்பில் உழன்றது. அவன் எதற்காக அப்படி கூறினான்? யாருக்காக இங்கு காத்துக்கொண்டிக்கிறீர்களென்று கேட்டதற்கு, சஷியின் பெயரை உச்சரித்தாள். அவனுக்கு அதிகம் பரிச்சயம்போல முகம் காட்டவில்லை. அடுத்ததாக முகவரியை அவள் தயக்கத்துடனே வினவினாள். அவன் முகம் கூர்மையாகி, ‘என்ன விஷயம்’ என்பதுபோல மாறிற்று. அவள் முகத்திற்கு முன்பாக விரலைச் சுழற்றி “முகச்சாயல் தெரிந்தவர்களை ஞாபகப்படுத்துகிறது” என்றதற்கு அவன் உடல்மொழி உடனே அந்நியமாயிற்று. பார்வை, அவளது தலைமுடியைத் தொட்டுவிலகியதை கவனித்துவிட்டாள். இப்போது அவன் அவனுக்குத் தெரிந்தவர்கள் பெயரைக் கூறி அவர்களுக்கு ஒத்த வயதில் தன்னை நிறுத்த போகிறானென்பதுத் தெரிந்ததும் அவள் சட்டென, “நான் உங்களைத்தான் கேட்டேன்” என்று குறுக்கிட்டு நிறுத்தினாள். அவன் தடுமாறியதுடன் மீண்டும் அவளை அந்நியமாக நோக்கிவிட்டு, “சின்ன வயசுல பார்த்துருக்கலாம்” என்கிற பதிலுடன் கிளம்பினான். அதொரு கீழ்மையான சீண்டல்தான். சந்துருவையும் அப்படி சீண்டத்தான் அவள் அதே வார்த்தையை உச்சரித்தாள். அவர்களிருந்தது காலனிக்குடியிருப்பு. குழந்தைகள் ஒருவருக்கொருவர் சகோதர,

சகோதரி உறவுடன்தான் அழைத்துக்கொள்வது வழக்கம். லாஸியாவிற்கு திருமணம் முதலில் பிடிக்காமலிருந்ததற்கு அதுவும் ஒரு காரணம். இரண்டாவது, அதே ஊரில் பிறந்து அங்கேயே திருமணமாவதென்பது வலிக்காமல் தண்டனை அளிப்பது மாதிரி. ஆனால் வேறு வழியின்றி சம்மதித்தாள். அதனால்தான் சந்துருவை ஆறு மாதங்களுக்கு அருகில் அனுமதிக்க மனம் தயங்கிற்று. சகோதர முறையில் பல தடவை விளித்த ஞாபகம். நிச்சயம் இருக்கலாம். பள்ளிக்கூடத்தில், விளையாட்டுத் திடலில், கோயில்களில், தண்ணீர் குழாயில் என எங்காவது.

எங்கிருந்தோ திடீரெனத் தோன்றி தன்னை மட்டும் சந்தித்துவிட்டு இவ்வளவு பெரிய ஜனநெருக்கடிக்குள் கரைந்ததுபோலிருந்தது அவனது பிரசன்னம். ஆமாம் அதொரு பிரன்னம். பிரச்சன்னத்தை கண்ணுறுகிறவர் மட்டுமே அதை அனுபவிக்க முடியும். இரு வேறு ஆன்மாக்களுக்கிடையே அது நிகழ்வது. இரண்டும் ஒரே புள்ளியில் ஒன்றை மற்றொன்று தொடும்போதே சாத்தியம். அதாவது, எதிர்பார்ப்பு கற்பனையில் லயித்திருக்கையில் திடீரென்று யதார்த்தம் அதைச் சந்திக்கிற தருணம். நடந்தது முன்னதா, பின்னதா என விளங்கவியலாதக் குழப்பம். நிஜத்தை அறியமுடியாதத் திணறல். லாஸியா அங்கு கண்ணுற்றது பிரசன்னத்தை. ஒருபோதும் அவ்வனுபவம் மூன்றாம் நபரால் உணர முடியாதது. சஷிக்கு அது கதை. சஷியிடம் அவனைக் காட்ட வேண்டும்.

சந்துரு இறந்த அன்றே இனி அவனை நினைவூட்டும் எந்தச் சாதனங்களையும் வைத்துக்கொள்ளக்கூடாதென்று லாஸியா அத்தனையையும் எரித்துவிட்டாள். ஒரு சிறு புகைப்படம்கூட இல்லை. இருவரும் இணைந்திருக்கும் திருமணப் புகைப்படங்களையும் மிச்சம் வைக்கவில்லை. அன்றைக்கு அது ஏற்படுத்திய ஆற்றாமையும் அழுத்தமும் விதியை அழிக்க முடியாத கையாளாகாத்தனத்தின் வெளிப்பாடு. கேள்விக்கான பதில் கனிய எப்போதெல்லாம் அவள் காத்திருக்கிறாளோ அப்போதெல்லாம் விதி காலத்தின் சுழலில் நழுவி விடுகிறது.

சஷியும் இத்தனை வருடங்களாக பலமுறை, பழைய பெட்டிகளையும் அலமாரிகளையும், எரிக்காமல் விட்ட விண்ணப்பங்களையும் தேடிச்சலித்திருக்கிறாள். லேசான

சாயலில்கூட சஷி அப்பாவைப்போல இல்லை. பெதும்பை பருவம் வரை சிலநேரம் புன்னகைக்கையில் அவனது முகச்சாயல் அவளிடம் தென்பட்டதுண்டு. ஆனால், ருது எய்தியதற்குப் பின், சஷி முற்றிலும் வேறொருத்தியாக மாறிவிட்டாள். எப்போதாவது கேட்டால், லாஸியா தன் வயதையொத்த உருவத்தைத்தான் கற்பனையாகவோ அல்லது அப்படி யாரேனும் இருந்தால், உதாரணத்திற்குக் காட்டுவாள். கல்லூரியில் சேர்வதற்கு முன்பு ஒருமுறை கேட்டபோது, நாற்பது வயதில், முடி கொட்டி, சில நரைகளுடன் அன்றாட வேலைகளில் தோய்ந்துபோன இறுக்கமான முகம் கொண்ட அடையாளங்களைச் சேகரித்துச் சொன்னதற்கு, சஷிக்கு ஆத்திரமாக வந்தது. "அப்படியென்ன கற்பனை உனக்கு. உன்னை மாதிரியே வயசான ஆளைக் காட்டுற". லாஸியா இந்த இருபது வருடத்தில் எப்போதெல்லாம் கண்ணாடி முன் நிற்கையில் தன் உருவமாற்றத்தை அவதானித்திருக்கிறாளோ அப்போதெல்லாம் சந்துருவும் நினைவுகளில் மாறிக்கொண்டிருந்தான். நரைமுடிகள் தென்படவாரம்பிக்கையில் சந்துருவை சொட்டைத்தலையுடனும், முலைகள் தளர்ந்துவிட்ட வயதில், நினைவுகளில் அவன் பெருந்தொப்பையுடனும், உலர்ந்துவிட்ட நிதம்பமும் திரண்ட இடுப்பும் அவனைச் செயலூக்கமில்லாது சரிந்தவனாகக் காட்டிற்று. கோபமும் கண்டிப்பும் நிரந்தரமாகப் பாசிபிடித்திருக்கும் முகத்தை, எப்போதாவது தனக்குச் சோர்வு ஏற்படும்போது அவள் கற்பனை செய்துகொள்வாள்.

இப்படித்தான் அவனது முகம் ஞாபகக்கிடங்கில் இருந்தது. இத்தனை வருடத்தில் அதிகம்போனால் பத்து தடவைக்கு மேல்கூட ஞாபகத்தில் வந்திருக்காது. நுண் சிற்பக் கலையில் இருபது வருடங்கள் கரைந்துவிட்டன. என்றைக்காவது நினைவுகள் திசைமீண்டால், உடனே கடைசியாக அவன் விட்டுச்சென்ற உச்சரிக்காத வார்த்தையும் அவனது இளமையான முகத் தோற்றமும் நெடுஞ்சாலை கானல்போல மிதக்கும் தகிப்புடன் கடந்துவிட முடியாதபடிக்கு அன்றையப் பொழுது முழுக்க தொந்தரவு செய்யத் தொடங்கிவிடும். எண்ணங்கள் சாமான்யமாகக் கலையாது. தோட்ட வேலையில் ஈடுபடுவாள். விதையிட்டு மண் பரப்பி நீர் விடுவது, மலர்ந்த பூக்களிலும் பசிய இலைகளிலும் எழும் வாசனை என மனச் சொற்கள் சற்று இளைப்பாறும். நிலத்தை கை அளவுவது அலாதி. சில சமயம் மார்பில் சங்கிலி சரிந்து விழும்போது விரல்கள் ஊறும் பிரமையை அளிக்கும். திடுக்கிட்டு குனிந்து

நோக்குவாள். நன்றாகச் சரியட்டுமென கை நீள இசைவாள். இருத்தலும் இல்லாததுமாக அது ஊர்ந்துகொண்டிருக்கும். சட்டெனப் பிரக்ஞை பதற்றம் காணும். ஒருகட்டத்தில் அதுவும் மயிர்கூச்செறியும் எல்லையுடன் ஓய்ந்துவிடும்.

சந்துரு வீட்டில் ஒரே பையன். மருத்துவம் முடித்துவிட்டு தனியார் மருத்துவமனையில் பணியாற்றினான். இளவயதிலேயே தந்தை காலமாகிவிட்டதால் தாயார்தான் துணை. ஆக, அவனது சொற்களுக்கு மரியாதையும் பாசத்தையும் தவிர எதையும் அம்மா காட்டியதில்லை. அவர்கள் இருவருக்கும் பெரியளவில் கருத்துச் சிக்கல் வருவதற்கான சம்பாஷனைகள், முடிவெடுப்பதற்கான குழப்பமானத் தருணங்கள், யோசிப்பதற்கான பல வழிச் சாத்தியங்கள், விட்டுக்கொடுக்க முடியாதப் பிடிவாதங்கள் எதுவுமே இருந்திருக்க வாய்ப்பில்லை. இதெல்லாம் லாஸியாவின் கணிப்பு. இன்னொன்று, திருமணத்தன்று லாஸியாவின் சித்தி கூறியது, "தனியனாக அம்மாவுடன் வளரும் பிள்ளைகள் காமத்தில் குருட்டுப் பூனையாக இருப்பார்களாம்". சித்தி இம்மாதிரி விஷயங்களில் கைங்கரி. ஆனால் சந்துரு காமத்தின் மீது ஒற்றைக் காலுடன் காத்திருக்கும் கொக்காக நின்றான். அவளுக்குச் செவிமடுப்பது, சமையலில் கை கொடுப்பது, அலங்காரங்களுக்காகக் காத்திருப்பது, வலிகளை நீவுவது, நகக்கண்களை கவனிப்பது என அத்தனையும் காமத்தின் மெய்யூட்டலுக்குத்தான் நீண்டன. அவளும் அறியாமலில்லை, அவனைக் காத்திருக்கச் செய்யும் பரிதாபங்களை விரும்பாமல், எண்ணங்களை உடனே செயல்படுத்தினாள். சித்தி கூறியதுபோல சந்துரு குருட்டுப் பூனை இல்லை. அவள் நாணிச் சிவக்கும் அளவுக்கு விரகக்கதைகள் கூறும் சல்லாபக் கமலன். இரட்டை அர்த்த நகைச்சுவைகளுக்கு குறைவே இல்லை. பொது இடங்களில் சுற்றும் முற்றும் பார்க்க வேண்டும். சூழல் பற்றிய அக்கறை இருக்காது. தொடையைக் கிள்ளி அடக்குவாள். அடுக்களைப் பாத்திரங்கள்கூட அவனது நகைச்சுவைகளில் உண்டு. சாமுத்ரிகா சாத்திரத்தின்படி லாஸியாவை சித்தினி வகை என்றான். இறுக்கமான மார்பகங்களும் கூரிய மூக்கும், முக்கியமாகக் கலவியில் சீண்டலை விரும்புகிறவள். லாஸியா அதை நம்பவில்லை. இதெல்லாம் பிரத்யட்சமாகத் தெரிந்திருக்கலாம். இதுக்கு சாத்திரம் அறிந்திருக்க வேண்டியதில்லை. ஆனால் திடசித்தத்தையும் வாக்கு சுத்தத்தையும்

குறிப்பிட்டபோது நிச்சயமாக பழகிய கொஞ்ச நாட்களுக்குள் அது தெரிந்திருக்க வாய்ப்பில்லையென்றே தோன்றியது.

கற்பனைச் சம்போக விளையாட்டு

திருமணம் முடிந்து இரண்டாவது மாதத்திலேயே லாஸியா கருவுற்றாள். சஷி பிறந்த மூன்றாவது மாதத்தில்தான் மறுபடியும் முழுமையான தாம்பத்தியம் வாய்த்தது. கருவுற்றிருக்கையில் சம்போகம் கொண்டாலும் அவ்வளவாக அதில் திருப்தி கிடைக்கவில்லை. சில சமயங்கள் மிகுந்த மனவழுத்தம்கூட ஏற்பட்டிருக்கிறது. அதாவது, அவனது கொஞ்சல் முன்னதைவிட வித்தியாசமாக, அணைக்க நடுக்கம், மென் அழுத்தம், தொடுவதில் எச்சரிக்கை. நிலத்தில் உட்புக துடிக்கும் மண்புழுவைப்போன்ற லாவகம். இதைவிட அன்றாட வேலைகளின்போது அவளிடம் எதையோ அறியும் ஆவல் அவனது விழிகளில். வெடித்துவிடாமல் இறுக்கும் கவனம். ஆமாம் அப்படித்தான் ஊதிய கர்ப்ப வயிறை முத்தமிடுவதும் புணர்ச்சியில் பாதுகாப்பதும் தெரிந்தது. அவளிடம் ஒவ்வொரு புணர்ச்சி முடிவிலும் மன்னிப்புக் கோருவதுபோல சில வார்த்தைகள் பேசுவான். அவளுக்கும் உடலுறவில் ஆசை இருந்தது. ஆனால் அதைவிட தற்போதைக்கு உள்ளே தவறவிட்டுவிடாத அனுபவங்களின் நச்சரிப்புகளை அனுபவிக்க விரும்பினாள். நிமிண்டல்களும் உருளும் அசைவுகளும் சில சமயங்கள் முண்டாமல் ஏற்படுத்தும் கிலியும் கற்பனை செய்ய முடியாத மௌனத்தைக் கொடுத்துக்கொண்டிருந்தது.

உண்மையில் இந்த மௌனம் அளித்த கால இடைவெளியில்தான் அவர்களது கலவியில் பயன்படுத்திய விசித்திரமான கற்பனைச் சம்போக விளையாட்டுகளைப் பற்றி அவள் நிதானமாக அசைபோட ஆரம்பித்தாள். அதாவது, காமத்தில் நினைவிலாழ்ந்திருக்கும் தருணத்தில், பிரக்ஞையுடனிருக்கையில் சந்துரு, சிலரை அவளுக்கு நினைவூட்டுவான். அது, பொதுவாக அவர்கள் படுக்கைக்கு வெளியே பேசி சீண்டிக்கொள்ளும் நபர்கள். லாஸியாவும் புணர்ச்சியின் ஊடே அவர்களை வைத்து சந்துருவைச் சீண்டுவதுண்டு. அவனும் பொய்க் கோபத்துடன் மறுப்பதும் அவளது நச்சரிப்பில் அது வெளிப்படுவதுமாக சரசமாடல் அரங்கேறும்.

பெரும்பாலும் அவளுக்குத்தான் அந்த வாய்ப்பு கிட்டும். காரணம், சந்துருவின் அன்றாடத்தில் அவன் விரும்புகிறவர்களும் அவனை விரும்புகிறவர்களும் அதிகம் இருந்தார்கள். புதியப் பெயர்களைச் சூட்டிக்கொள்வதில் அவளுக்கும் ஆர்வம்தான். நாளடைவில் இருவரின் நிர்வாணத்துக்குள் மூன்றாவதொருவரின் பிரசன்னம் தவிர்க்கமுடியாதாக ஆயிற்று. மூன்றாம் நபர் வரும் வரைக்கும் புலன்கள் கிளர்ந்தெழாமல் வெறுமனே சுயதீண்டலைப்போல சோகையுடன் மோதிக்கொண்டிருப்பதும், பிரன்னத்தை அவள் உதடுகள் அறிவித்த மறுகணம் அடிவயிற்றில் கிலி மூள்வதும் அவனுக்கு விறைப்பு ஏய்துவதையும் ஒருசேர லாஸியா அவதானித்திருக்கிறாள். பிறகு, அங்கு லாஸியாவின் இருப்பு மறைந்து அந்த மூன்றாம் நபரின் சொற்கள், சீண்டல்கள், வசவுகள், முனங்கள், நிராகரிப்புகள், சிரிப்பு என புதிய பாவனைகள் மட்டுமே அறைக்குள் வியாபித்துவிடும்.. புலவியின் முடுக்கத்தை அந்த அந்நியக் குரலே முடிவு செய்யும். பிற பொழுதுகளில் லாஸியாவின் வழக்கமானச் சீண்டலில் அந்த நபர்கள் இருந்துகொண்டுதான் இருப்பார்கள். புணர்ச்சிக்குப் பிறகு, இன்னும் சற்று கூடுதலாகவே அவனது காது மடலைத் திருகவும் தலையில் குட்டவும் அவர்கள் தேவைப்படுவார்கள். பலதடவை அவளே ஊடுகையில் அதைத் துவக்கியிருக்கிறாள். சஷி பிறக்கும் வரைக்கும் லாஸியாவுக்குமே அவனது கற்பனைச் சம்போக விளையாட்டுப் பிடித்திருந்தது உண்மைதான். பிறகு, எது லாஸியாவை விளையாட்டில் தனக்கும் ஆட இடம் இருப்பதையும் தன் போக்கிற்கு ஆடுவது பற்றியப் பிரக்ஞையை அளித்திருக்கும்?

அவர்வயின் விதும்பல்

சஷியிடம் சஜ்ஜூ பற்றி லாஸியா விசாரித்தாள். சஷி "யாரு" என்று கேட்டவள் பிறகு, ஞாபகம் வந்து, திடுக்கிட்டு "உனக்கென்ன பைத்தியமா" என்று நம்ப முடியாமல் பார்த்துச் சிரித்தாள். அந்தப் பெயர், சஷி மழலை மொழியில் சந்துரு என்று விளிக்கத் தெரியாமல் உச்சரித்தது. கொஞ்ச காலம்வரைக்கும் அந்தப் பெயரைச் சொல்லித்தான் சந்துரு எங்கே என்று கேட்பாள். பிறகு, அதுவும் ஒருகட்டத்தில் மறந்துபோனது. இரவுணவு சமைப்பதற்காக லாஸியா எழுந்து போய்விட்டாள். தோசை

ஊற்றி சாப்பிட்டு முடித்தார்கள். சஷி தனது தோழிகளிடம் லாஸியா குறிப்பிட்ட அடையாளங்களை விவரித்தாள். யாருக்கும் பரிச்சயம் இல்லை. பாத்திரங்கள் கழுவி வைத்தவாறே அறைக்குள் எட்டி கவனித்துக்கொண்டிருந்தாள் லாஸியா. சஷியின் அலைபேசி அளவளாவலில் சஜ்ஜூ கற்பனைச் சித்திரமாகக் கேலி செய்யப்பட்டான். எதிர்முனையில் வரும் சீண்டல்களை வைத்து அது எவ்வாறு என்று ஊகிக்க முடிந்தது. அவர்கள் பேச்சில் இளவயதுக்குரிய எல்லையற்ற கற்பனைகள் எப்போதும் அதிகம்.. லாஸியாவும் பெரியதாக எடுத்துக்கொள்ளவில்லை. அவளுக்கு வேண்டியது, அவனது சரியான தகவல், அவன் எப்படி எங்கிருந்து வந்தான்? என்கிற உண்மை.

சஷியின் உரையாடலைக் கேட்டதில் ஒரு தடயம் கிடைத்தது. அவனைச் சந்தித்ததாகக் கூறிய இடத்தில் மிகப் பெரிய ஆலமரம் ஒன்று உண்டு. ஐம்பது வருடங்கள் வயது. ஒரு யானையை மறைக்குமளவு பெருஞ்சுற்று. மரத்தைச் சூழ்ந்து விழுதுகள், முகத்திரை ஜரிகைபோல மூடியிருக்கும். சில விழுதுகளில் ஓராள் ஒளிந்துகொள்ளலாம். நூறு பேர் சுற்றி அமரக்கூடிய விசாலம். பல நூறு கதைகள் மரத்திற்கு உண்டு. நிறைய பெயர்கள் அதன் உடலில் குத்தப்பட்டிருக்கின்றன. மரத்தின் ஒவ்வொரு பக்கமும் வேறுவேறு திசைகளில் வேறுவேறு விதமானத் தோற்றத்தையும், கால நிலையையும் தரும் சிருஷ்டியைக்கொண்டதாக சஷியின் பேச்சில் வெளிப்பட்டது. உண்மையில் அவர்கள் நகைச்சுவையாகத்தான் பேசிக்கொண்டிருந்தார்கள். எல்லோரும் ஒன்று சேர்ந்தால், யாரேனும் ஏதோவொரு விஷயத்தைத் துவங்க பின்பு அது காதல்கதை, பேய்க்கதை, காமக்கதை, புதிர்கதை என உருமாறும். அவர்கள் பாணியில், நம்பத்தகுதியற்ற அல்லது பொருட்படுத்தத் தேவையில்லாதவற்றை அவ்வாறு கதைகளாக்கிவிடுவார்கள். ஒருமுறை சஷி, சந்துருவைப் பார்த்ததில்லாத வேதனையை மூன்றாவது முறை சொல்லப்போக அது பேய்க்கதையாக முடிந்துவிட்டது. இனி புலம்புவதற்கு வழியில்லாதவாறு எல்லோரும் சிரித்துச் சிரித்து வயிறு செரித்ததுதான் மிச்சம். ஆனால் இந்த தடவை லாஸியா காதில் அவர்கள் பேசியது எதுவும் கதையாக விழவில்லை.

லாஸியா அடுத்தநாள் அதே ஆலமரத்திற்குச் சென்றாள். இப்போது அவளுடைய பார்வையே மாறியிருந்தது. விழுதுகள்

வட்டச்சுற்றுபோல மரத்தைச் சூழ்ந்திருக்கின்றன. மரத்தின் அடி வேருக்கு நேராகச் செல்லாமல் சுற்றியிருக்கும் விழுதுகளில் வழியே மரத்தைச் சுற்றியவாறு நுழைந்தாள். பாதை மாதிரி விழுதுகள் ஒழுங்குடன் இல்லாவிட்டாலும் ஒரே வரிசையில் ஏதோவொரு அளவில் முதல் சுற்று இருந்தது. முதல் சுற்று முடிகிற இடம் இரண்டாம் சுற்றில் தொடங்குகிறது. மிக நெருக்கமான வளைவுகள்தான். சிறைக்கம்பிகள் போன்ற நெருக்கம். சில விழுதுகளுக்குள் அவளால் நுழையவே முடியவில்லை. ஒரு சுற்று முழுக்கவே அவ்வாறு நெருக்கமான விழுதுகளிருந்தன. சரியாக ஆறாவது சுற்றில் மரத்தை அடைய முடிந்தது. ஒருபக்கம் வேடிக்கையாகவும் மறுபுறம் அமானுஷ்ய உணர்வை அந்த ஆளரவமற்ற பொழுதில் நிற்கும் ஒற்றை மரம் அவளுக்கு அளித்தது. அவர்கள் பேசிக்கொண்டதுபோல மரம் முழுக்க பெயர்கள். விழுதுகளையும் விட்டு வைக்கவில்லை. மரத்தின் நடுப்பகுதி பிளந்திருந்தது. அதே போல மறுபக்கமும் பிளந்திருக்க, மரம் எப்படி நிற்கிறதென வியந்தாள். பிளவில் குங்குமமும் சந்தனமும் கொட்டி எப்போதோ பூசைகள் செய்தத் தடயம். ஆனால் அடியில் ஒன்றிரண்டு சிகரெட் துண்டுகளும் மது பாட்டில்களும் உள்ளே சென்று எட்டிப் பார்க்க முடியாத குமட்டலையும் அருவருப்பையும் தந்ததால் நேற்றுபோலவே அருகிலிருந்த கல் திண்டில் அமர்ந்துகொண்டாள். அவளைத் தவிர இன்றும் யாருமில்லை. சருகுகள் உருண்டோடி விளையாடின. பாதங்களில் ஏறி இறங்கின. சற்று நேரம் வேடிக்கைப் பார்த்தவள் மரக்கிளைகளை அண்ணாந்தாள். இலைகளெல்லாம் பாடின. காற்று கழுத்திலிருந்த வியர்வையைத் தொட்டு உலர்த்தியது. நேற்று கேட்டதுபோல சருகுகள் உடையும் சத்தம். பிறகு, யாரோ ஒருவரின் வருகை. லாஸியா புன்னகைத்தாள். உடனே எழுந்து சென்று பார்த்தாள். மரத்தின் இன்னொரு திண்டில் அவன் அமர்ந்திருந்தான். இவளை கவனித்ததும் சிரித்தான். இந்த முறை கிளம்பிச் செல்ல வேண்டிய அவசரம் இல்லையென்றாலும் பேசுவதற்கு ஏதுமில்லாமல் அமைதியாக இருந்தான். இப்படித்தான் சஜ்ஜூவுடன் அவளது இரண்டாவது சந்திப்பு நிகழ்ந்தது.

2

சஷி பிறந்த மூன்றாவது மாதத்தில்தான் மறுபடியும் முழுமையான தாம்பத்தியம் சாத்தியப்பட்டது. திட்டமிடலில்லை ஆனால்

நடக்கப்போவதை இருவருமே அறிந்துவிட்டிருந்தார்கள். தாயும் சிசுவுமாக பச்சை மணம் ஆறாமல் அம்மா வீட்டிலிருந்தாள் லாஸியா. அழைத்துச் செல்ல சந்துரு வந்திருந்தான். இருவரும் சூழல்மீது குற்றம் சுமத்திச் சாமர்த்தியமாகச் சிரித்துக்கொண்டார்கள். ஒருவரையொருவர் முந்தியும் பிந்தியுமாக நெடுநாளையச் சோபையைத் தீர்த்துக்கொண்டதுடன் இச்சை மீண்டும் துவங்கிற்று. ஆனால், கற்பனைச் சம்போகத்தை அவன் உடனே துவக்கவில்லை. இதற்கிடையில் இரண்டு மாதங்கள் ஓடிவிட்டன. பணி நிமித்தமாக புதிய ஊர் மாற வேண்டியிருந்தது. இருவரும் புதுக்கோட்டைக்கு வந்து சேர்ந்தார்கள். நிலம் புதிது. நிறம் புதிது. ஊரைச் சுற்றி சிதிலடைந்த கோவில்கள், தெருக்களின் அமைப்பு பழைய சமஸ்தானத்தை நினைவூட்டியது. வறண்ட நிலம்தான் ஆனால் அவர்கள் வந்த பருவம் செழிப்பு. காவிரி ஆற்றை மெலட்டூருக்குப் பிறகு, மீண்டும் இளைத்த உருவத்தில் கண்டாள். சந்துருவுக்கு கிராமத்து மருத்துவமனையில் பணி. வேலை முடிந்து சீக்கிரமே வீடு திரும்பிவிடுவான். இருள் மூடாதிருந்தால் இருவரும் மாலைநடையைத் தேர்ந்தெடுப்பார்கள். உண்மையில் அங்குதான் சந்துருவை முழுமையாக கவனிக்க நேரம் கிடைத்தது. அவனது ஆடைத் தேர்வுகளை மாற்றினாள். கொஞ்சம் அதிகமாகவே தாடி வைக்க வற்புறுத்தினாள். விரல்களில் வருடும் அளவுக்கு அது இருக்க வேண்டும். கச்சிதமாகக் கத்தரித்து ஒதுக்குவதுகூட அவளுக்குத் தெரிந்திருந்தது. தினமும் மொன்மையாக முகத்தை மழித்துக்கொண்டு வருவதைக் கண்டு, ஆரம்பத்தில் அடக்க முடியாமல் சிரித்ததும் உண்டு. “முழுதாக மழிப்பதில் அழகாய் இருப்பதாக யாரும் சொன்னார்களா?” என்று கேட்டே விட்டாள். “ஆண்களைப் பார்த்துப் பொறாமைப்படுவதற்கும் ஆணாய் பிறக்காததற்கு இருக்கும் வருத்தம் இந்த ஒரு விஷயம் மட்டுமே” என்றாள். காதோரத்தில் முடியை ஒதுக்குவதைவிட அழகானது மயிரடர்ந்த மோவாயைத் தேய்த்தவாறு யோசனையிலாழ்வது. நகம் கடிப்பதைக் காட்டிலும் பதற்றத்தில் மீசையைச் சீவுவது ரசனை. துவலையால் கூந்தலை முடித்திருப்பதைவிட ஈரம் சொட்டும் தாடி மீசையில் கிறக்கம் உள்ளது. எல்லாவற்றுக்கும் மேல் ஒன்றிரண்டு வெண் மயிர்கள் முளைக்கையில் காவியச் சாயலைக் கொடுக்கும். சந்துரு அவளுக்காக மாற்றிக்கொண்டதென்னவோ அவள் விரும்பியதன்படி இல்லையென்றாலும் ஆனால் சஜ்ஜூ, அவளுடைய விருப்பத்தின்படி மாற்றியமைக்க

நினைத்தச் சந்துருவை ஒத்திருந்தான். அவள் வாயடைந்து போய் விட்டாள். தன்னுடைய நினைவின் சேகரத்திலிருந்த உருவம் அது. அப்படியானால் மனக்கிடங்கில் அப்படியொருத்தரைச் சந்திக்கப்போவதை ஏற்கெனவே அறிந்திருந்தாளா? அப்படியென்றால் பின்னகழ்வூக நோய்க்கூறு காதலுக்கும் பொருந்தும் இல்லையா? உணர்வுகளில் திடீரென்று தோன்றும் மாற்றங்கள், புதிய ஆடைகள் தேர்வு, வண்ணங்களில் லயிப்பது, சலித்துக்கொள்ளும் சப்தங்களை இசையாக உணர்வது, இந்த சின்னஞ்சிறு மாற்றங்கள் அனைத்தும் நாம் சந்திக்கப்போகும் இன்னொருவரின் வருகையை அறிவிப்பவை. நம்முடைய சூட்சம சேகரிப்புகள். இதன் ஸ்தூல வடிவத்தைத்தான் பிரத்யட்சமாகக் காண்கிறோம். அவருடன் நமக்கிருக்கும் துவந்தத்தைப் பூர்த்தி செய்துகொள்ள எத்தனை வருடமானாலும்-வயதானாலும்-சூட்சம சேகரிப்பு அழ்மனதில் காத்திருக்கும். அதொரு விதமான பைத்திய நிலை. பார்த்ததும் பதற்றமடையச் செய்யும். அந்தத் துவந்தத்தால்தான் அது உயிர்பெறுவதையோ இழப்பதையோ ஏற்றுக்கொள்கிறது. பிறகெப்படி ஹம்பர்ட் லோலிடாவிடம் அனபெல்லைப் பார்த்ததையும் பாகீரதி உறங்காப்புலியை ஜெமினியாக உணர்ந்ததையும் எடுத்துக்கொள்வது?

3

இரண்டு மாதங்கள் புதிய பணிச்சூழல் ஏற்படுத்திய அலைச்சலுக்குப் பின்பு சந்துரு மீண்டும் அவளை வேறொருத்தியாக மாற்ற யத்தனித்தான். இந்த முறை சந்துரு, பேருந்தில் கவனிக்கும் ஒரு பெண்ணைப் பற்றியது. முன்புபோல லாஸியாவால் சட்டென அவளை அனுமதிக்க முடியவில்லை. விவரிக்க முடியாத பதற்றம் உருத்திரண்டு கொண்டிருந்தது. அவளுக்கே அதற்கானக் காரணம் பிடிபடவில்லை. அவனுடைய அழைப்பைப் பொய் கோபத்துடன் மறுப்பதுபோல நாடகத்தைத் தள்ளிப்போட்டாள். அடவுகளில் இணைக் கதாப்பாத்திரத்தை ஒத்திகைக்குமீறிய நடிப்பால் காட்சிப் பிம்பத்திற்குள் நிறுத்திவிடும் எதிர்பாத்திரத்தின் முன்னெடுப்பைப்போல அவன் சில அடிகள் முன் வந்தான். லாஸியா எதிர்பார்க்கவில்லை. இன்னொரு பக்கம், அப்படியொருத்தியாக இருப்பதில் கூடு புகும் கற்பனாதீதச் சிந்தனையும் அப்பெண்ணின் குணவியல்பை ஏற்பதில் அதாவது, அவளாக மாறுவதென்பது அப்பாத்திரத்திற்கு நியாயம் செய்யும் கடமையும் காப்பாற்றும்

லட்சியமும் வேண்டும் என்கிற பொறுப்பும் அவளை தவிர்க்க விடாமல் நிறுத்திற்று. லாஸியாவுக்கு அதை முயன்று பார்க்கலாம் என்று தோன்றிற்று. வயிற்றில் ஒருவிதமான கிலி. எந்த வகையிலும் அப்பெண்ணை (ஏற்கெனவே அவளைப் பற்றி அவன் கூறிய பண்புகளின் அடிப்படையில்) தன்னுடையக் கற்பனைக்குள்ளும் சிந்தனைக்குள்ளும் இழுத்து வந்துவிடக்கூடாதென்பதில் உறுதியாக இருந்தாள். கிட்டத்தட்ட அன்றிரவு முழுக்க புணர்ச்சி ஓயும் வரை பிடிவாதமாக வைத்திருந்தாள். சந்துருவுக்கு அதிலொரு ஆற்றாமை. கூடவே கடுமையான கோபமும். காமத்தின் உச்சத்தில் செயலற்று துவண்டு போகும் மனநிலைக்குள் சிக்கிக் கொண்டிருந்தான். ஒருகட்டத்தில் வெளிப்படையாகவே அப்பெண்ணிடம் பேச முயல்வதும் லாஸியாவை சம்மதிக்க இறைஞ்சுவதுமாக இருதலையை மாட்டிக் கொண்டிருந்தான். நேரம் ஆக ஆக அவனது உடல் துவள்வதும் முகம் கருப்பதுமாக மாறி மாறித் தெரிந்தது. லாஸியாவால் அவனுடைய தவிப்பை நிராகரிக்க முடியவில்லை. ஒரு நிலைக்கப்பால் அணிந்திருந்தப் பெண்ணை இறக்கி வைக்கும்படி செய்துவிட்டது. சந்துரு, கலவி ஆழ்த்தியச் சோர்வுடன் அயர்ந்துவிட்டான். லாஸியாவுக்கு சட்டெனக் குற்றவுணர்வானது. மிகப் பெரிய மனக்குழப்பம். எப்படியென்றால், சந்துருவுக்காகத் தளர்த்திக் கொண்டது என்னவோ தன்னுடைய செயலாக இருந்தாலும், அதில் அந்தப் பெண்ணின் பாத்திரமும் அடங்கியிருக்கிறது. அல்லது தான் தான் அப்பெண்ணை சந்துருவுக்குப் பணித்தேனா? அவளுக்கு உடல் நடுங்கி விட்டது. கால்களைக் கட்டிக்கொண்டு சீக்குக்கோழிபோல ஒடுங்கிப்போனாள். அனுமதித்தது லாஸியாவாக இருந்தாலுமே சந்துருவைப் பொறுத்தவரை அது அந்தப் பெண்தான். கடைசிவரை அவனது உச்சரிப்பில் அது நன்றாகவே கேட்டது. நாளை சந்துருவின் பேருந்துப் பயணத்தில் இது நிச்சயம் வெளிப்படும். பேருந்துப் பெண்ணைப் பார்க்கும் பார்வை வேறு. முன்பைவிட அவளது அலட்சியங்களுக்கு இனி மதிப்பு இருக்காது. சலித்துக்கொள்வதெல்லாம் பொருட்படுத்தாமல்போகும். சன்னமான முறைப்புக்கு மரியாதை இல்லை. சத்தமாக முனகினால்கூட அதன் ஒலி அளவு அவனைச் சீந்தாது. அதற்கு மேல் லாஸியாவால் யோசிக்க முடியவில்லை. தலை கனத்தது. எப்போது உறக்கம் வந்ததென்று தெரியவில்லை. காலையில் இனி இதை விளையாடக்கூடாதென்கிற முடிவுடன்தான் எழுந்தாள்.

4

லாஸியா தன் கடந்த காலத்தைப் பற்றி சஜ்ஜூவிடம் எதுவும் கூறவில்லை. மறைக்க வேண்டுமென்கிற விருப்பம் கிடையாது அதற்கான காலப்பிரக்ஞை உருவாகவில்லை. அதாவது, சஜ்ஜூ உடனான நெருக்கத்தில் காலத்தை பூரணமாக மறந்துவிட்டிருந்தாள். சூட்சும சேகரிப்புகள் ஸ்தூல வடிவத்தை அடைகையில் கால ஓட்டம் இருக்காது. லாஸியா நிகழ்காலத்தில் லயித்திருப்பதையே விரும்பினாள். காதலில் மட்டும்தான் காலம் அப்படியே உறைந்திருக்கும். மற்ற எந்த உறவிலும் காலத்தைப் புகைப்படத்தில் நிறுத்த முடிகிறதென்றால் காதலில் அது நிகழ்த்துவதற்கானப் பிரக்ஞையை அது கொடுப்பதில்லை. சந்துருவுடனான உறவின் சாட்சியங்களை அவளே அழித்ததும், சஜ்ஜூவுடன் இருந்த தருணங்களைப் பத்திரப் படுத்த மறந்ததும், அப்படித்தான். லாஸியா அவனைப் பார்ப்பதற்கெனத் தினமும் ஆழமரத்திற்கு வந்தாள். எதற்காக தினமும் தன்னைப் பார்க்க வருகிறாளென்று அவனால் விலங்கிக்கொள்ள முடியவில்லை. அவனுக்கு அவள்மீது பரிவு இருந்தது அவ்வளவுதான். இருவரும் அங்கிருந்து மண் பாதையில் தோள்மூட்டுகள் உரசிக்கொண்டு பேசியபடி நடப்பார்கள். அப்பால் தெரியும் அந்திச் சாயலை ரசிப்பது திட்டம். ஒற்றையடித் தடம், எதிரே வருகிறவர்களுக்கு வழிவிட லாஸியா அவனது முதுகுக்குப் பின்னால் ஒதுங்குவாள். அவளது முலைகள் மெல்ல அழுத்தும். முழங்கையைப் பிடித்தால்தான் பாதையில் தடுமாறாமல் நடக்கலாம். பாதையின் முகட்டிற்கு வந்ததும் அவனுக்கு முன்னால் நின்றுகொண்டு, அவனது கைகளை இழுத்து கழுத்துடன் கட்டிக்கொண்டு சூரியன் மறைவை கண் கொள்ளாமல் ரசிப்பாள். அவனால் வசதியாக நிற்க முடியாது. முன்னால் சரிந்தக் கைகள் அவளது மார்பைத் தொடும். விகல்பத்தை மறைக்க அல்லோலப்படுவான். அந்தியின் செம்பழுப்பில் அவள் முகம் மின்னும். தலையைத் தூக்கிப் பேசினால் வாயின் சுகந்தம் அழைக்கும். செவிக் கொடுக்கச் சாய்ந்தால் கன்னத்தில் நுனி மூக்கின் வியர்வை முத்துக்கள் ஒட்டும். இறுக்கிய உள்ளங்கையில் பறவையின் கழுத்துபோல வெதுவெதுப்பு பரவிக்கொண்டிருக்கும். இவைதான் லாஸியாவை தினமும் பார்க்க அவனை உந்தியவை.

லீலாவதி

லாஸியா குழப்பமான மனநிலையில் இருந்தாள். அவளுடைய அன்றாட வேலைகளில் அந்த உருவம் துணைக்கு வருவதுபோல திடுதிப்பென்று வந்து நிற்கும். உடனே வேலையை அப்படியே போட்டுவிட்டு வேறொன்றுக்கு மாறிவிடுவாள். இரவில் படுக்கைக்குள் அழைத்து வந்த பேருந்துப் பெண்ணை பொழுது விடிந்தும் அவளால் வெளியேற்ற முடியவில்லை. திசைமாறியக் கணங்களை மீளமீள மனதுக்குள் ஆயிரம் முறை நடத்திவிட்டாள். சந்துருவின் விளையாட்டிலிருந்து அவளால் விடுபட முடியாதது விந்தையாகத்தான் இருந்தது. எங்கோ தவறு நடக்கிறதென்பது மட்டும் புரிந்தது. தீண்டாமல் வெறும் சொற்களாலே வசப்படுத்தும் வித்தை அவனுக்கு கைவரும். முயக்கத்தில் காதோடு உரசியவாறே அவன் உதிர்க்கும் சன்னக்குரல் விளக்கிலிருந்து பூதத்தை எழுப்பிடும். ஆமாம், விளக்கை உரசும் விரல்கள் அவனது.

அந்த ஒரு மாதத்தில் மட்டும் பேருந்துப் பெண்ணாக ஐந்து முறையாவது இரவுகளில் மாறியிருந்தாள். ஒவ்வொரு முயக்கமும் அந்நிய பாவத்தைக் கிளர்த்தி அதில் அச்சத்தையும் மீறலையும், தொடும் தைரியத்தை உருட்டி விளையாடச் செய்வித்தது. இரண்டாவது இரவில் பேருந்துப் பெண்ணைப் பலி கொடுத்ததற்குப் பிறகு, அப்பெண்ணை உயிர்மீட்க எடுத்த முயற்சிகள் அத்தனையும் வீணாகின. கிட்டத்தட்ட முழுவதுமாக அப்பெண் அழிந்துபோனாள். பாவம் என்று தோன்றிற்று லாஸியாவுக்கு. ஏற்றப் பாத்திரம் ஒன்று வெளிப்பட்டது இன்னொன்று. வேடத்திற்கும் நடிப்பிற்கும் சம்பந்தமில்லை. மழை நின்றபின் புனல் போடும் கூச்சலாக அடுத்தடுத்தப் புணர்ச்சிகளுக்குப் பின் குற்றவுணர்வுச்சியின் சத்தம் அறைக்குள் கேட்கத் துவங்கியது. இனி ஏற்கக்கூடாதென்கிற கண்டிப்புக்கு வந்துவிட்டாள். ஆனாலும் குறைபட்ட நெஞ்சம் அடங்கவில்லை. வாய்ப்பு கிட்டினால் அடுத்த இரவிலாவது அவளைக் காப்பாற்றலாமா என எண்ணினாள். ஆனால் இந்த முறை அவன் புதிய குரலில் அவளை அழைத்தான்.

ஆனால் லாஸியாவை விரட்டிக்கொண்டிருந்த கேள்வி, எவ்வாறு தன்னால் இதை ஒப்புக்கொள்ள முடிந்ததென்பதைக் கண்டுபிடிக்க வேண்டும் என்று?

ஒன்று, லாஸியாவின் பதின்ம வயதுகளில், பாட்டி உயிரோடு இருக்கும் வரை மெலட்டூரில் விடுமுறைகளைச் செலவளித்தாள். வருடத்திற்கொரு முறை நடக்கும் பாகவது மேளா நாடகத்திற்கு மட்டும்தான் மெலட்டூர் கொஞ்சமாவது சாயம் பூசியதுபோல மாறும். அந்நிய முகங்களின் வருகையும் தாளங்களுடன் நிறையும் இரவுகளும் பதினைந்து நாட்களுக்கு ஊரை உற்சாகத்தில் திளைக்க வைத்திருக்கும். லாஸியாவுக்கு நாடகத்தைப் புரிந்துகொள்ளும் அளவுக்கு பக்குவம் இல்லை. அதோடு நாடகமும் தமிழில் நடக்காது. இருந்தும், புதிய முகங்களை வேடிக்கைப் பார்ப்பதற்கும் அவர்களது ஆடை, பாவனைகளை கவனிப்பதற்காகவும் தினமும் நாடக அரங்கில் உட்கார்வாள். கூடவே நாடகத்தில் நடிக்கும் பெண்களின் பாவங்களும், கவனித்தவர்களின் சாயல்களும் விழா முடிந்தச் சில நாட்களுக்கு அவளுடனே ஒட்டிக்கொள்ளும்.

பாட்டி இறப்பதற்கு முந்தின வருடம் அது. நல்ல மழை அதிசயமாக. அக்னியில் எப்போதாவதுதான் மழை கிடைக்கும். அன்றிரவு ஆச்சர்யப்படும்படி ஒன்றை கவனித்தாள். மழை நீரில் மேடை நனைந்ததால் நடிகர்கள் ஓரமாக நின்று பேசிக்கொண்டிருந்தார்கள். இத்தனை வருடங்களாக மேடையில் பார்த்து ரசித்த லீலாவதி கதாபாத்திரத்தை மிக அருகில் பார்த்தாள். லீலாவதியின் பாத்திரப் பிரவேசத்தை இவளே பலமுறை திரை போட்டு நடித்து இருக்கிறாள். ஆனால் இவ்வளவு நாள் லீலாவதி அழகு நிரம்பிய, உணர்ச்சித் ததும்பியவளாக கலையின் அத்தனை லட்சணங்களையும் வைத்திருந்தவளாக அவள் பார்த்தது பெண் அல்லள் ஓர் ஆண். அதாவது, லீலாவதிப் பாத்திரம் இதுவரை ஆண் மட்டுமே ஏற்று நடிக்கப்படுகிறது. இன்னொரு ஆச்சர்யம் பிரகலாதன், லீலாவதியாக நடிக்கும் ஆணின் உண்மையான மகன். அதாவது, அந்த ஆண், நாடகத்தில் குழந்தைக்குத் தாயாக இருக்கிறார். லீலாவதியாக கணவன் இரணியனிடமிருந்து குழந்தையைக் காப்பாற்றிவிட்டு மேடைக்கு வெளியே பையனிடம் அப்பாவாகப் பேசிக்கொண்டிருந்தார். மழை, விடுவதும் பெய்வதுமாக திரைபோல அன்றிரவு முழுக்க லீலாவதியையும் அந்த ஆணையும் மாற்றி மாற்றிக் காட்டிக்கொண்டிருந்தது. லாஸியா கண் கொட்டாமல் பார்த்து வியத்துப்போனாள். கதாபாத்திரம் உள்ளிருந்து குழைந்து திரண்டு பௌதீகமாகவும் சூட்சமமாகவும் தனது இருப்பை அபோத மனதில் முளைவிடச் செய்திருக்கும் என்பதுதான் அவளறியாத முதல் காரணம்.

இரண்டாவது, போத மனதில் அவளுக்குள் அடிக்கடி நடக்கும் சில கற்பனைக் காட்சிகள். பின்னிகழ்வூக மனநிலை எனக் கதைத் துவங்கும்போது குறிப்பிட்டது. அதாவது, லாஸியாவுக்கு ஒருவரது இறப்பின் பல கோணங்களும் கற்பனையில் வந்துகொண்டிருக்கும். ஆதலால் இறந்தவர்கள் நெருங்கியவர்களாக இருந்தாலுமே துக்கத்திற்காக ஒரு துளிகூட அவளுடைய கண்ணிலிருந்து புறப்படாது. அப்படி அழுவதுமே எப்போதோ நடந்த மாதிரிதான் இருக்கும். எனவே இதில் தன்னையே பரிசோதனை செய்துகொள்ள வேண்டிய கட்டாயமும் ஏற்பட்டது. இந்த இரண்டும்தான் சந்துருவைத் தடுக்காமல் அவளையும் இயங்க வைத்தவை. ஒருபுறம் சந்துருவின் ஆழ்மன அபிலாசை என்னதான் என்பதைக் கண்டறிவது. இனி தான் என்ன செய்ய வேண்டும்? எப்படி நகர்த்த வேண்டுமென ஆழ்ந்து யோசிக்கத் தொடங்கினாள். அதற்கேற்ப கால அவகாசங்களும் வாய்த்தன.

மெலட்டூர்

1

லாஸியாவுக்கு சிறு வயதிலிருந்தே கோயில்களில் சிற்பங்களை உற்றுகவனிக்கும் நுட்பம் உண்டு. வெறுமனே கவனிப்பதில்லாமல் அதன் நுண்ணிய வேலைப்பாடுகளைத் தொட்டுப்பார்த்து ரசிப்பாள். புதிதாக இடம் பெயர்ந்த புதுக்கோட்டை நிலம் அதை இன்னும் அதிகமாக்கியது. சின்னஞ்சிறிய மண் பொம்மைகளை வீட்டை அலங்கரிக்க வாங்கிவைத்தாள். அதன் கூர்மையான அழகும் நுட்பமும் கற்கும் ஆர்வத்தைத் தூண்டிற்று. கும்பகோணத்திலிருந்த வயதானவர் ஒருவர் அதில் கைத் தேர்ந்தவரென அறிந்து, அவரிடம் அதன் நுணுக்கங்களைக் கற்கலாமென விரும்பினாள். மெலட்டூரில் அவளுக்கு இப்போது உறவு கிடையாது. இருந்தாலும் பழைய நினைவுகளைக் காணும் ஆசை. சந்துரு முதலில் ஒப்புக்கொள்ளவில்லை. சஷியைக் காரணம் காட்டினான். ஆனால் அது அல்ல விஷயம் என்று தெரியும். லாஸியா அன்று முழுக்க அவன் ஒப்புதலைப் பெறக் காத்திருந்தாள். என்ன பேசினாலும் முடிவில் விஷயத்திற்கு வந்துவிடுவாள். விழிகளைத் திரட்டி கோணிச் சாய்ந்து நிற்பாள். அது எப்போதாவது

வெளிப்படும் பாணி. கொடிமாணிக்கம் செடியைப்போல. லேசாகப் பற்றிக்கொண்டு இளைத்தது போலாகிவிடுவாள். பிடித்திழுக்க முடியாது. செந்நிறப் பூக்களைப்போல நாசியும் இமைகளும் துருத்திக்கொண்டிருக்கும். சந்துரு இறுக்கி முத்தமிட்டான். அவள் உடல் மெல்ல நடுங்கிற்று. சம்மதத்தைத் தெரிவித்த மறுகணம் தயாராகிவிட்டாள். கணவனின் அன்மையும் புலவி ஆசையும் அவளுக்கு ஒரு பொருட்டே இல்லை. சந்துருவுக்கு ஆச்சர்யமாக இருந்தது. உடலின் எல்லா புலன்களுக்கும் ரசனை தேவைப்படும் அதனதற்கு எது வேண்டுமோ அதைக் கொடுக்க வேண்டும் என்று சொல்வாள். வீட்டின் ஒவ்வொரு அறைக்கும் வெவ்வேறு திரைச்சீலைகள் தொங்கும். சீதோஷ்னத்திற்கு ஏற்றார்போல மாற்றிக்கொண்டிருப்பாள். குப்பைக்கூடைகள்கூட விதவிதமாகவே இருக்கும். எதில் எதைப்போட வேண்டுமெனச் சொல்லித் தருவாள். தேநீர் அருந்துவதென்றால் மூன்று வேளையும் வீட்டின் மூன்று இடங்களில் மூன்று விதமான இருக்கைகள். தலைவாறலில் உதிரும் மயிர்ச்சுருளையும், உள்ளாடையையும் ஒருநாளும் சந்துரு கீழே கிடந்துப் பார்த்ததில்லை. வீட்டிலிருப்பவை அத்தனையும் அவளது கைக்கு எளிதில் பழகிவிடும். அதனால்தான் கும்பகோணத்திற்குச் சென்ற இரண்டே நாளில் நுண் சிற்பக் கலையைக் கற்றுத்தேர்ந்தாள். மண் குழைத்து நீர் விட்டு பதமாக ஈரம் உலர்வதற்குள் உருவம் இழைந்து முடித்திருக்கும். சிரத்தையே எடுக்க மாட்டாள், ஏதோ நீவி விடுவதுமாதிரி. லாஸியாவின் உடல் சூடும்கூட சட்டென ஈரமண் உலர்வதற்குள் உருவங்கள் வேகமாக உருப்பெற ஒரு காரணம் என்று சந்துரு கூறினான். சந்துருவுக்கு அதில் பெரியதாக ஆர்வமில்லையென்றாலும் சிற்பங்களை கையில் எடுத்து ரசிப்பது உண்டு. வெறுமனே கலையைக் காப்பாற்றுவதற்காகக் கற்று வைக்காமல் வழக்கமான பாணியிலிருந்து புதிய சிந்தனைக்குக் கலையை பரிணாமம் அடையச் செய்வதுதான் கற்றதற்கு அர்த்தம். லாஸியாவுக்கு அப்போதைக்கு வழக்கமான உருவங்களைச் செய்வதிலேயே ஆர்வம் இருந்தது.

ஆனால், சந்துரு இறந்து ஆறேழு வருடங்கள் கழித்து அது சாத்தியமானது. மண் சிற்பத்தில் “தனது காதலன் முகத்தை வடிக்க முடியுமா?” என்று ஒருத்தி கேட்டதும் யதேச்சையாக திட்டமிடலின்றி கேட்டவளின் காதலனை, சில மணி நேரத்தில் அழகாக வடித்து அவளது உள்ளங்கையில் வைத்துவிட்டாள். அது நுண் கலைக் கண்காட்சியில் நடந்த சம்பவம். அடுத்தநாள்

பத்திரிக்கையில் பெயர் வருமளவுக்கு பிரபலமானது. அதன்பிறகு, லாஸியா வடித்ததெல்லாம் அதுபோல உள்ளங்கை உருவச் சித்திரங்களையே. பின்னாளில் அதொரு பாணியாகவே மாறிற்று. ஆரம்பத்தில் செய்ததுமாதிரி கையில் குழைக்காமல் கணினியில் வரைந்து பிரதியெடுத்து அதெற்கென அச்சு வார்க்கும் இயந்திரங்களில் திருத்தி கொடுக்கும்படி அழகழகான உருவங்கள் செய்யவாரம்பித்துவிட்டாள். ஒருமுறை தோழி ஒருத்திக்காக ஆண் உருவம் ஒன்றை அச்சு இயந்திரம் இல்லாமல் கைகளில் வார்த்துக்கொண்டிருக்கையில் திடுமென அதன் நெற்றி அகண்டும், விழிகள் திரண்டும், உருவம் திசைமாறி சந்துருவாகிவிட்டது. ஒருகணம் லாஸியா நடுங்கிப்போனாள். நிறுத்தி விடுவதுதான் உசிதம் என நினைத்தாள். ஏதோவொரு கணத்தில் அது நினைவிலிருந்து விரல்களுக்கு வழுக்கியிருக்கக்கூடும். ஆனால் பிரக்ஞையின்றி விரல்கள் முகத்தைத் தொட்டுத் தொட்டு அதை பிரதிஷ்டை செய்யவாரம்பித்துவிட்டன. மார்பு விம்மி அடங்குவதற்குள் உருவம் கையில் வந்துவிட்டது. கண் விழிக்க முடியாமல் சுருண்டு கிடக்கும் பிறந்த குருவிக் குஞ்சாக சந்துருவின் முகம். உள்ளங்கைக்குள் பொத்திக்கொண்டாள். பிறகு, சட்டென மேசை இழுப்பறைக்குள் யாரும் பார்க்காதபடி உள்ளே தள்ளி வைத்ததை, எப்போதாவது தேடும்போது கையில் தட்டுப்படும். பார்த்ததும் மறுபடியும் அதே இடத்தில் நகர்த்திவிடுவாள். கிட்டத்தட்ட பதினைந்து வருடங்கள் இழுப்பறைக்குள்ளேயே கிடந்தது. கல்லூரியில் சஜ்ஜூவைச் சந்தித்ததற்கு அடுத்தநாள், இழுப்பறையிலிருந்த சந்துருவின் முகவுருவத்தைத்தான் முதலில் எடுத்துப் பார்க்கத் தோன்றிற்று. ஆனால் அங்கு அந்த சின்னஞ்சிறிய சிற்பம் இல்லை. எங்காவது தன்னைக் காட்டிவிடாதாவென்று நடுக்கத்துடன் அலுவலகம் பூராவும் தேடிச் சலித்ததுதான் மிச்சம். கண்ணாடி அலமாரி முழுக்க வெவ்வேறு உருவங்கள் இருந்தன. பார்வை அடங்காமல் அலைந்துகொண்டிருந்தது. அனுமதியின்றி இழுப்பறையை அப்படி யாரும் திறந்து எடுத்துவிட முடியாது. தலையைப் பிடித்துக்கொண்டு அமர்ந்துவிட்டாள். சட்டென சஷியின் ஞாபகம் வந்தது. சஷியைத் தவிர வேறு யாரும் அலுவலகத்திற்குள் வந்திருக்க வாய்ப்பு இல்லை. சில மாதங்களுக்கு முன்பு நுண்கலைப் பயிலரங்கத்திற்காக அஜந்தா சென்றிருந்த சமயம். திரும்பிவர ஒரு வாரம் ஆகிற்று. சஷிதான் அலுவலகத்துக்கு முழு பொறுப்பு. இழுப்பறையைத்

திறந்திருக்கலாம். சந்துருவின் நுண் முகம் கிடைத்திருக்கும். அவளுக்கு அது யாரென்றே தெரியாது. 'சம்மந்தமில்லாமல் ஒன்று இங்கிருக்கிற'தென கண்ணாடி அலமாரியில் மற்ற உருவங்களுடன் வைத்திருப்பாள். எல்லாம் சரி. அதன்பின்பு இரண்டு கண்காட்சிகள் முடிந்துவிட்டன. யாராவது வாங்கியிருப்பார்கள். ஒருவரைச் சந்திக்கிறபோது இன்னொருவர் அனிச்சையாக மறைந்துபோவது யதார்த்ததில் எப்போதும் உண்டு இல்லையா?

2

லாஸியா கும்பகோணத்திற்குக் கிளம்பிச் சென்ற இரண்டாவது வாரமே சந்துருவும் வந்துவிட்டான். மௌனமாக நீண்டு கிடக்கும் ஆளரவமற்றத் தெருக்களும், பகலில்கூட இருட்டைக் குடி வைத்திருக்கும் நீளமான வீடுகளும் அவனுக்குப் புதிதாக இருந்தன. சீமை ஓடுகள்மீது தாவிக்கொண்டிருக்கும் அணில்களும், வாசலில் மண்குளியல்போடும் சிட்டுக்குருவிகளையும், தவிர அகாலத்தில் கத்தும் பசுக்கள் மட்டும்தான் அதிகம். லாஸியா, தங்கிய வீட்டில் மனிதப் புழக்கமே இல்லை. வெகு காலமாக உழைத்து ஓய்ந்ததுமாதிரி வீடுகள் அயர்ந்திருக்கின்றன. அதனால்தான் என்னமோ புதிதாக வந்தவர்களுக்கும் அயர்ச்சி ஒட்டிக்கொள்கிறது. இதமாக வருடிக்கோதும் தனிமை. கனத்தைக் கரைக்கும் கூடத்து நிழல் உறக்கம். பரபரத்துக் கிளம்பி வந்த அலைகழிப்பு சூழலுக்குள் நுழைந்ததும் சந்துருவை தணித்தது. லாஸியா காலையில் கும்பகோணத்திற்குச் சென்று மாலையில்தான் திரும்புவாள். அதுவரை சஷியைப் பார்த்துக்கொண்டு ஊரைச்சுற்றி வந்தான். பாகவத மேளாவும் தொடங்கியதால் பொழுதைப்போக்கவும் சிரமம் இல்லை.

மெலட்டூரில் லாஸியா வேறொருத்தியாக இருந்தாள். பால்ய வயதில் பரண் மேல் வீசிய முகமூடி கிடைத்ததுபோல அதை எடுத்துமாட்டிக்கொண்டு திரிந்தாள். தோழிகள் யாரையாவது அறிமுகப்படுத்தும்போது அவர்களைப் புனைப்பெயரில் அழைத்து சந்துருவுக்கு முன்பாக நாணச் செய்தாள். அங்கிருந்தவர்கள் அனைவருக்கும் ஏதோவொரு புனைப்பெயர் இருந்தது. அதில் பலதும் அந்தரங்கச் செயலைச் சுட்டுவது. சுரைக்காய், வண்டு உருட்டி, பொண்ணுக்கு வீங்கி, வாழைக்காய், செம்போத்து, ஒற்றைப்புறா, மாபிஞ்சு இப்படி நிறைய. எல்லா பெயர்களும்

பன்னீர்மர கிணற்றடியில்தான் சூட்டப்பட்டிருந்தன. அது அவர்களின் அந்தப்புறம் மாதிரி. கிணற்று மீன் சரியாகக் காம்பைக் கவ்வினால்போதும் நான்கே மாதத்தில் குறுத்துவிட்டு விடும் என்கிறச் சொலவடையும் உண்டு. 'பன்னீர்மர கிணற்றில் பார்க்காதப் பாம்புகளா' என்று விடலைகளை வாயடைக்க வைத்துவிடுவார்கள். லாஸியாவுக்கும் கிணற்றடிப் புனைப்பெயர் இருந்தது. ருது எய்திய இரண்டாம் வருடம். துவலையை மார்போடு கட்டிக்கொண்டு கிணற்றில் இறங்கியபோதுதான் அந்தச் சொல்லைக் கேட்டாள். 'மாந்தளிர் நிறம்'. தன்னுடைய நிறத்தை அப்படி யாரோ கூறியிருக்கலாம். ஆனால் தனிமையில் முலை அரும்பத் தொடங்கிய சமயத்தில் மார்பில் வலி எடுக்கத் துவங்கிய நாட்களில் முதல்முறையாக முலைக் காம்புகள் விறைத்ததைக் கண்டபோது மாந்தளிர் நிறம் நினைவுக்கு வந்தது. அதன்பிறகு, காரணமே இல்லாமல் மாந்தளிரைப் பறித்துப்பார்க்கும் ஆவல் ஏற்படுவதுண்டு. அவளுடையப் பக்கத்து வீட்டிலிருந்தவனிடம் கேட்டிருக்கிறாள். அவனுக்கு அது தெரியும், தெரியாது என்பது பற்றி அக்கறை இல்லை. இருந்தாலும் பலமுறை அவளுக்காக மாந்தளிர் பறித்துக் கொடுத்தனுப்பினான். "கையில் வைத்து முகர்ந்து பார்க்கிறபோது சிலீரென புழை துடித்திருக்கிறது. உடனே மறைத்துவிடுவேன். உன்னால் மாந்தளிர் நிறத்தை கண்டு பிடிக்க முடிகிறதா?" என்று சந்துருவை நோக்கிக் கேட்டாள். அவனுக்கும் பிடிபடவில்லை. உள்ளங்கையில் வரைந்து காட்டி அழுத்தி மூடினாள். சந்துருவும் அவனைப்போலவே அர்த்தம் புரியாமல் மாந்தளிர் நிறம் முலைக் காம்புக்கு மட்டும்தான் உண்டு என்று நினைத்துவிட்டான். அவள் வெட்கமின்றி சத்தமாகவே அந்த அறை முழுக்கக் கேட்கும்படி சிரித்துக்கொண்டாள். அதற்குமேலும் அவனுக்கும் புரியவில்லை. அன்றைக்கிரவு முழுக்க பால்ய வயது சிநேகிதனைப்போன்று அவனிடமும் மாந்தளிருக்கு அர்த்தத்தை அவிழ்க்காமல் குழப்பி வைத்தாள்.

3

'குழந்தைகளாக மாறாவிடில் பரலோக ராஜ்யத்தில் உங்களுக்கு இடமில்லை' எனும் விவிலிய வரிக்கும், 'பெண்ணாக மாறினாலொழியப் பெண்ணுடை மனதில் இடத்தை அடையலாம்' என்கிற காந்தியின் சொல்லுக்கும் சம்பந்தம் இருக்கலாம். அதீதமான காதல், பைத்தியத்தனமானப் பற்றுதல், காரணமில்லாத

அழுகை, உடைந்துகொண்டேயிருக்கும் நிலை, எடையற்ற இருப்பு இதெல்லாம் பெண் ஆணிடம் தன்னை விலங்க வைக்கும் பிரயத்தனங்கள். ஆனால் இயல்பில் ஆணுக்கு இவை எரிச்சலூட்டும். காரணம், ஆணின் உடற்கூறின் அமைப்பு. அது தகவமைந்தச் சூழல், உருவாகிய கற்பனைகளின் வடிவம், கற்றுக்கொடுத்தவைகளின் நோக்கம். ஆணின் சுயத்தில் ஆண் இருப்பதுபோல தன்னிலையிலும் ஆண் மட்டும்தான் உண்டு. மாறாக பெண்ணுக்கு அப்படியில்லை. அதனால்தான் அவனால் பெண்ணைப் பற்றியக் கற்பனைகளில் திளைக்க முடிந்தளவு பெண்ணின் யதார்த்தத்திற்குள் நுழைய முடியவில்லை. லாஸியாவுக்கு சஜ்ஜூவின் இருப்பு இத்தனை தூரம் தன்னைத் துவளச் செய்யுமென நம்பவில்லை. சதா அவனைப் பற்றிய நினைப்பும் அவனிடம் பேசுவதற்கானச் சொற்களைச் சுமந்தபடிக்கும் அன்றாடமும் உள்ளுக்குள் கனத்துத் தொங்கிக் கொண்டிருக்கும் தவிப்பை இறக்கி வைக்க முடியாமலும் மறைக்க வழி தெரியாமலும் திரிந்தாள். இருளுக்குள் நடை போடுவது அலாதியாக இருக்கும். இருக்கையில் சாய்ந்து அண்ணாந்திருப்பதை எப்போதும் விரும்பினாள். எதற்காக தான் இவ்வளவு குழப்பங்களுக்குள் அவனை வைத்திருக்க வேண்டும்? ஏன் அவனைச் சந்திப்பதை விரும்புகிறேன்? என்று கேட்டுக்கொண்டாள். தனது கேள்விகளுக்கு அதில் வழி கிடைக்குமா? என்று நினைத்திருக்கலாம்.

அவளுடைய நடவடிக்கைகள் யாருக்கும் சந்தேகம் வராமலில்லை. முதலில் சஷிக்கு வந்தது. லாஸியா அதைப்பற்றி கவலைப்படவில்லை. நடப்பது இப்படியே போகட்டும் எங்காவது முட்டி மோதும்போது சஷியிடம் விளக்கலாம் என்று தள்ளிப்போட்டாள். ஆனால் இது அத்தனையும் சஜ்ஜூக்காவது தெரிந்திருக்க வேண்டுமெனத் தோன்றியது. ஒரு பேரிளம் பெண் எதற்காக ஓர் இளைஞனை விரும்ப வேண்டுமென அவன் எப்போதாவது யோசித்திருப்பானா? முதலில் சொன்னதுபோல ஆணுக்கு பெண்ணின் இயல்பை புரிந்துகொள்ள இயலாது. அவர்களால் குழந்தைகளாக மாற முடியாது, ஆதலால்தான் பரலோக ராஜ்யத்தை வெளியில் தேடத் தெரியாமல் தங்களது தன்னிலைக்குள்ளே உருவாக்கிக்கொள்கிறார்கள்.

லாஸியா, சஜ்ஜூவுடன் உடலுறவுகொள்ள சற்றும் தயங்கவில்லை. அவன்தான் அவ்விருப்பத்தை முதலில் தெரிவித்தான். காதலை

வெளிப்படுத்துவதில் அதொரு வகை எனச் சம்மதித்தாள். அவளது நிர்வாணம் அவனை நடுங்கச் செய்தது. குழந்தையின் கண்களில் முதன் முதலில் யானைத் தோன்றும் அதிசயம் மாதிரி. அவளுக்கும் அது, யானையை வேடிக்கைக் காட்டும் மனநிலைதான். அவன் ரசித்துத் திளைத்து ஓயும்வரை பொறுத்திருந்தாள்.

அவளுக்குத் தூக்கம் கலைந்துவிட்டிருந்தது. சஜ்ஜூ அவளது பிருஷ்டத்தை தலையணை மாதிரி பிடித்தவாறு உறங்கிக்கொண்டிருந்தான். மூச்சின் வெப்பம் அவளது தொடைகளுக்குள் வெளியேறிக்கொண்டிருக்கிறது. உடல் புழுபோல வளைந்திருந்தது. அவனது பாதத்தில் அழுந்த, தலை வைத்திருந்தாள். துப்பட்டாவை எக்கி எடுத்து நிர்வாணத்தின்மேல் போர்த்தினாள். கன்னத்தில் அவனது கால்விரல் அழுத்திய வலி. தலைக்கேசத்தைக் கோதியபடி அறையை நோக்கினாள். அவளைச் சந்திக்கப்போகும் நேர அட்டவணை ஓரிடத்தில் ஒட்டப்பட்டிருந்தது. அதற்குக் கீழே இரண்டு குறிப்புகள் தெரிந்தன. கண்ணாடி எடுத்து மாட்டி அண்ணாந்தாள். லாஸியாவுடன் நடக்கும் விவாதத்தில் அவதானித்த இரண்டு விஷயங்களை குறித்திருக்கிறான்.

ஒன்று, அடக்கவே முடியாத அவளது விடலைச் சிரிப்பு. பலதடவை அது எரிச்சலூட்டும். இரண்டாவது, விவாதத்தில் நாடகீயமானச் சொற்களைப் பயன்படுத்துகையில் தெரியும் அவளது வயது.

லாஸியா புன்னகைத்தாள். அவளால் சமீபத்தில் நடந்த விவாதம் எதையும் சட்டென நினைவுகூர முடியவில்லை. ஆனால் அவதானித்திருப்பது நூறு சதவீதம் உண்மை. இரண்டு பேருக்கும் இடையே விவாதிப்பதற்கு நிறைய இருந்தன. வயது வித்தியாசமும் காரணமாக இருக்கலாம். அவளிடம் உணர்ச்சிப் பொங்கப் பேசியது ஒன்றிரண்டு தடவைதான். அவனது மயக்கமானதொனியில் அவளுக்குத் தொடைகளுக்கிடையில் பூச்சி ஊறும் பிரமை ஏற்பட்டதெல்லாம் அதிகம் இல்லை. எப்போதும் காலப்பிரக்ஞையுடனே அவளுடன் அமர்ந்திருப்பான். ஆகவே, ஏதாவது விவாதித்தாலாவது நேரத்தைச் செலவிடட்டுமென்று லாஸியா ஆரம்பிப்பது உண்டு. லாஸியாவுக்கு எரிச்சலூட்டும்

எண்ணம் கிடையாது. முதிராச் சிந்தனை அப்படி சிரிப்பை மூட்டும்.

இருவரும் சந்திக்கும் ஆலமரத்திற்கு அன்று சஜ்ஜூ சீக்கிரமே வந்துவிட்டான். இறுக்கமான ஜீன்ஸூம் மேல் சட்டையும் அணிந்த ஒருத்தி கையிலிருந்த கைக்குட்டையால் முகத்தை நொடிக்கொரு தரம் ஒற்றியெடுத்தபடி நத்தைபோல அவ்விடத்தை மெல்ல ஊர்ந்துபோய்க்கொண்டிருந்தாள். அடியெடுத்து வைக்க முடியாத நடை, அங்கிருந்தவர்களுக்கு வித்தியாசமாகப்பட்டிருக்கிறது. லாஸியா வந்ததும் அவளருகே சென்று விசாரித்தாள். பிறகு, இன்னொருத்தியும் வர இருவருமாக சேர்ந்து ஆட்டோ பிடித்து அனுப்பினார்கள். அங்கு நடப்பது நாடகம்போல் இருந்தது சஜ்ஜூவுக்கு. வந்ததும் லாஸியா கோபமாகவே ஆரம்பித்தாள். முன்பே தெரிந்தது மாதிரி அமர்ந்திருந்தான்.

“ஒன்று, அந்தப் பெண்ணுக்கு யாருடனோ உடலுறவு நடந்திருக்க வேண்டும். உடலுறவுக்குத்தான் இப்படி புரட்டி போடும் வலியைக்கொடுக்க முடியும். அப்படியிருந்தால் அதைக் கேட்பது அநாகரிகம்.” லாஸியா குறுக்கிட்டு “உதவி செய்வதற்கு ஏன் கேட்க வேண்டும்?” என்றாள். அதற்கு அவனிடம் பதில் இல்லை. மாறாக சொல்ல வந்ததை முடிக்கும் முனைப்பில் இருந்தான். “இரண்டாவது, ஏதாவது வன்முறை நடந்திருக்கலாம் ஆனால் உடம்பில் எந்த காயமும் இல்லை. ஆக, மட்டுமீறிய உடலுறவின் வலிதான். இங்கிருந்தவர்கள் யாரிடமும் வேண்டுமானாலும் கேட்டுப்பார்” என்றான் அழுத்தமாக. லாஸியா அடக்க முடியாமல் சிரித்தாள். “யாரிடம் கேட்பது?”

“சரி போதும்” என்றான் கோபமாக. “ஆயக்கலை அறுபத்தி நான்கும் நடந்திருக்குமா?” என்றாள். இந்தமுறை எச்சில் தெறித்துவிட்டது. அந்தச் சீண்டலை அவன் எதிர்பார்க்கவில்லை. “ஏன் உன்கிட்ட வேறேதுவும் சொன்னாளா?” லாஸியாவால் சிரிப்பை அடக்க முடியாமல் தலையை மட்டும் இல்லையென்று ஆட்டியபடி “கீழே விழுந்திருக்கலாம்” என்றாள். அவள் கூறியதும் வெடுக்கென எழுந்துவிட்டான். “நீயா சொல்ற. முதல்ல சிரிப்பை நிறுத்து.” அவளால் நிறுத்த முடியவில்லை. சிரிப்பைக் குறிப்பிடும்போதுதான் அது சத்தமாக வருகிறது.

சற்று நேரம் அமைதியானான். தூரத்தில் நின்ற ஒருவரை அழைத்து சற்று முன் நடந்துபோனப் பெண்ணைக் குறிப்பிட்டுக் கேட்டான். லாஸியா அவன் கையை அழுத்தினாள். வந்தவன் சற்று குழப்பத்துடன் இருவரையும் பார்த்துவிட்டு பிறகு, தைரியத்தைத் திரட்டி "சில்லரை சமாச்சாரம்தான்" என்றதும் லஜ்ஜையின்றி லாஸியா சிரிப்பதைப் பார்த்து நகர்ந்துவிட்டார். அவர் போன பின்பும் லாஸியா சிரித்துக்கொண்டிருந்தாள். அதன் பிறகு, அவனை வாஞ்சையுடன் வருடி "அம்மா, மனைவி, சகோதரி மூன்று பேரும் இருக்கிறது மட்டும் நீ பெண்ணைப் புரிந்துகொள்ள போதாது" என்றாள். வேறு என்ன வேண்டும் என்பதுபோல அவன் அவளை நோக்கினான். "இந்த மூன்று பேரும் உன்னிடம் காட்டும் அக்கறை, பரிவு, அன்பு எல்லாம் அது அவர்களுக்கு உன்னிடம் இருக்கும் பங்கு. அவங்களுக்காக நீ தர வேண்டியது எதுவுமில்லை. நீ புரிந்துகொண்டதாக நினைப்பதும் அவர்களுடைய முழுமையை அல்ல. காரணம் அங்கு பெண்ணைப் புரிந்துகொள்ள வாய்ப்பே இல்லை. ஆனால் பெண் குழந்தை இருக்கிற அப்பாவுக்கு மட்டும்தான் பெண்ணைப் புரிந்துகொள்ள வாய்ப்பு அமைகிறது. அவள் தனக்கு வேண்டியதை உன்னிடமிருந்து எடுத்துக்கொள்வாள். அதற்காக உன்னைத் தயார்படுத்துவாள். அவளுடைய ஒவ்வொரு பருவத்திலும் உனக்கு அதைக் கற்பிப்பாள். உனக்கு அழகான பெண் குழந்தைப் பிறக்கட்டும். வாழ்த்துக்கள்". விவிலிய வரிகளோ காந்தியின் சொல்லோ அந்த நேரத்தில் அவளுக்கு மனதில் தோன்றியிருக்கக் கூடும். அதன்பிறகு, அவர்கள் அவ்வளவாகச் சந்திக்கவில்லை.

திருட்டு

1

உதாரணத்திற்கு சந்துரு செய்வதை திருட்டு என்று வைத்துக்கொண்டால், லாஸியாவுக்கும் திருடுவதில் விருப்பம் இருக்கிறது என்பதையும் ஒப்புக்கொள்ள வேண்டும். ஏனெனில் இருவரும் சேர்ந்தே விளையாட்டை ஆடத் தொடங்கினார்கள், ஆனால் திருட்டில் கிடைப்பதென்னமோ வேறு வேறானப் பொருட்கள். என்றாலும், திருடுவதில் பொருள் ஆசைக்காக

இசைவது என்பது வெறும் பொய் இல்லையா? உண்மையில் திருட்டு உலகம் தருவிக்கும் மனக்கிலேசமே அதை இயக்குகிறது. ஆதலாலே திருடர்கள் மிகச் சிறந்தக் கற்பனாவாதிகளாக இருக்கிறார்கள். பொருள் மிக அண்மையில் இருக்கும். வெளியில் பெருமதிப்பு பெறாது இருந்தும் அதனுடன் உண்டாகும் கணநேர துவந்தம் அவர்களை இயக்குகிறது. இருவரும் சல்லாபம் கொள்வதும் ஒருவகையில் திருடுவது போல. இது லாஸியா கண்டுபிடித்த முதல் காரணம். இதுதான் தன்னையும் இயக்கியதெனப் புரிந்துவிட்டது. இரண்டாவது, திருடனைப் பிடிக்காமல் திருட்டிலிருந்து திருடப்படும் பொருளை மறைக்கும் இன்னொரு உத்தி உண்டு. ஒன்று, அதில் திருடனுக்குத் தெரியாமல் எடுக்கும் முன்கூட்டியப் பயணம் அல்லது அவனுடன் இணைந்தே சென்று இடம் மாற்றும் கள்ளத்தனம். அதாவது, பொருளைக் காப்பாற்றும் பொறுப்பு. இப்படிச் சொல்லலாம், அடவில் இருவேறு பாத்திரங்கள் என்னயென்ன அசைவுகளையும் வார்த்தைகளையும் நிகழ்த்தப்போகிறதென ஒத்திகையிலிருந்தும் அடவில் எதிர் பாத்திரத்தை ஊமையாக்கும் முயற்சி. லாஸியா கடைசி இரண்டையும் பயன்படுத்தினாள்.

2

சந்துரு இம்முறை கற்பனைச் சம்போகத்தில் அழைத்தது அவனது பருவ வயதின் காதலி. அவளைப் பற்றிப் பலமுறை கூறியிருக்கிறான். பிருஷ்டத்தில் ஆடும் கூந்தலைப் பிடித்திழுத்துவிட்டு ஒளிவதும் முதுகில் விரல்களை வருடி, கூச்சம் மூட்டுவதும் அவனுக்கு எப்போதும் பிடிக்கும். அகன்ற நெற்றியும் தடித்தப் புருவங்களும் விழிகளுக்கடியில் தேங்கிய சதைத் திரட்டும் அத்தனைப் பெண்களையும் மறக்க வைக்கக் கூடியது. லாஸியாவுக்கே என்றைக்காவது சந்திக்க வேண்டுமென்கிற ஆவலும் இருந்திருக்கிறது. கற்பனைச் சம்போகத்தில் நிச்சயம் அவளை அழைப்பானென்று கணித்திருந்தாள். ஆதலால் அவளது பெயரைக் கேட்டதும் அவள் திடுக்கிடவில்லை. பருவத் திணவுகளிலெல்லாம் அந்நினைவுதான் அவனது சுயபோகத்திற்கு வடிகால். ஒருகட்டத்தில் ஆற்றாமையைத் தணிக்கவுமாக மாறிவிட்டிருக்கிறது. “அது இயற்கைதான்” என்றாள். இன்னும் தன்னால் அதிலிருந்து விடுபட முடியவில்லையெனப் புலம்பலுக்கு “என்றைக்காவது அதை நீ அவளிடம் பேசியிருக்க வேண்டும்”

என்றாள் ஆதுரமாக. முயங்கலில் சுயப்பிரக்ஞையின்றி மனம் அவளை பலதடவை விளித்திருக்கிறது. “அதுவும் பெரும் பிழையில்லை” என்றாள்.

அவனை பக்குவப்படுத்தியதாக நம்பியபோது அவனது கைகள் கேசத்தை இழுக்கப் பற்றின. பிடித்து நிறுத்தி கைகளுக்கு முலைகளைக் கொடுத்தாள். பொய்க் கோபத்துடன் இயக்கத்தை நிறுத்திச் சிணுங்கினான். அவன்மேல் அமர்ந்து, சிணுங்கலை குழந்தையின் வாய் துடைக்கும் பக்குவத்தோடு எடுத்துவிட்டாள். ஆனால் முதுகில் விரல்கள் ஊர்ந்தபோது அவளுக்குத் திடுக்கிட்டது. சந்துரு தன்னை பலவந்தப்படுத்துகிறான் என்று மட்டும் தெரிந்தது. அவளது பெயரை சத்தமாகவே உச்சரித்தான். அவனது முனங்கலில் தெறித்தச் சொற்களுக்கு முத்தத்தை ஊட்டி நிறுத்த முயன்றாள். அவனது கற்பனையில் அவள் இன்றைக்கிருக்கும் லாஸியாவைப்போல ஒருத்தி. இனி லாஸியா என்ன சொன்னாலும் அது அவனது எதிர்பார்ப்பை பூர்த்தி செய்யாது. அவளுடன் உரையாட ஏற்படுத்திய கற்பனையே அவனுக்குள் புதைந்து கிடந்தவைகளை தூர் எடுக்கத்தான். தூர் எடுத்தாகிற்று என்று எண்ணினாள் ஆனால் சந்துருவின் சொற்கள் புணரத் துடிப்பதில் ஒழுகின. அவளை இறக்கி வைக்க விடாமல் இயங்கவாரம்பித்தன. லாஸியா பிரக்ஞை மீண்டாள். அவளுடைய மறுப்பும் மருகலும் அவன் வேகத்தை மீட்டின. நிறுத்த முடியாமல் அரற்றலில் எழுந்தது யாருடையக் குரல் என்றே தெரியவில்லை அவளுக்கு. ஒவ்வொரு மறுப்பையும் சொற்களுக்குள் அழுத்தமாக உச்சரிக்க ஆரம்பித்தாள். கற்பனையைக் கலைக்க பயன்படுத்திய த்வனி அவனது வேகத்தை நிலை குலையச் செய்தது. சந்துரு துவண்டான். ஆத்திரமும் கோபமுமாக குளியலறைக்குள் புகுந்துவிட்டான். பிறகு, அவனைப் பார்த்தது நன்றாக விடிந்த புலரியில்தான்.

இதற்கிடையில் அவர்களுக்குள் நடந்த மூன்று கலவியிலும் சந்துரு கற்பனைச் சம்போகத்தைத் துவக்கவில்லை. மூன்றும் திடுமென உணர்ச்சி தூண்டப்பட்டு அவசரகதியில் முடிந்தன. ஒன்று, லாஸியாவின் புதிய ஆடைத் தோற்றம்.. எப்போதும் இரவுக்கெனத் தனி ஆடையை மாற்றிக்கொள்கிறவளில்லை. குழந்தைக்கு பாலூட்டும் வசதிக்கென அக்காவின் இரவாடையை உடுத்த வேண்டியிருந்தது. புதிய ஆடையில் தெரிந்த வனப்பும், அவிழ்ப்பதில் காட்டிய கிளர்ச்சி இதில் ஏதோவொன்று

அவனைக் கிளர்ந்தெழ வைத்திருக்கிறது. அவளுக்குமே அப்படி மோகித்தது விசித்திரமாகத் தோன்றிற்று. இரண்டாவது, சீக்கிரமாக வீடு திரும்பும்போது. பெரும்பாலும் குழந்தை சஷி விழித்திருப்பாள். எப்போது வேண்டுமானாலும் அவள் அழைப்பு இருக்குமென்கிற அவசரகதியில் இயங்குவது. மூன்றாவது, ரொம்ப நாட்களுக்குப் பிறகு, சந்துருவின் சொந்த ஊருக்குத் திரும்பிய அன்று. பச்சையும் செழிப்புமாக தோட்டங்களுக்கு நடுவில், அணில்களைத் தவிர நிர்வாணத்தை ரசிக்க வேறு யாரும் இல்லை. மறைக்க முடியாத அகண்ட வெளி. பறவைகளெல்லாம் சில கணங்களுக்கு நிசப்தமாகிவிட்டன. அரணை ஊர்வதுபோன்ற சப்தத்தில் அவசரத்தில் முடிந்தது அப்புதிய அனுபவம். லாஸியாவுக்கு வீடு திரும்பும்வரைக்கும் அச்சம் அகலவில்லை. “யாராவது பார்த்திருந்தால்” என்று சந்துருவை முறைத்தபடியே வந்தாள். இந்த மூன்று புணர்ச்சியிலும் கற்பனைச் சம்போகம் நடக்கவில்லையென்றாலும் லாஸியாவைவிட சந்துருவுக்கு பூரணத் திருப்தி கிடைத்தது.

முக்கியமாக, மூன்றிலும் இருவரும் அல்லாத மூன்றாவதொருவரின் இருப்பு, சூட்சமச்சாட்சியமாக இருப்பதைக் கவனிக்கலாம். அதாவது, இரவாடை லாஸியாவினது இல்லை. சஷியின் விழிப்பு, வனத்துக்குள் யாராவது பார்த்துவிடக்கூடும் என்கிற பிரக்ஞை. இந்த மூன்றும்தான். ஆக, புலவி நிகழ்வதில் சந்துருவுக்கு இன்னொருவரின் பங்கைத் தவிர்க்க இயலாமல் வைத்துக்கொள்ள வேண்டியிருக்கிறது. லாஸியாவின் சித்தி கூறியது நினைவுக்கு வருகிறது. ஆனால் குருட்டுப் பூனையாக இல்லை, இது தாயுடன் தனியனாக வளரும் பிள்ளைகளுக்கு இருக்கும் விபரீத குணம். பால்ய வயதிலிருந்து மூன்றாம் ஒருவரை கற்பனையில் எப்போதும் நிறுத்திக்கொள்ளும் உளவிருப்பம். பிறகு, அவர்களால் அந்த மூன்றாம் நபரை விலக்கவே முடியாது. பிரத்யட்சமானவற்றைப் புரிந்துகொள்ள இயலாமை, யதார்த்தத்தை அறியாத மூடத்தனம், விறைக்கும் சதைத் திரட்சியைமீறி வேறொன்றும் தெரியாது. வெறும் கற்பனையை விரும்புவது. இன்னொருவரின் எண்ணங்களை அந்தக் கற்பனையால் அடையவே முடியாது. அடைவதாக எண்ணுவது வெறும் பாவனை மட்டுமே. அது தன்னுடைய உளமொழி. அஃதால் உருவாக்குவதெல்லாம் மறுபடியும் தன்னைத் தானே பிரதியெடுப்பது. புணர்வதெல்லாம் தன்னையே மறுபடியும். சுயமைதுனம் மாதிரி. கண்ணை மூடிக்கொள்வதற்குப் பதிலாக

விழித்த நிலையில் நினைப்பதைப் பேச வைத்து, இன்புற செவிகூர்ந்து, உடல் புடைக்க தினவைத் தீர்க்கும் மிருகம். சந்துரு வீட்டிலிருந்து கிளம்பியதற்கும் அவன் இறப்பதற்கும் இடைப்பட்ட சில மணி நேரத்தில் லாஸியா, அவன் முன் பேசுவதற்காக வைத்திருந்த சொற்கள்தான் இவை. அவன் நிலைகுலைந்து போவதைப் பார்ப்பதற்காக அமர்ந்திருந்தாள்.

ஆனால் நடந்தது வேறு. சந்துரு அங்கிருந்து சென்ற அரை மணி நேரத்தில் இறந்திருக்க வேண்டும். சுற்றுலா வாகனம் ஒன்று மோதியதாகச் சொன்னார்கள். அவள் அவ்விடத்திற்குச் சென்றபோது வடக்கத்தி முகங்களைத்தான் முதலில் பார்த்தாள். தங்களுடைய உறவினரின் மரணத்தைப்போல வாய்பொத்தி அழுதுகொண்டிருந்தனர். புரியாத மொழியில் ஆறுதல் கூறினார்கள். அந்நியமான அவ்வுடல்களின் வாசனையில் அன்று முழுக்க சரிந்து கிடந்தாள். தவறு சந்துருவின்மேல் என்பதால் விசாரணையை முடித்துக்கொள்ள சம்மதித்துவிட்டாள். பதிலுக்கு அந்தப் பெண்கள் காரியம் முடியும்வரை லாஸியாவுடன் இருந்தனர். ஓயாமல் பேசினார்கள். அவை, அற்ப ஆயுள் கதைகளாகத்தான் இருக்க வேண்டும். லாஸியா கடைசிவரை சந்துரு முகத்தைப் பார்க்கவில்லை. குழந்தை, அங்கு என்ன நடக்கிறதென்றே தெரியாமல் விளையாடியது. அங்கிருந்தவர்களில் நிச்சயம் சிலருக்காவது ஏற்பட்ட ஆச்சர்யமென்னவென்றால், லாஸியா பெரும் ஓலமிட்டு அழாமல் மௌனமாக கண்ணீரை மட்டும் வடித்துக்கொண்டிருந்தது. யானையின் அழுகைபோல உடல் அசையாது கண்ணீர் மட்டும் சுரக்கும். அவ்வாறு அழுதது தனக்குத்தானென்று அங்கிருந்த யாருக்கும் தெரிந்திருக்காது.

இரண்டு கண்ணாடிகள்

சந்துரு அழைக்கும் புதியவளை ஒவ்வொரு இரவிலும் லாஸியா சாமர்த்தியமாக மறைத்துக்கொண்டிருந்தாள். முதலில் சந்துருவுக்கு இது புரியவில்லை. லாஸியாவுக்கு கற்பனைச் சம்போகத்தில் விருப்பம் போயிருக்கலாமென்று நம்பினான். ஆனால், ஒவ்வொரு இரவிலும் புலவி நுணுக்கத்தை அவளே ஆரம்பிக்கிறாள். அவனது குரலை நிறுத்துவதில்லை. அத்தனைக்கும் பதில் இருக்கிறது. இம்மி பிசகாமல் அச்சு வார்க்கிறாள். ஆனால், ஊடுகையில்

எங்கோ அவளைக் களைந்துவிடுவதுதான் ஆச்சர்யம். தன்னை எதற்காகவோ குற்றவுணர்விற்கு ஆட்படுத்துவதாக உணர்ந்தான். எதை நோக்கிப் பயணிக்கிறாள்? எதை எடுத்துக்கொள்கிறாள்? நிச்சயம் தனக்கு ஒன்று கிடைக்கிறபோது அதன் இன்னொரு பக்கம் அவளிடம் இருக்கத்தான் செய்யும். சட்டென அவனுக்கு ஒரு பொறி தட்டிற்று. கற்பனைச் சம்போகத்தில் ஏன் அவள் வேறு யாரையும் உச்சரிக்கவில்லை? உண்மையில் அங்கு யாரும் இல்லையா? அல்லது யாரையும் அனுமதிக்க மறுத்திருக்கிறாளா?.

இல்லை அவள் அனுமதிக்கிறாளென்கிற முடிவுக்குத்தான் சந்துருவால் வரமுடிந்தது. 'மாந்தளிர் நிறம்' பற்றி அவள் சிலாகித்தபோது அதில் அர்த்தம் புரியாமல் தவிக்கும் ஒருவனை அவள் உருவகித்திருந்தாள். அவன் முதிராப் பருவத்துக்குரியவன். அரும்பாத மீசை மயிரும், பருக்கள் தட்டுப்படும் புடைத்தக் கன்னத்தையும், அழகான விழிகளையும் கொண்டிருந்தான். அவனது முகத்தை வருடியபோது லாஸியாவின் விழிகள் நிலைகொள்ளாமல் புரண்டன. காணாத உருவத்தைக் கண்ட பூரிப்பு. புலத்தலின் உச்சத்தில் நெற்றியைப்பிடித்து உச்சிமுகர்ந்ததும் அவனுக்கு வித்தியாசமாக இருந்தது. இதெல்லாம் சந்துரு நோயாளி ஒருவரைப் பரிசோதிக்கையில் தோன்றியவை. புதிதாக எதையோ கண்டுவிட்ட குறுகுறுப்புடன் அவள் புன்னகைத்தாள். குழந்தைத்தனமான வெட்கம். கழுத்து ஓரத்தில் விரல் பட்டதும் சிணுங்கல்போல ஒடித்துக்கொள்வது. அப்படியெல்லாம் லாஸியா நாணுவதில்லை. சந்துருவுக்கு விடை கிடைத்தது. கிறுக்கிக்கொண்டிருந்த காகிதத்தை எறிந்துவிட்டு கிளம்பினான். அது சரியென்றால் உறுதிப்படுத்த, இன்னொரு வாய்ப்பை ஏற்படுத்தலாம். கிட்டத்தட்ட சந்துரு சூன்யம் பிடித்தவனாக மாறிவிட்டான். குழப்பம் தீராமல் மருத்துவமனையில் இருக்க முடியவில்லை. விடை தெரியாமல் திரும்பக்கூடாதென்றுதான் அவள் நுண்கலைக் கற்கச் சென்றதற்குப் பின் அவனும் மெலட்டூர் கிளம்பி வந்தான்.

அங்கிருந்த சூழலும் அமைப்பும் தோரணைகளும் லாஸியாவின் புதிய பரிமாணத்தைத் தானாகவே கிளர்த்திவிட்டன. அவனிடம் சொல்வதற்கு நிறையக் கதைகள் வைத்திருந்தாள். ஒவ்வொரு இரவும் அவர்கள் உறங்க நெடு நேரம் ஆனது. அவன் புரிந்துகொண்டது இதுதான், லாஸியாவிற்கு மறக்க முடியாத நினைவுகளை கிராமத்து அனுபவங்கள் அளித்திருக்கின்றன. சொல்லச்சொல்ல எஞ்சி

நிற்பவை அவை. ஆழ்மனச் சீண்டல்களைச் சொல்வதற்கென ஒரு தருணம் அமைய வேண்டும். வெறுமனே பழகியதும் பரிமாறிவிட முடியாது. அதை முடிவெடுக்க புதியச் சூழல் ஒன்று கனியும். இளவேனிற் நிழல் மாதிரி. புழுக்கத்தை ஊதும் குட்டி மரக்கிளை போல.

சந்துரு கணித்ததுமாதிரியே அடுத்தநாள் அப்படியொரு சம்பவம் நடந்தது. இருவரும் புலவியைத் துவங்குவதற்குமுன் நிர்வாணத்துடன் படுக்கையில் புரளும்போது மின்மினிகள் கதையை லாஸியா கூறினாள். இளவயதிலிருந்து பழகிய ஒருவனைப் பற்றி அவள் அடிக்கடி நினைவுகூர்வது வழக்கம். அவன் தூரத்து உறவில் சகோதர முறை. பெண்கள் சூழ பழகும் சுபாவம் அவனுக்கு. "அவனுடன் பேசவே அலுக்காது. பெண்களின் அந்தரங்க உரையாடல்கள் அத்தனைக்கும் அர்த்தம் தெரியும். எப்போது மெலட்டூருக்கு வந்தாலும் ஒட்டிக்கொள்வான். இரவு, மின்மினிகள் பிடித்துத் தருவதாக எங்களை அழைத்துப்போவான். கண்ணாடி பாட்டில்கள் எடுத்துக்கொண்டு கிளம்புவோம். அவனுடன் செல்வதென்றால் பயப்படத் தேவையில்லை. விளக்கு எதுவும் எடுக்க கூடாதென்பது நிபந்தனை. இருட்டுக்குள் அவனுடைய கைகளைப் பிடித்தால்தான் நடக்க முடியும். வேண்டுமென்றே நடையை வேகப்படுத்துவான். சின்னப் பிள்ளைகள்போல அடுத்தடுத்து துப்பட்டாவைப் பிடித்துக்கொண்டோம். ஊரைவிட்டு மறையும் வரை நடந்துகொண்டேயிருந்தான். சலித்து போதுமென்றாகிவிட்டது. சட்டென்று பாதரசம் கொட்டியது போல மரம் பூராவும் அவை மிதப்பதைக் காட்டினான். எங்களை அறியாமல் கூப்பாடு போட்டுவிட்டோம். அப்படியே ஒரு கொப்பை உடைத்து மின்மினிகளை அதில் மொய்க்கப் பண்ணினான். பிறகு இது எப்போதும் தொடர்ந்தது."

"ஊருக்கு விடுமுறைக்குப் போகும்பொதெல்லாம் எங்களை அழைத்துச் செல்வான். பாட்டில் முழுக்க நிரப்பிக்கொள்ள முடியாமல் கண்களில் வழியும். பிடித்திருப்பதைப் பிடுங்கி தலையில் கவிழ்ப்பான். முத்துகளாக முடிகளில் வந்திறங்கும். ஆடையில் அமரும். சில சமயம் ஆடைக்குள் புகுந்துவிடும். அல்லது வேண்டுமென்றேதான் அப்படி செய்கிறானா? என்று சந்தேகம்கூட வரும். பிறகு, உடம்பில் ஒட்டியதை அவனைத் திட்டிக்கொண்டே பொத்தி எடுப்போம். அக்கா

ஒருமுறை தாவணியை உருவி உதறியிருக்கிறாள். அவளது மார்புக்குள்ளிருந்து அவை ஈசலாக ஏறிவந்தன. சின்னஞ்சிறிய அதன் வெளிச்சத்தில் மார்புக்குழிகூட தெரிந்திருக்கிறது. அவனுக்கு விகல்பமே இருக்காது. குழந்தைமாதிரி சிரிப்பான். வீட்டிற்குத் திரும்பும்வரை ஆடைக்குள்ளிருந்து வரும் வெளிச்சத்தை உதறியபடியே வருவோம். பிறகு, அவசராவசரமாக உடம்பில் ஒட்டியதையாவதுப் பிடித்து அடைக்க வேண்டியிருக்கும். நான் மட்டும் கூச்சமே இல்லாததுமாதிரி நிற்பேன். என் உடம்பிலிருந்து எல்லோரும் மின்மினியைத் தொட்டு எடுப்பார்கள். அவன் உட்பட. மார்புகளில் தொட்டு ஊறும் குறுகுறுப்பு, புழு போல மெல்ல தலை நீட்டும் காம்பின் விறைப்பு, மயிர்கூச்செறியும் தீண்டல் என முதன் முதலில் அப்போதுதான் அனுபவித்தேன். சில சமயம் கை நிறைய மின்மினிகளை அள்ளி ஆடைக்குள் கொட்டிக்கொண்டதும் அதற்காகத்தானோ என்னவோ. பதறியபடி அவ்வளவையும் பொத்திவிட அத்தனை கைகளும் என் மார்புக்கு நீளும்.” அத்துடன் நிறுத்திக் கொண்டவள் அவனது காதில் “மின்மினிகளைப் பிடிக்கவும் காம்பை வருடவும் இருவிரல் போதுமில்லையா?” என்று கேட்டாள் கண்களைச் சிமிட்டி.

லாஸியாவின் கலவி உச்சம் சீஸமைத் திறக்கச் செய்யும் மந்திரச் சொல்மாதிரி. மந்திர உச்சரிப்பில் இரவு முழுக்க மின்மினிகளை மொய்க்கப் பண்ணினாள். சந்துரு அதை முழுமையாக அனுபவித்தானா? நிச்சயம் இல்லை. விடிய விடிய பாகவத மேளா பார்த்த களைப்பாக இருக்கலாம் என்று லாஸியாவும் விட்டுவிட்டாள். அவனுக்கு அப்போதே தூக்கம் இமையில் தொங்கிக்கொண்டிருந்தது. இவள்தான் பிடித்து வைத்திருந்தாள். “நாடகம் முடிந்ததும் ஒரேயோரு முறை லீலாவதியைச் சந்தித்துப் பேசிவிட்டு போய்விடலாம். நிச்சயம் நீ ஆச்சர்யப்படுவ. அவள் எவ்வளவு அழகு தெரியுமா?” பீடிகையாக லாஸியா அவனை லீலாவதியிடம் அழைத்துப்போனான். லாஸியாவைப்போல சந்துருவும் முதலில் அது பெண் என்றே நினைத்தான். நாடகம் முடிந்ததும் எந்த ஆணும் ஒப்பனையைக் கண்ணாடி முன் கலைப்பதில்லை. அவிழ்ப்பதற்கு முன் ஒவ்வொன்றும் அழகாக இருந்ததா என்று சோதித்துக்கொண்டாள். களைதலை கைகள் அனிச்சையாகத் தொடங்கின. லாஸியா சிறு வயதில் தான் ஏமாந்ததைச் சொல்லிக்கொண்டிருந்தாள். சந்துரு ஆச்சர்யத்துடன் லீலாவதியை வெறித்திருந்தான். முத்து முத்தாக வியர்வைகள்

கழுத்தில். பிரகலாதனைக் காப்பாற்றிய தருணத்தில், ஓவென்று அழகை வந்ததை கிழவி ஒருத்தி பூரிப்புடன் பகிரிந்துகொண்டாள். லீலாவதி ஆமோதித்தபடியே ஜாக்கெட்டின் கழுத்துக்குள் விரலைவிட்டு மேலே ஏற்றிக்கொண்டாள். சட்டென லாஸியாவின் பக்கம் திரும்பியவள், "லாஸியா இப்பவும் நீங்க ஏமாந்துட்டிங்க. அன்னைக்கு நீங்க பேசினது என்னுடைய அப்பாகிட்ட. அப்போ நான் பிரகலாதனா நடிச்சிட்டிருந்தேன்" என்றாள். லாஸியா திகைத்துவிட்டாள். சந்துரு முகத்தில் எந்தத் திகைப்பும் இல்லை. இரவு பூராவும் லாஸியாவால் திகைப்பைச் சொல்லித்தீர்க்க முடியவில்லை. எப்படி நாடகத்தில் இப்படியொரு கற்பனை சாத்தியமாகிறதென்று புலம்பிக் கொண்டிருந்தாள். இந்தத் திளைப்பில் ஆழ்ந்திருக்கையில்தான் சந்துரு விடியலில் அவளுடன் மோகித்துக்கொண்டிருந்தான்.

பாகவத மேளா முடிந்து திரும்பிய அன்றைய தினம் வெகு நாட்களுக்குப் பிறகு, விடிவதற்கு சில கணங்களுக்கு முன்பு, கலவியில் சந்துரு கற்பனைச் சம்போகத்தை ஆரம்பித்தான். லாஸியாவுக்கு அதீத களைப்பு. அவனுடைய அழைப்புக்கூட காதில் விழவில்லை. சடங்கு மாதிரி ஆடை களைவதும் முலைகளைக் கசக்குவதும் புழையில் நுழைப்பதுமாக பிரக்ஞையின்றி உறங்கிக்கொண்டிருக்க எல்லாம் நிகழ்ந்தது. அவன் பெயரை உச்சரித்தபோதும் அவளுக்கு விழிப்பு இல்லாமல் அசதியில்தான் ஆமோதித்தாள். அவனது குரல் அவளைத் தொட்டு எழுப்பவில்லை. அவளிடமிருந்து எந்த எதிர்வினையையும் பெற விரும்பாமல் தனக்குள் மட்டுமே சொல்லிக் கொள்வதுபோல சில முணுமுணுப்புகள். மூச்சொலியில் உஷ்ணம் எரிந்து உடல் பூராவும் வழிகிறது. கண்களைத் திறக்க முடியாதளவு அழுத்தும் உறக்கத்தைமீறி லாஸியா செவி கூர்ந்தாள். அந்த அந்நியவள் அவனது உறவுக்காரப் பெண். லாஸியாவுக்கு அவளை நன்றாகத் தெரியும். சந்துருமீது அவளுக்கு ஈர்ப்பு அதிகம். ஆனால் அது இயல்பாகத் துளிர்க்கும் வெட்கத்துடன் நின்றுகொள்வது. அவளே அப்படி தனது தூரத்து உறவினர்பால் வெட்கத்தில் திளைத்திருந்திருக்கிறாள். எல்லைக்கப்பால் இருக்கும் சீண்டல் அது. விழிகள் தொட்டு விலகிக்கொண்டிருக்கையில் திடீரென்று அது நமக்கு வேண்டியதுதான் என்று அறிவிப்பது. பிறகு, அண்மையில் சென்று விளையாடுவது, பகுமானம் காட்டுவது, சுழிப்பைக்கூட்டுவது, கண் வலிக்கும் வரை உருட்டுவது எனப்

பிரிய விலக்கத்தில் தத்தளித்திருக்கும் நிலை. அதொரு அலாதியான மனநிலை. குறுகுறுப்பும் வெட்கமும் சுற்றிக்கொள்ளும் பரவசம். பிரக்ஞை நழுவியும் மீள்வதுமாக சுழலும். அதன் அழகே அதைச் சுற்றிப் படர்ந்திருக்கும் எல்லைக்கோட்டில் பயணிப்பதுதான். வெளவால் போல கண்ணுக்குப் புலனாகாதப் பாலத்தைப் பார்வையால் பறந்தபடியே கட்டிக்கொண்டிருப்பது. செவியில் அப்பெயரைக் கேட்டதும் வைத்திருந்த நினைவுகள் மேலெழுந்தன. அவனது ஆட்டத்தை நிறுத்த முயன்றாள். அவனது சொற்களை காதுகொடுத்துக் கேளாமல் மௌனித்திருந்தாள். சந்துருவுக்கு கடுமையான கோபம். அவனிடம் தனது நிலைப்பாட்டை விளக்க முயல்வதற்குள் அவளது கைகளை வீசியெறிந்தவன் நிர்வாணத்துடன் கோபமாக படுக்கையைவிட்டு எழுந்து சென்றான். லாஸியாவுக்கு திடுக்கிட்டுவிட்டது.

“சந்துரு” என்றாள் சத்தமாக. பதில் இல்லை. குளியலறைக்குள் தண்ணீர் விழும் சத்தம் கேட்டது. அவன் வெளியே வரும்போது உடல் வியர்த்திருந்தது. லாஸியா பூத் துண்டை எடுத்து உடலோடு சுற்றிக்கொண்டு உள்ளாடை அணிவதற்குள் அவன் விளக்கைப்போட்டு எதையோ தேடினான். “ஏன் இப்படி இருக்க?” அவனது கையைத் தொட்டதும் முறைத்தான். வெளியே விடிந்துவிட்டிருந்தது. பறவைகளின் சத்தத்தில் அவன் பேசியது கேட்கவில்லையா? அல்லது வெறும் முணுமுணுப்பா?

அவன் திரும்பி அவளை நோக்கிச் சிரித்தவாறே “உன் மனசுல என்ன நினைக்கிற?” என்று கேட்டான். வழக்கமான சிரிப்பாக இல்லை. உதடுகள் கோணித் துடித்தன. பேசமுடியாதத் திணறல். “எனக்கு குற்றவுணர்ச்சியைக் கொடுக்கிறதுல உனக்கு அப்படி என்ன ஆசை?” மனச் சொற்கள் மோதி விழுகின்றன. நிதானம் கொள்ளாமல் பார்க்கிறான் “உனக்கு தேவைப்படுகிறபோது அதில் ஒன்றும் தவறு கிடையாது இல்லையா? அதற்கு எந்த விளக்கமும் கூடாது ஆனால் மற்றவர்களுக்கு மட்டும் தர்க்கம் நியாயம் வேண்டும்.” அவள் நினைத்ததுபோல அந்தக் கணம் ஆங்காரத்துடன் வெளியே வந்துவிட்டது. நிலையழிவதை அது நிகழ்த்தப்போகிறது. அவள் பதற்றத்துடன் கைகளைப் பற்ற எத்தனித்தாள். எதையோ சொல்ல வேண்டும்போல் இருந்தது. உதிரிச் சிந்தனைகள் ஓடின “தவறாக நினைத்துவிடாதே” என்று ஆரம்பித்தாள். “நான் நினைக்கிறது தவறு அப்படித்தானே”

அவளைப் பேசவிடாமல் குறுக்கிட்டான். “ரொம்ப கீழ்மையான எண்ணம் எனக்கு. அதை நீ குணப்படுத்துகிற?”

“அப்படி இல்ல. நிச்சயம் நீ தவறாக நினைக்க வாய்ப்பு இருக்கிறது. இதை விளக்கமாக பேசினால்தான் தெளியும். வெறும் கோபத்தில் பேசி முடிக்க முடியாது” அதற்குமேல் அவளிடமிருந்து ஒரு சொல் கூட எழவில்லை. ஒலி தேய்ந்து உள்ளுக்குள்ளேயே சொற்கள் ஒழுகிக்கொண்டிருந்தன. அவன் ‘பேசு’ என்று தயாராக நிற்கிறான். ஆனால் நெஞ்சதிர ஏதோ இழுத்திச் சார்த்தியதுபோல அவன் கண்களைப் பார்த்துக்கொண்டிருக்கிறாள். “என்னைய முழுக்க சொல்ல விடு” என்று சொல்லிக்கொண்டே இருக்கிறாளேயொழிய அவளால் மேலே தொடங்க முடியவில்லை.

நானும் கற்பனை செய்யாமல் இல்லை. என்னுடையது நீ நினைக்கிறதுபோல கிடையாது. அங்கு இன்னொருவரை நான் அழைப்பது இல்லை மாறாக உன்னைதான் அங்கு நிரப்பிக்கொள்கிறேன். நான் பார்த்ததே இல்லாத உன்னுடைய பால்ய பருவத்தை. நான் உணர்ந்தில்லாத உன்னுடைய அந்த வயது உணர்ச்சிகளை. அது சாத்தியமா என்று கேட்டால் சாத்தியம்தான். கனவில் அப்படி நடக்கிறது இல்லையா அதுமாதிரி. நம்முடைய பால்ய வயதுக்கு இங்கு இருந்து அழைத்துப்போவதுபோல. பின்னோக்கியக் காலப் பயணம். ஒருவரை அவருடைய பின்னோக்கியக் காலத்துக்குள் சென்று பார்ப்பது. அவரை நம்முடைய காலத்தில் நிறுத்துவது. இதெல்லாம் வெறும் கற்பனை சாகஸத்திற்காக மட்டும் இல்லை அவரை முழுமையாக கற்பனை என்கிற கருவியால் தன்னுடைய காலத்துக்குள் இழுத்துக்கொள்ளும் வேட்கை. அந்த உலகத்தில் அவர் யாராக, எவ்வாறு வெளிப்படுகிறாரென்று கவனிக்கும் விருப்பம். எனக்கு அதுமாதிரி சில சமயங்களில் கனவுகள் வந்திருக்கின்றன. பள்ளி நாட்களில் இன்றைக்கிருக்கும் யாரோ ஒருவர் அங்கு என்னோடு வந்து நிற்பார். அதிசயமாக இருக்கும். அன்றைக்குப் பூராவும் அந்தக் கனவு என்னைத் திளைப்பில் ஆழ்த்திக் கொண்டிருக்கும். என்னுடை மாந்தளிர் நிறத்தை அறிந்துகொள்வதற்கு உன்னை நான் அங்கு அழைத்துப்போவதைத்தான் விரும்பினேன். அங்கு அப்படி அறியாமையிலிருப்பதுதான் அழகு. மின்மினிகளைப் பிடிப்பதற்கு குழந்தையாக மாற வேண்டும். தொட்டதும் தொடாததுமான உணர்வுகள் அதற்கே வாய்க்கும்.

ஆனால் இந்த வார்த்தைகள் எதையும் லாஸியா முழுமையாகக் கூறினாளா என்றால் இல்லை. அந்தக் கணத்தில் செயலற்றுப்போகும்படி சந்துருவின் பார்வை அவள்மீது நிலைக்குத்தியிருந்தது. நத்தைபோல நகர்த்திய சொற்கள் இவை. இல்லாத சுவற்றுக்காகத் தீட்டப்பட்ட சித்திரம். அன்றைக்கு அவள் முன் நின்றது அதுவரை கண்டிராத முகம். அவளது சொற்கள் எதையும் ஏற்கும் மனநிலையில் இல்லையென்பதை அறிவித்துவிட்ட தோரணை. லாஸியாவுக்கு ஒன்றும் புரியவில்லை. அங்கு தான் வேறு யாரையோ பார்ப்பதுபோல் இருந்தது. நா உளறலில் வெளிப்பட்டதை அவன் நம்பவில்லை. அதற்குச் சாத்தியமே இல்லை, வெறும் கதை, பொய். சந்துரு எங்கோ கிளம்பத் தயாரானான். அத்தனைத் தீர்க்கமான மௌனத்தை உடைக்காமல் அவன் நகர்ந்துகொண்டிருக்கிறான். வாயிற் கதவைத் திறந்தவன் அவன் பார்வைச் சட்டகத்திலிருந்து அகல சில அடிகள் மட்டும் இருக்கையில் அவளை செயலற்று நிறுத்திய அதே பார்வையுடன் திரும்பி சத்தம் எழாத வகையில் உதடுகளை அழுத்தம் திருத்தமாக உச்சரித்துவிட்டு நகர்ந்தான். ‘தே வி டி யா’ என்று சொல்லுக்குத்தான் உதடுகள் அவ்வாறு அசையும். லாஸியா வெலவெலத்து விட்டாள். சட்டென முகம் மாறிற்று. சந்துரு வீட்டிலிருந்து கிளம்பிய ஒரு மணி நேரம் அவள் அதே இடத்தில் (வாசற்படியில்) அந்தச் சொல் செவிக்கு இன்னும் வந்து எட்டாதவரைக்கும் எழப்போவதில்லையென்று பிடிவாதமாக அமர்ந்திருந்தாள். அவன் உச்சரிப்பில் சொல் விழுந்திருந்தால் கூட பரவாயில்லை. அதன் த்வனி அத்துவான சப்தங்களுக்குள் எடை இழந்திருக்கும். அவ்வளவு அழுத்தமாக அவன் உச்சரித்த வேகத்திற்கு பறவையோ பட்சியோ பூச்சியோ நாயோ பதில் சொல்லிவிட்டு எழுந்தோடியிருக்கும். ஆனால் மௌனமாக அதை அவன் வெளிகாட்டிய விதம், அதன் கார்வையைக் கேட்காததால்தான், உதிர்க்கப்படாதச் சொற்களுக்கு இறவாத்தன்மை கிடைத்துவிடுவதுபோல, அது இந்த உலகின் இன்னுமொருமுறை தன் முன்பாக உயிர்மீண்டு வருவேன் என்பது மாதிரி மீண்டும் மீண்டும் அதற்கென அவன் காட்டிய முகவசைவு. அதுவரை அவனுடன் இருந்தவைகள், அதிலும் சம்போகங்கள், உடல்கள் முயங்கிய வேகம், திருகல்களின் சித்திரம், வசவுகள் வெளிப்பட்ட உணர்ச்சி விளிம்புகள், உலன்ற கற்பனைக் கதாபாத்திரங்கள், சீண்டல்கள், அணைப்புகள், முத்தங்கள் என அத்தனையும்

சீழ்பிடித்து நாறுவது போலிருந்தன. தாளிடாத மதில் கதவை வெறித்தவாறிருக்கையில் தெருவாசிகளில் சிலர் அவசரமாக அவளை நோக்கி வந்து நிற்பதை நிமிர்ந்து பார்த்தாள். சந்துரு இறந்துவிட்டச் செய்தியை உதிர்க்க முடியாத சொற்களுடன் முகங்களில் காட்டினார்கள்.

லாஸியாவுக்கு அவர்கள் என்ன சொல்லப்போகிறார்கள் என்பது தெரியும். சந்துருவின் உருவப் பொம்மைகூட என்றைக்காவது காணமல்தான்போகும். தனது ஆழ்மன சூட்சமச் சேகரிப்புகள் சஜ்ஜூவின் ஸ்தூல உருவத்தில் கண்முன் வந்து நிற்கும் என்பதும், அவனால் அதைப் புரிந்துகொள்ள முடியாதென்பதும் அவள் அறிவாள். இருபது வருடமாக இப்படி மனக்குகைக்குள் பறந்துகொண்டே இருக்கும் பறவையை பிறகு, எப்படித்தான் வெளியே அனுமதிப்பது? சஜ்ஜூவின் அறையில் நிர்வாணமாகப் படுத்திருந்தபோது அவளுக்கு சஷியின் நினைவு திடீரென வந்தது. அவளிடம் எல்லாவற்றையும் முதலிலிருந்து கூற வேண்டும். புரிகிறதோ இல்லையோ அவளுக்குத்தான் அதற்கான தகுதி உண்டு. அந்த அறையில் வெளிச்சம் கூட இல்லை. அவ்வளவு கூளத் தோற்றத்திற்குள் ஒரு புணர்ச்சி நடப்பதைக் கற்பனைகூட செய்ய முடியாது. பிறகு, எப்படி சஜ்ஜூ அவள் கூறியதைக் கற்பனை செய்திருப்பான்?

லாஸியா, சஷியிடம் நடந்த அத்தனையும், தனிமையில் இருக்கையில் சஷியின் நீண்ட நாள் விருப்பத்தினை ஏற்று, மது அருந்திக் கொண்டே சொல்லி முடித்தாள். சஷி பெரியதாக ஒன்றும் வியப்போ அதிர்ச்சியோ காட்டவில்லையென்றாலும் ஆதுரமான அவளது அருகாமை ஆசுவாசமளிக்கப்போதுமானதாக அமைந்தது. லாஸியாவுக்கு சட்டென சஷிக்கு நாற்பது வயதானதாகத் தோன்றிற்று. கொஞ்ச காலமாக அவளுக்குமே லாஸியாவின் திடீர் மாற்றத்தின்மேல் கோபம் இருந்ததை ஒப்புக்கொண்டாள். அதற்காக மன்னிப்புக் கேட்டு முத்தம் கொடுத்தாள். “போதும்” என்று சஷியிடமிருந்து பாட்டிலை மறைக்க வேண்டியிருந்தது.

நிச்சயம் சஜ்ஜூவால் அவளது காதலைப் புரிந்துகொண்டிருக்க வாய்ப்பு இல்லை. அவர்களுக்குள் நடந்த புணர்ச்சி ஒரு நிமித்தம். அதுதான் அவனுக்கு முதல் தடவை என்று பெருமிதப்பட்டான். சரி போகட்டும். அவனது சூட்சமச் சேகரிப்பிலிருந்ததன் ஸ்தூல உருவம்

லாஸியாதானா? அது பற்றி அவன் எதுவும் சொன்னதில்லை. இல்லாமலிருக்கலாம். பிறகு, லாஸியாவை எந்த வகையில் மோகித்திருப்பான்? லாஸியா அவனிடம் பரிமாறிய இளவயது நினைவுகள் அவனது நினைவுக்குள் பத்திரமாகவே இருந்தன. அவளது அழகும் மாந்தளிர் நிறமும், மின்மினிகள் மொய்த்ததும் அவனுக்குப் பிடித்தன. அப்படியென்றால் சம்போகத்தில் கற்பனைக்குள் அவள் இளமையாகத் தோன்றியிருந்திருப்பாளா? அது சாத்தியப்பட்டதா? என்று சஷி கேட்டுக்கொண்டே உறங்கிவிட்டாள்.

□□□

நன்றி:

பேராசிரியர் நன்னை அவர்களுடனான காலை நடை உரையாடலுக்கு

குறுநாவல்கள்

இந்திரஜாலம்

ஆவணித் திங்கள், மூன்றாம்பிறை, பிரம்ம முகூர்த்தத்தில் நகரச்சத்திரத்தில் கூடிய முந்நூற்றி இருபது குடும்பங்கள், இராஜத் துரோகக் குற்றத்திலிருந்து தப்பிக்கும் வழி கிடைக்காமல் ஸ்தம்பித்திருந்த அதே சமயம், தலைமறைவான மாவடிப்பிள்ளையின் வீட்டில் மகன் சாம்பாஜி உறக்கமின்றி, கைமீறிப் போன காரியங்களை நினைத்தபடி, திண்ணையில் நித்ய துயிலிலிருக்கும் வெள்ளக்குட்டியைப் பார்த்தவாறே சீராக வெளிவரும் அவரது குறட்டையைக் கேட்டுக்கொண்டு அமர்ந்திருந்தான். விடிந்தால் தசரா விழா. சமஸ்தானமே கொண்டாட்டத்தை அனுபவிக்கப் போகிறது. வேட்டுச் சத்தத்தில் சிட்டுக்குத் தூக்கம் கலைந்து இறகை விரித்துக் கத்தியது. கற்பூரவள்ளியைப் பிட்டு நீட்டினான். பின்னால் அகன்று தலை மயிரெல்லாம் குத்திட்டு நிற்கக் கோபத்திற்கு மாறியது. சாம்பாஜி அமைதியானான். வெள்ளக்குட்டி இன்னும் தூக்கத்திலிருந்தார். ஆத்மாவும் ஆக்கையும் அருகருகே கட்டிக்கொண்டு உறங்குவதுபோலிருந்தது அவரது தோற்றம். சாம்பாஜிக்கு நேரம் ஆக ஆக என்ன முடிவெடுப்பதெனப் பிடிபடவில்லை. ஈரத்தில் நனைந்திருப்பது போன்று நடுக்கம். கையறு நிலை, விதானத்தை அண்ணாந்தான், விளக்கைச் சுற்றும் பூச்சிகளை வெறித்தான், சுவரில் தொங்கும் சதாசிவ பிரம்ம பக்கிரியின் படத்தைப் பார்த்தான்.

இப்படியே எவ்வளவு நேரம் இருப்பது? வௌவால் ஒன்று தொங்குவதும் பறப்பதுமாக அலைந்தது. சட்டென, தற்கொலைக்கு முயலலாம் என்கிற யோசனை தோன்றிற்று, ஆனால் அதற்கொரு சாகஸ தைரியம் தேவை. எல்லோருக்கும் வாய்க்காது யோக அப்பியாசிகளுக்கே சாத்தியம். அப்பியாசம் இல்லாவிட்டாலும் யோகமாவது கிட்ட வேண்டும். கடவுள்போல எங்கிருந்தோ வந்து உதித்தால் நல்லது. சாம்பாஜி கைகளைக் கூப்பி அந்த அதிர்ஷ்டத்திற்காகப் பிரார்த்தித்தான்.

புதுக்கோட்டை சமஸ்தானத்தில் காந்தியின் பெயரைவிடவும் இந்திரஜாலசாகரம் திரு. சாம்பாஜி என்கிற பெயரை உச்சரிக்காதவர்கள் கிடையாது என்று சொல்லலாம். சாம்பாஜிக்கு முப்பத்தி ஐந்து வயதுதான் இருக்கும். அவனுடைய இந்திரஜாலவித்தை அன்றைக்கு புதுக்கோட்டை முழுக்க மகா பிரபலம். இத்தனைக்கும் மிகப்பெரிய சர்க்கஸ்களைப் போன்று பெரிய கூடாரமோ குள்ளர்களோ அந்தர சாகஸங்களோ மிருகங்களோ கவர்ச்சியான பெண்களோ எதுவுமே இல்லை. வெறும் ஆர்மோனியம் வாசிப்பவரும் கஞ்சிரா தட்டும் கிழவரும் சாம்பாஜியுடன் உதவிக்கு நிற்க நடுவயதில் ஒருத்தர் என மொத்தம் நான்கே பேர்கள். கிழவரின் விரல்களுக்கு மனதை வித்தையுடன் கட்டிவிடும் நுணுக்கம் உண்டு. ஜயதேவரின் கீத கோவிந்தம்தான் வித்தை முழுவதும் கிழவர் பாடுவார். அவ்விடத்துக்குச் சம்பந்தமில்லாத ஆராதனைதான். கிழவருக்கு அது மட்டுமே தெரியும். நடுங்கினாலும் குரல் லாகிரி சாரீரமாக இருக்கும். ஒரு நிலைக்குமேல் ராதையாகவே மாறிவிடுவார். ஏக்கத்துடன் கிருஷ்ணனை இசையால் ஆலிங்கனம் செய்வார். காமத்தின் தவிப்பும் வித்தையின் கண் கட்டுத் தந்திரங்களும் ஒருவித மனோரஞ்சிதமான சூழலை அமைக்கும்.

சாம்பாஜி பிறந்தபோது அவனை மிகப்பெரிய கணிதசாஸ்திர நிபுணன் ஆகவோ அல்லது வானசாஸ்திரத்தில் தீபிகை ஏற்றவோதான் பிள்ளை விரும்பினார். ஆனால் இரத்தத்தில் ஊறிய அவன் தாயார் வழிக் குலத்தொழில், இது மாபெரும் பேராசை உனக்கு எனப் பிடரியில் அடித்துவிட்டது. இத்தனைக்கும் அவள் அவனை எந்த வித்தைக்கும் அழைத்துப் போனதில்லை. தான் சௌராஷ்டிராவிலிருந்து வித்தைக்காக இங்கு வந்ததும் திருமணம் முடித்ததுடன் வித்தைகளை மூட்டை கட்டி வைத்ததென எதுவும்

குழந்தைக்குத் தெரியாது. ஆனால் ஆணைவிட பெண்ணின் வீரியம்தான் ஜெயித்தது. வித்தை எப்படியோ வளர்ந்து உருத்திரண்டு அவனது எட்டாவது அகவையில் பாடசாலையில் சுண்ணக்கோலை எழுதாமல் செய்ததில் வெளிப்பட்டது. பையனின் சகவாசிகளுக்கு அபரிமிதமான ஆச்சர்யம். கேள்விப்பட்டதும் பிள்ளை தலையில் அடித்துக்கொண்டு சரிந்துவிட்டார். இனி தலைவிதியை அழித்தெழுதும் பிரயத்தனத்தையும் அன்றே கைகழுவினார். சாம்பாஜி தன் இருபதாவது வயதில் கண்கட்டுத் தந்திரங்களை சுயமாகவே கற்றுத் தேர்ந்தான். அப்படி அறுபத்தி மூன்று ஜாலங்கள் அவனுக்குக் கை வரும். கற்பூரத்தைத் தீயின்றி எரிய வைப்பது, நாணயத்தைச் சுண்டாமல் சுற்ற வைப்பது, தண்ணீரில் விளக்கைப் பொருத்துவது, குச்சிக்கு காந்த சக்தி அளிப்பது, ஏன் எதிரிலிருப்பவனின் பெயரையே ஒரு கணம் மறக்க வைக்கவும் அவனால் முடியும். மகனின் ஜாலங்களில் ஒரு ஆதாரச் சூட்சுமமாக விஞ்ஞானம் இருப்பதைக் கண்டு பிள்ளை சற்றுச் சமாதானமடைந்தார். கூடவே அவனுடைய திறமையில் இரண்டு திருத்தங்களைச் செய்தார். ஒன்று ஒவ்வொரு முறையும் வித்தை முடிகையில் அதில் சிலவற்றை வேடிக்கை பார்த்தவர்களுக்கு ரசிகதட்சணையாக விட்டு வருவது. இது பார்க்கிறவர்களுக்கு ஆர்வத்தை அளிப்பதோடில்லாமல் அவனுக்கும் புதியதை யோசிக்கும் புத்திக் கூர்மையை ஏற்படுத்தும். இரண்டாவது, ஊர் ஜமீன் அல்லது ஊர் முக்கியஸ்தர் இவர்களின் ஜாதகத்தைக் கணித்து நடக்கப் போவதை சூசகமாக அறிவிப்பது. அதாவது, வித்தையின் ஒரு ஜாலத்தில் அவர்களின் பிறந்த தேதியைக் கூறும் நிகழ்வில் தேதியைக் கேட்டுப் பெற்று அடுத்த வருகையில் பொட்டில் அடித்தாற்போல அவர்களுக்கு உரைப்பது. முதல் திருத்தம் சாம்பாஜியின் புத்தி செழிப்புக்கென்றால் இரண்டாவது திருத்தம் பிள்ளையின் காலசாஸ்த்ர பாண்டித்தியத்தைக் காட்டுவதற்கு. இந்த இரண்டும்தான் சாம்பாஜியின் வித்தைக்குழுவையும் பிள்ளையின் பெயரையும் சமஸ்தானம் பூராவும் பிரபலம் ஆக்கியது.

காட்டுபாவா பள்ளிவாசல் சதுக்கத்தில் திரண்ட ஜனச்சந்தடிக்கு நடுவே வித்தையை முடித்து இளஞ்சாவூர் ஜமீன் பங்களாவில் விருந்துண்ணும்போது ஊருக்குக் கிளம்பச் சொல்லி ஆள் அனுப்பியிருந்தார் மாவடிப்பிள்ளை. இன்னும் எட்டு ஊர்கள் பாக்கி, நான்கைந்து ஜமீன்கள் தனிப்பட்ட வகையில் சந்திக்க விருப்பம் தெரிவித்திருந்தார்கள். ஒரு மாதத்துக்கான காலத்திட்டம்

வைத்திருந்தான். விசயம் அதைவிட அவசரம், சாம்பாஜிக்கு குமாஸ்தா மகளைப் பேசி முடித்தாயிற்று. வளர்பிறைக்குள் பெண் பார்த்துவிட வேண்டும். தன் வித்தைச் சகாக்கள் மூன்று பேருக்கும் தங்குவதற்கான இடமும்- ஜமீனின் தயவில்- நாலைந்து நாட்களுக்குச் செலவுக்குக் காசும் ஏற்பாடு செய்து, சாம்பாஜி மட்டும் தனியாக ஒரு வண்டி கட்டிக்கொண்டு ஊரை அடைவதற்குள் இருட்டிற்று.

வண்டி கவிநாடு ஏரியைத் தாண்டும்போதே வீட்டில் விளக்கு எரிவது தெரிந்தது. நடுநிசியில் இப்படி விளக்குடன் பிள்ளை அமர்ந்திருப்பவரல்லர். புதுப் பழக்கம்தான். வேலிக்கதவைத் திறந்து சாம்பாஜி உள்ளே வந்தான். பிள்ளையுடன் புதிய ஆள் ஒருவரும் இருந்தார். அருகில் கடலை ஓடுகள். பேச்சுத் துணைக்கு அவித்துச் சாப்பிட்டிருக்க வேண்டும். சாம்பாஜி புதியவரை வெளிச்சத்தில் பார்த்தான். பிள்ளை அவனை அவரிடம் அறிமுகப்படுத்தினார். நல்ல தாட்டியான உருவம். பெரிய மீசை, பிரடியில் புரளும் கத்தரித்த பெரிய சிகை, குண்டு விழிகள். மையிட்டது போன்ற துருத்திய அழகு. பித்தளைப் பானையை மடியில் வைத்திருப்பது போன்ற தொப்பை. பிரிட்டிஷரசில் ஓய்வு பெற்ற குமாஸ்தாவாக இருக்கலாம் அல்லது மணப்பெண்ணின் தகப்பனாராகக்கூட, தரகர்களுக்கும் இந்த உருவம் உண்டு சடுதியில் ஓடிய இப்படி வேடிக்கையான எண்ணங்களை ஒதுக்கிவிட்டுப் புதியவருக்குப் பணிவுடன் வணக்கம் என்றான். புதியவர் சிரித்தார். பிரிட்டிஷ் இந்தியாவின் பருத்திக் கொள்முதல் வியாபாரி பெயர் வெள்ளக்குட்டி என்றார். அருகில் கிளி கீ கீ என்றது. அப்போதுதான் கவனித்தான், கொழுந்து இலைகளைக் குவித்ததுபோன்று தூய பச்சை. அவன் நெருங்கியதும் அவரது முதுகுக்குப் பின்னால் சென்றது. குளித்து ஈர உடையில் நாணும் பெண்ணைப் போன்று தளுக்கு அதனிடத்தில்.

சாம்பாஜி வணக்கம் வைத்துவிட்டு பிள்ளையிடம் திரும்பி ஏதோ கேட்பதற்குள் வெள்ளக்குட்டி அவனிடம், “வித்தை தொழில் எல்லாம் நல்லபடியாக போகிறதா? கூட்டம் எப்படி? மற்றவர்கள் எங்கே?” என்றார். பிள்ளை அதற்கு “அதென்ன. சகல சௌகரியங்களுடன் எங்காவது தங்க வைத்திருப்பான். கெட்டிக்காரன்” என்று பதில் கூறியதுடன் சாம்பாஜியைப் பார்த்தார். மறுபடியும் அவன் பார்வை புதியவரை சட்டை

செய்யவில்லையெனக் காட்டியது. பிள்ளைக்குக் கடும் கோபம். அவன் தோளைப் பிடித்துத் திண்ணைக்கோடிவரை ரகசியம் பேசுவதுபோல இழுத்து வந்து, “இதுதான் பெரிய மனுஷரிடம் காட்டும் மரியாதையா?” என்றார். “ஏன் ஏதும் முக்கியஸ்தரா?”

பிள்ளை கீழ் ஸ்தாயியில் “அடே, மனுஷன் மகா புத்திவான். உலக ஞானத்தைச் சுருட்டிக் காதில் செருகியிருக்கிறார். செருப்பு தேயாத இடமில்லை. நாக்கு பல பாஷைகள் அறியும். பருத்திக் கொள்முதல் வியாபாரமெல்லாம் பெயருக்குத்தான்போல. அரசக் குடும்பங்களுடன் தொடர்பு இருக்கிறது. விருந்துண்ணாத அரண்மனை கிடையாது என்கிறார். இன்ன இடத்தில் இது கிடைக்கும் இது சரியிருக்காது என சகலமும் இவரைக் கேட்டுத் தெரிந்து கொள்வார்களாம். ஜெய்சல்மர் மன்னருக்கு காமாலை மருந்து இங்கிருந்து அனுப்பிப் பிழைக்கச் செய்ததில் நல்ல நெருக்கம் ஏற்பட்டு கோட்டைக்குள் சொந்தமாக சிறிய பங்களாவையே கேட்டு வாங்கிவிட்டாராம். பிக்கானர் அரசி ஏதோவொரு பெயரைச் சொன்னாரே, அவளுக்கு வரப் போக இராமேஸ்வரத்தில் இடம் வாங்க மன்னர் சேதுபதியைப் பார்க்க வந்திருக்கிறார். அப்படியே கொச்சி சமஸ்தானத்துக்கு நடப்பு ஆண்டுக்கான பருத்திக் கொள்முதலுக்கு விஜயவாடாவையும் புதுக்கோட்டையையும் தேர்ந்தெடுத்திருக்கிறார்போல. அதுபற்றிப் பேச திவானைச் சந்திக்க வேண்டுமாம். பாவம் திவான் மதராஸ் போனது தெரியவில்லை. தர்பார் பங்களாவிலே தங்கலாம், ஆனால் வியாபார சூட்சுமம் அப்படி அரசர் இல்லாத பொழுதில் தங்குவது வணிகத்துக்கு பங்கம். மன்னரும் நாட்டில் இல்லை. என்ன செய்வது? திவான் வரும்வரை வியாபாரத்திற்கு வந்தது தெரியாமல் மறைந்திருக்க வேண்டுமாம். சரிதான் ஒப்பந்தங்கள் இப்படித்தான் நடக்கும்போல. தங்குவது நமக்குக் கிட்டிய நல்வாய்ப்பு. உன் அம்மாவுக்குத்தான் ஏக கோபம். உனக்கென்ன உள்ளேயா படுக்கப் போகிறார். திண்ணையில் படுக்கட்டுமென்று அடக்கிவிட்டேன். இதுபோன்ற ஆட்களின் பழக்கம் கிடைக்காது. அவளுக்கென்ன தெரியப் போகிறது. நீ பத்து ஊர் சுற்றுபவன் உனக்கு நல்ல அனுபவம் இது. நம்மைப்போல செல்வாக்கில் சற்றும் சளைக்காதவர். எனக்கு சமஸ்தானத்தில் இருப்பதுபோல அவருக்கு இந்தத் தேசம் பூராவும். ஆனால் சுத்தமான அறிவு. சகலமும் அறிந்தவருக்கு கால சாஸ்திரம் தெரியவில்லை. என்னிடம் கேட்டுத் தெரிந்து கொண்டார். பேசினால் இரண்டே

நாளில் கரைத்துக் குடித்துவிடுவார். கற்பூரம். இத்தனைக்கும் குண்டு மணியளவும் தலைக்கனம் இல்லை. ஹாஸ்யமான ஆள். திண்ணையில்தான் உறங்கினார். பாவம் வெளியே பூச்சிக்கடி, மழைக்கு ஈசல் அலைகிறது. கூதல் வேறு. இரவு முழுவதும் பேசிக்கொண்டிருக்கிறார். எனக்கும் பொழுது போய் விடுகிறது. பகலில்தான் உறங்குவார்போல. உலக வியாபாரிகள் இப்படித்தான் இருப்பார்கள். சரி நீ போய்ப் படு காலையில் குமாஸ்தா வீட்டுக்குக் கிளம்ப வேண்டும். பெண் அஷ்ட லட்சணம். ஆனால் பொந்துக்கிளி. உனக்குச் சரிப்படும்." பிள்ளை வெள்ளக்குட்டி மேலிருந்து பார்வையை விலக்கவே இல்லையென்பது புதிய சில பாவனைகள் ஒட்டிக்கொண்டதிலிருந்து தெரிந்தது.

வெள்ளக்குட்டி கிளம்புவதாகச் சொன்ன விடியற்காலைக்கு முதல்நாள் இரவு, அதாவது அவர் வந்த நான்காவது நாள், ரங்கூன்தாசர், சன்னாசி, தீட்சன்யசாஸ்திரி, ராமசாமி ஐயர் போன்ற ஊர் முக்கிய பிரமுகர்கள் அவரைப் பார்ப்பதற்காக வந்திருந்தனர். பொதுவாக பிள்ளையின் கால சாஸ்த்ர விசாரத்திற்குத்தான் இப்படிக் கூடுவதுண்டு (ஆனால் இரவில் இல்லை). இப்போது வெள்ளக்குட்டி தன் பக்கம் விசிறிகளை இழுத்துவிட்டாரென சாம்பாஜி நினைத்தான். திண்ணை ஓரத்தில் போடப்பட்டிருந்த பிள்ளையின் சிறிய மர பெஞ்சும் நாற்காலியும்தான் இருவருக்கும் அளவளாவும் இடமாகவும் அவ்வப்போது சாப்பாட்டு மேசையாகவும் மாறியிருந்தது.

கொள்ளு அவித்து கீரைத்தண்டுடன் வதக்கி ஆறிய சாதத்தில் புரட்டி, கொத்தமல்லி தூவிய மிளகாய்த் துவையல் தொட்டு எல்லோரும் சாப்பிட்டு முடித்த பின் சாம்பாஜி சாப்பிட அமர்ந்தான். காரமும் கசப்பும் கலந்த மணம். தங்கிய இரண்டு நாட்களும் வெள்ளக்குட்டிதான் சாப்பிடும் உணவை முடிவு செய்தார். அதாவது சில குறிப்புகளைக் கூறுவார், அதன்படி சாம்பாஜி செய்து கொண்டு வருவான். பிள்ளை உள்ளே எட்டி மனைவி சாப்பிட்டாளா என்று பார்த்துக்கொண்டார். வெள்ளக்குட்டி "நாளை கிளம்பும் முன் முதல் முறையாக உன் பாரியாளைப் பார்த்துச் சொல்லிவிட்டுத்தான் போவேன்" என்றார் புன்னகையுடன். சாம்பாஜிக்கு ருசி கண்ட நாவை இனி எப்படி சமாளிப்பதென்கிற கவலை. டக்ளஸ் ஹெய்க் பிரபு வைஸிராயாக நியமிக்கப் போவதாகப் பேச்சு

அடிபடுவது பற்றி வெள்ளக்குட்டி பீடிகை போட்டார். யாரும் சிரத்தையுடன் கேட்பதாகத் தெரியவில்லை. இரண்டு நாட்களாக அவனும் பார்த்தவரையில் வெள்ளக்குட்டியின் புருவத்தை உயர்த்தி மோவாயைத் தேய்க்கும்படி யாராலும் முடியவில்லை. பிள்ளை பலதும் கூறிப் பார்த்தார். எல்லாமே அவர் கேட்டுப் புளித்தவையாக இருந்தன.

சில கணங்கள் கழித்து சாஸ்திரி, "வங்காளம் முழுக்க காலரா என்கிறார்களே உண்மையா" என ஆரம்பித்தார்.

"வங்காளம் என்ன மெட்ராஸ் மாகாணத்திற்கே வந்துவிட்டதே" வெள்ளக்குட்டி பலமாகக் கூறினார்.

"என்ன செய்வார்கள்?"

"சீதளம் போகிறவர்களை விட்டால் பரப்பி விடுவார்கள். பேதி நிற்கும்வரை தனியறையில் அடைத்து வைக்கிறார்கள்."

"எல்லோருக்கும் அத்தனை அறைகள் இருக்கின்றதா?" ரங்கூன் தாசர் கேட்டார்.

"உண்டு. பெரிய வராந்தா." வெள்ளக்குட்டி கைகளை விரித்து அளவு சொல்வதற்காக பிள்ளையின் வீட்டைச் சுற்றும் முற்றும் பார்த்தார். "உங்களுடைய மன்னரின் குதிரைக் கொட்டாரத்தைப் பார்த்திருக்கிறீர்களா அதுபோல. ஆனால் ஓலைத்தட்டி வைத்துத் தடுத்திருப்பார்கள். ஓராள் படுக்கும் அளவு. வாசலில் உப்புக்கரைசல் பானை வைத்து கருப்பட்டி போட்டிருப்பார்கள் அதுதான் ஆகாரம். மூலையில் சின்ன பிறைவடிவில் மலக்குழி, அதற்கு வெளியே சிறிய துவாரம். அது நீண்டு சிறிய வாய்க்காலோடு சேர்கிறது. மலவாய்க்கால் அப்பால் ஒரு பெரிய கிணறில் போய் முடியும். பேதிக்கிணறு."

சாஸ்த்திரி வேட்டியால் மூக்கைச் சிந்தி ச்சீ என்று துடைத்தார். ராமசாமி ஐயர் தயக்கமாக "அங்கு என்ன செய்வார்கள்?" என்று மெல்ல விசாரித்தார். வெள்ளக்குட்டி உடல் குலுங்கச் சிரித்துக்கொண்டே "எனக்கென்ன தெரியும். காலராவில் செத்தவர்களிடம் கேட்க வேண்டும்" என்றார். "வேண்டாதவர்களைப் பிடித்துத் தள்ளுவார்களாக்கும்" தாசர் சரிதானே என்பது போல சிரித்தபடியே மாவடிப்பிள்ளை பக்கம் திரும்பினார். பிள்ளை சுவாரஸ்யமின்றி ஏதோ யோசனையில்

ஆழ்ந்திருந்தார். சம்பாஷணையைக் கவனிக்கவில்லையென்பதை முகம் காட்டியது.

"தட்டியில் இருப்பவர்களுக்கு மருந்து உண்டா?" ஐயர் மறுபடியும் தயங்கினார். "உமக்கு வேண்டியவர் யாருக்கும் காலராவா?" வெள்ளக்குட்டி கேட்டார். ஐயர் பலமாக மறுத்தார். "மருந்துக்கு எங்கு போவது. வேண்டப்பட்டவர்களுக்கு உண்டு. உனக்கும் எனக்கும் கொடுத்து என்ன ஆகப்போகிறது?" சாஸ்த்திரி சரிதானே என்பதுபோல வெள்ளக்குட்டியைப் பார்த்தார்.

"பிறகு?"

"பிறகென்ன செத்ததும் தொரட்டி வைத்து வெளியே இழுத்து களப்பையில் கட்டிக்கொண்டு போய்ப் பெரிய குழியில் புதைத்து விடுவார்கள்"

சாஸ்த்திரி திடுக்கிட்டு, "பெரிதாக இருக்குமில்லையா?"

"ஆமாம் சீதள உலகம்" வெள்ளக்குட்டி தீவிரமான முகத்துக்கு மாறினார். "அதாவது ஊருக்குள் நுழையும் குடியானவர்களுக்கு நீராகாரம் கொடுத்துப் பரிசோதிப்பார்கள். திடமானவர்களுக்கு ஒன்றும் செய்யாது. வியாதியஸ்தர்களென்றால் குடித்த சில நிமிடத்தில் பேதி நிச்சயம். இந்த விசயத்தில் சர்க்கார் மருத்துவர்களைக்கூட பிரிட்டிஷ் சிப்பாய்கள் நம்புவதில்லை. சீதளம் போனவர்களை அள்ளிக்கொண்டு போக மாட்டுவண்டி தயார். பொட்டல் மருத்துவமனையா, தனிச்சிறையா எனப் போகும்போதுதான் தெரியும். இதைக் கண்டதும் மற்றவர்களுக்கும் வயிறு புரட்டிவிடும்."

"நாளையே திவானைப் பார்த்து விடுவீர்களா?" பிள்ளை சம்பந்தமில்லாமல் கேட்டார். சட்டென அப்படிக் கேட்டதை மற்றவர்கள் கவனிக்கவில்லை. "சந்தர்ப்பம் கிடைத்தால் சீமையிலிருக்கும் தொண்டைமான் மன்னரைப் பற்றி அவர் என்ன நினைக்கிறாரென்று கேட்டு பாருங்கள்" என்றார்.

"மன்னர் ராஜ பைரவ தொண்டைமான் ஆஸ்திரேலியாவில் திருமணம் செய்து குடித்தனமாகி ஏழு வருடங்கள் இருக்கும். ராஜ குடும்பத்திற்கு இதில் உடன்பாடு இல்லை. இப்போது திவானாக இருப்பது அவரது சகோதரர். தர்பாரின் முக்கிய

விசேஷக் காரியங்களில் திவானும் ராணியுமே முடிவெடுத்து விடுவார்கள். பின்னர் மன்னரிடம் ஒப்புக்கு அனுப்பி வைப்பதுடன் சரி. மன்னரும் கடலுக்கப்பால் இருந்துகொண்டு எவ்வளவு நாள் ஆட்சி நடத்த முடியும். ஆனால் ஒவ்வொரு தசராவின்போதும் தொண்டைமான் திரும்பி வருவதாகவும் ராஜ்யத்தை மறுபடியும் ஏற்றுக்கொள்வதாகவும் ஊருக்குள் பேச்சு அலையும். நாங்களும் பிள்ளையிடம் கேட்போம், கட்டத்தைப் பார்த்து அவரும் ஆமோதிப்பார். ஆனால் மன்னர் வருவதுபோலில்லை. புலி வருவதாக இன்றைக்கு நாளைக்கு என எதிர்பார்த்துச் சலித்து விட்டது. சரி அப்படியே வந்தாலும் அரச பதவி உண்டா இல்லையா என்கிற விவாதம் ஒருபுறம். பறங்கிப்பெண்ணுக்குப் பிறந்த மகனிடம் எப்படி ராஜ்யத்தை அளிப்பது?" சாஸ்த்திரி மேற்கொண்டு தொடர்வதற்குள் வெள்ளக்குட்டி குறுக்கிட்டார்,

"நாட்டை பறங்கியர்கள் ஆளும்போது சீமையில் பறங்கிப் பெண்ணை மணந்தவருக்கு சமஸ்தானத்தை ஆளக் கொடுப்பதில் என்ன சிக்கல்?" உதட்டைச் சுழித்து பதில் என்ன என்பதுபோல தலை அண்ணாந்தார். மாவடிப்பிள்ளைக்கு என்ன பதில் சொல்வதென்று தெரியவில்லை.

"இது ஒரு சாதாரண விசயம். மணிப்பூர் சமஸ்தானத்தில் அரசரின் வாரிசு ஒருவர் வெள்ளைக்காரியைத் திருமணம் செய்திருக்கிறார். பிக்கானர் மன்னருக்கும் வைஸிராயின் மனைவிக்கும் அந்தரங்கக் காதல் இருப்பதாகப் பேச்சு உண்டு. சாலிஸ்பரிக்குத் தெரிந்தே அவருடைய மனைவியை நவாப்பின் கடைசி வாரிசு காதலிப்பதாகச் சொல்கிறார்கள். காதல் கடிதங்களை சாலிஸ்பரியே பிரித்து வாசித்திருக்கிறாராம். ஷேக்ஸ்பியரின் நாடகம்போல அதற்கு பலவித அர்த்தங்கள் இருந்திருக்கின்றன. விசாரித்ததில் நவாபு மகனுக்கு ஆங்கிலமே தெரியாதாம், ஒருவேளை சாலிஸ்பரியின் மனைவி கற்றுக் கொடுத்திருக்கலாம் என்கிற முடிவுக்கு வர வேண்டியிருந்தது. இது எப்போது நடந்திருக்கும்? அதுவும் கடிதம் வாயிலாக! எப்படிப் பார்த்தாலும் ஆங்கிலத்தில் காவியப் புலமை வர அதை கண்ணை மூடி பாராயாணம் செய்திருக்க வேண்டும் இல்லையா?"

"இரண்டு வருடம் தேவைப்பட்டிருக்குமா?" சாம்பாஜி தயக்கத்துடன் கேட்டான்

“சீ வாயை மூடு. அதென்ன அவ்வளவு சுலபமா.” பிள்ளை சாம்பாஜியை முறைத்தார். “ஐந்து வருடம் ஆகலாமில்லையா?” என்றார் சந்தேகமாக.

வெள்ளக்குட்டி வேட்டியை அவிழ்த்துக் கட்டியபடி “பன்னிரெண்டு வருடங்கள் கடிதத் தொடர்பு இருந்திருக்கிறது.” சாம்பாஜி அசந்து போனான். “ஆமாம் சிரமசாத்யம்தான். ராணி ஏற்காட்டுக்கு ஓய்வுக்குப் போகும்போது நவாபு மகனுக்கு எட்டு வயது. ஆனால் தோள்வரை நிற்கும் குதிரைக்குட்டி உயரம். நவாபு ஆசைப்பட்டாரெனக் கற்றுக்கொடுக்க ஆரம்பித்து பத்து வருடங்கள் நீண்டிருக்கிறது கடிதத்தில். சாலிஸ்பரியும் கண்டுகொள்ளவில்லை. மேற்றிராணிக்கு அவர்மேல் துளியும் விருப்பம் கிடையாது. உயர்ரக ஒப்பந்த வாழ்க்கை. சிறுபையன் மீது சந்தேகம் வரவில்லை. நவாபு மகன் வளர்ந்து விட்டான் கல்யாணம் செய்து கொள்ள ஒற்றைக்காலில் நிற்கிறான். என்ன செய்வது? இருவரையும் பிரிக்க வழியின்றி நவாபும் சாலிஸ்பரியும் ரகசிய ஒப்பந்தத்தின் பேரில் கடைசி காலம் வரைக்கும் காதலித்துக் கொள்ளட்டும் என்று முடிவுக்கு வந்துவிட்டனர். கிட்டத்தட்ட இந்த சமஸ்தானத்தின் பிரச்சனையும் இதுபோலத்தான்” வெள்ளக்குட்டி எழுந்து இன்னொரு பக்கம் சரிந்து படுத்தார்.

“ஆனால் இது எப்படி இங்கு பொருந்தும்?”

“பொருந்தும். அதாவது இரண்டுக்கும் பொருத்தமானது ஒன்றுதான். வெள்ளைக்காரனின் மொழி. நாக்கில் மயிற்பீலியால் தேனைத் தடவும் பாஷை. பற்களில் படாமல் அன்னத்தைத் தொடாமல் நாவுக்கு வலி கொடுக்காமல் பேசும் இலகு.”

“பாஷையைக் கற்றுக்கொண்டதுதான் பிரச்சனையா?”

“பாஷையைக் கற்பதில் என்ன இருக்கிறது பிள்ளை. அதொன்றும் குற்றமில்லையே. அறிவுதானே. மூளையின் முதுகைச் சொறிந்து விடுவது போலத்தான். போகட்டும். நான் கேட்க வருவது பாஷையைக் கற்றுத் தருவதற்கான காரணம் எங்கு உள்ளது என்று. அதை இவர்கள் விரும்பித்தான் கற்றார்களா என்பதை உறுதிப்படுத்த வேண்டும். உலகத்தில் எல்லா தர்க்கத்திற்கும் பின்னால் ஒரு சூழ்ச்சி உண்டு. துரதிர்ஷ்டவசமாக எல்லா மன்னர்களின் வாழ்க்கையும் எப்போதுமே யதார்த்தத்திற்கு அப்பால்

இருக்கிறது. எனக்கு இதில் நிறைய ஐயம் உண்டு. எப்படி யதார்த்தம் அங்கு மட்டும் மாயத்தன்மைக் கொண்டிருக்கிறது. அவர்களும் நம்மைப்போல உறங்கி உண்டு உறவாடுகிறார்கள். திருமணம் முடித்துக் குழந்தை பெற்று மூப்படைந்து மாண்டு போகிறார்கள். மாய மந்திரங்களும் சூழ்ச்சியும் அவர்களின் விசுவாசத்திலிருந்து வெளியேற முடியாமல் பிணைந்துவிட்டது. அது யதார்த்தத்தின்மீது கட்டப்படுகிறது. பிறகு தோற்றத்தில் மாயத்தன்மையை அளிக்கிறது. அவர்களால் அதிலிருந்து விடுபட முடியாது. மாயத்தன்மையான வாழ்க்கைதான் ராஜ குடும்பத்திற்கு அழகென நினைக்கிறேன். முடிவில் இயல்பாகவே சாபமும் சூழ்ச்சியும் ஆசையும் அல்லாத ஒரு வாழ்க்கையை அவர்கள் ஏற்றுக்கொள்வதில்லை. சுருக்கமாகச் சொல்வதென்றால் பெரும் சுயநலத்தால் உருவானதுதான் ராஜ வாழ்க்கை. ஒவ்வொரு செயலும் யாருக்காவது சாதகமானதாக இருக்க வேண்டும். அவர்கள் அதில் ஆதாயம் அடையாமல் அது அங்கு நிகழாது. அதைத்தான் முன்னமே கூறினேன் எந்தவொன்றும் காரண காரியமின்றி அங்கு நடப்பதற்கு வாய்ப்பில்லை என்று. காரணமில்லாமல் காரியம் நடக்காது. நவாபு மகன் கடைசி வரை அரியணையை ஏற்கவில்லை. அவனுக்கு அதில் விருப்பமில்லையென்பது காரணமாகச் சொல்லப்பட்டு சாதாரணமாகக் கடந்து போய்விட முடியாது. விருப்பமின்மைக்குப் பின்னாலுள்ள காரணத்திற்கும் அது நிகழ்ந்த காரியத்திற்கும் சம்பந்தம் உண்டு. அதாவது நவாபிற்கு இரண்டு தாரம். மூத்தவளுக்குப் பெண் பிள்ளைகள், இளையவளுக்கு இரண்டும் ஆண். வாரிசு அவர்களில் ஒருவர்தான் வர வேண்டும். நவாபின் பரம்பரைச்சாபக் கணக்கின்படி இரண்டு ஆண் மகன்களிலிருந்தால் ராஜ்யம் நிலைக்காது. மன்னராகும் ஒருவனை மற்றொரு சகோதரனே எதிர்க்கத் துணிவான். ஆக, ஒருவனுக்கு ராஜயத்தின்மேல் வெறுப்பை உருவாக்க வேண்டும் அதற்கு அவன் விரும்பாத ஒன்றை விரும்ப வைப்பது. கனவைக் கலைப்பதற்கு அதைவிட மிகைக் கற்பனையை உருவாக்குவது. அப்படித்தான் ராஜ்ய ஆசையை அழிப்பதற்கு அவர்களுக்கு அந்நிய பாஷை தேவைப்பட்டது. அது வெறும் மொழி அல்ல இன்னொரு பண்பாட்டின் திறவுகோல்.

ரங்கூன்தாசர் மலைத்து விட்டார். "அடேயப்பா என்னவொரு சூழ்ச்சி" என்று சாம்பாஜியைப் பார்த்தார் அவன் பாதி உறக்கத்திலிருந்தான், ஆனால் எதற்கோ தலையாட்டினான்.

“இங்கு நடந்ததும் சூழ்ச்சி என்கிறீர்களா?” மாவடி கொலையைக் கண்டதுபோல ஆகிவிட்டிருந்தார். முகம் வியர்த்திருந்தது. வெள்ளக்குட்டி தொடர்வதற்குள் சாம்பாஜியை உலுப்பிக் குடிக்கத் தண்ணீர் இல்லை என்றார். உடனே தாசர் சொன்னார் “ஆனால் கதை இங்குள்ளது போலவே இருக்கிறது.”

“நான் வெறும் ஊகமாகக் கூறவில்லை பிள்ளை. எல்லாவற்றிற்கும் தர்க்கம் நியாயம் உண்டு. ஒன்றை மட்டும் நீங்கள் நம்பியே ஆக வேண்டும். அரச வாழ்க்கையில் யதார்த்த நிகழ்வு என்பதே கிடையாது. யதார்த்தமாக நிகழும் அத்தனைக்குப் பின்னாலும் ஏதோவொரு காரணம் இருக்கும். அது பல பேர்களின் காரியத்திற்காக இருக்கலாம் அல்லது ஓராளுக்காகவும் இருக்கலாம்.” பனியில் உறைந்துவிட்டதுபோல எல்லோரும் அமர்ந்திருந்தனர். வெள்ளக்குட்டியின் பார்வை ஒருமுறை அத்தனை விழிகளையும் தொட்டு மீண்டது. “புரியும்படி சொல்கிறேன். இதற்கு முன்பிருந்த உங்கள் மன்னர் ராமச்சந்திர தொண்டைமானின் மகன் சிறுவயதிலேயே இறந்து போனது தெரிந்திருக்கும் உங்களுக்கு. அவர்தான் அடுத்த மன்னரின் வாரிசு. ஆனால் துரதிர்ஷ்டவசமாக இறந்துவிட்டான். மன்னர் தன் தமையன் மகனைத் தத்தெடுப்பதாகத்தான் திட்டம் இருந்தது. அதற்குள் மகள்வழிப் பேரனை அதாவது பகதூர் பிறப்பதற்குமுன்பே, கரு சிருஷ்டியாவதற்கு முன்னர் அப்படியொரு திட்டத்தை யோசித்திருக்கிறார்கள். மகளுக்குத் திருமணமும் அவசரமாக நடத்தி நினைத்தபடி பேரன் பிறந்து பட்டத்தை ஏற்றுவிடுகிறான். பிரச்சனை இங்கிருந்துதான் துவங்குகிறது. சட்டப்படி இது சரிதான். ஆனால் ஒரு தலைமுறையையே அவர்கள் ஒதுக்கி விடுகிறார்கள். தாத்தாவிடமிருந்து பேரனுக்கு மகனின் காலத்தைத் தாண்டிச் சென்று விடுகிறது.”

தாசர் இடைமறித்து “மகன் இல்லாதபோது வேறென்ன செய்வார்கள்?” எனக் கேட்டார்.

“வாஸ்தவம்தான். ஆனால் அரசருக்கு, பேரனை நோக்கிக் கை காட்டுவதற்கு முன் பிறிதொரு வாய்ப்பும் இருந்தது. அந்த யோசனையின் பக்கமே செவி சாய்க்கவில்லை. அந்த நிகழ்வுதான் பின்னாளில் சூழ்ச்சியாக மாறுகிறது.”

எல்லோருமே மௌனியாகிவிட்டதுபோல சில கணங்கள் அப்படியே அமர்ந்திருந்தனர். சாஸ்த்திரி தலையை வெளியே நீட்டி நிலவைப் பார்த்து மணி மூன்று இருக்கும் என்றார். வெள்ளக்குட்டியும் அதன்பிறகு ஏதும் பேசவில்லை. அனைவரும் வீட்டிற்குப்போய் யோசித்துப் பாருங்கள் காலையில் நான் கூறியது சரிதானெனப் புரியும் என்று முடித்தார். ஆனால் அவர் முகத்தில் துளி உறக்கமில்லை. அப்போதுதான் பேசத் தயாரானதுபோல அமர்ந்திருந்தார். சிட்டுவிடம் விசிலடித்து விளையாடினார். அது மூக்கைத் தரையில் தேய்த்துத்தேய்த்துச் செய்த சேஷ்டைகள், வெட்கத்தில் காலால் கோலம் போடுவது போலிருந்தது.

மாவடிப் பிள்ளைக்கு அன்றைக்கு முழுக்க உறக்கம் வரவில்லை. பாரியாளிடம் புலம்பிக்கொண்டேயிருந்தது சாம்பாஜியின் காதில் விழுந்தது. காலையில் பேசிக்கொள்ளலாம் படுங்கள் என்றான். சிட்டு வெள்ளக்குட்டியுடன் விசிலடித்து விளையாடிக்கொண்டிருந்தது. இடையில் சிறுநீர் கழிக்க எழுந்தபோது பிள்ளையும் வெள்ளக்குட்டியும் பேசுவதைக் கவனித்தான். அவனால் கண்களைத் திறக்க முடியவில்லை. நாடகம் முடிந்து உறங்குகையில் பிரக்ஞை விடாப்பிடியாகப் பிடித்துக்கொண்டிருக்கும் காட்சிகளுடனும் கதைகளுடனும் தொங்கும் உறக்கம்போல அந்த இரவு இருந்தது. அப்படிப் பல முறை அவனே அக்கதைகளை மறுபடியும் ஓட்டிப் பார்க்கும்போது நாடகத்தைவிடச் சிறப்பான, விறுவிறுப்பான, தர்க்கம் குறையாத சம்பவங்கள் கற்பனையில் நிகழ்வதுண்டு. கதாபாத்திரம் பேசியிருக்க வேண்டிய பல நல்ல வசனங்கள் உதித்து மறுநாள் காலையில் அவை மறந்து விட்டதற்காக அலுத்துக் கொள்வான். இது ஒவ்வொரு நாடக இரவுகளிலும் நடக்கும் வாடிக்கை. இப்படித்தான் அன்றைய இரவும் அவை நினைவிலிருந்து வழுக்கிற்று.

எப்படியென்றால் வெள்ளக்குட்டியின் கூற்றுப்படி மன்னரை அரியணையிலிருந்து அகற்றும் சூழ்ச்சியாகவே இருந்தாலும் அதில் யார் யாருக்கெல்லாம் லாபம் இருக்க வேண்டும்? ஒன்று, பகதூரை வெளியேற்றி அவரது சகோதரன் அரசராக வந்திருக்க வேண்டும் ஆனால் அவர் திவானாகத்தானே இருக்கிறார். அல்லது பிரிட்டிஷ் வசம் ஆட்சி ஒப்படைக்கப்பட்டிருக்கலாம் அதுவுமில்லை.

இந்த இரண்டும் நடக்கவில்லையென்றால் வெறுமனே எதற்கு நீங்கள் சொல்வதுபோல கலாச்சாரத்தைப் புகுத்தி நாட்டைவிட்டு விரட்டுவதில் யாருக்கு சாதகம்? மாவடிப்பிள்ளை கூச்சலிடுகிறார். "இது அவ்வாறு நடந்திருக்காது."

அதற்கு வெள்ளக்குட்டி வேறொரு பதிலைச் சொல்கிறார் "பிரிட்டிஷின் தந்திரம் என்ன தெரியுமா? இந்திய சமஸ்தானம் முழுக்க ஐரோப்பியக் குழந்தைகளைக் கருவுறச் செய்வது. அவை வளர்ந்ததும் ஐரோப்பா எங்கு என்றுதான் கேட்கும். அல்லது தன் பறங்கித் தாயைத் தேடி சீமைக்குப் புறப்படும். அங்கு நிச்சயம் அப்படியொருத்தி கிடைக்க மாட்டாள் இருந்தும் அழகான பறங்கியொருத்தியை மணந்து அவ்வெண்ணத்தை அடைந்து விடும்."

"ஐயோ! இது அபத்தம் நான் கேட்பதென்ன நீங்கள் கூறுவதென்ன. பிள்ளை வாயைப் பொத்திக்கொண்டார். அருகில் குழந்தையுடன் பாரியாள் நிற்கிறாள். "அவ்வாறென்றால் இந்தியா பூராவும் அப்படி மன்னர்களைக் கலாச்சாரத் திரிபைப் புகட்டி விரட்டிவிட்டார்களா? இல்லையே இந்த சமஸ்தானத்தைப் பொறுத்தவரை இது எதிர்பாராத சம்பவம்தான். இதில் யாரும் யாருக்கும் இரண்டகம் செய்யும் எண்ணமுமில்லை. என்னுடைய கேள்வி இதுதான் இந்த சூழ்ச்சியை யார் செய்திருந்தாலும் காலம் அதை நிச்சயம் காட்டி கொடுத்திருக்கும் அவ்வாறு எதுவும் நடக்கவில்லையே." வெள்ளக்குட்டி எந்த பதிலும் கூறவில்லை. அமைதியாக இருக்கிறார். சட்டென குழந்தை சாம்பாஜி அழுகிறான். அம்மா அவனுக்குப் பாலூட்டுகிறாள். சேலைத் தலைப்பை விலக்கி மார்பைச் சப்பியபடி அரண்மனைக் கூடத்தில் சமைந்துபோய் நிற்கும் அத்தனை பேரையும் கவனிக்கிறான். அடுத்த கணம் திடுமென அவன் வளர்ந்துவிட்டான். சேலைக்குள்ளிருந்து வெளியே வருகிறான். அப்பாவைத் தேற்றுகிறான்.

சாம்பாஜி திடுக்கென விழித்தெழுந்தான். நல்ல இருள், வெளியே தவளை இரைச்சல், மாட்டு வண்டி ஓடும் சப்தம், காற்றில் அணைந்துவிட்ட அரிக்கன் மற்றும் வெள்ளக்குட்டியின் குறட்டை திண்ணையில். சொப்பனம் போலவே இல்லை. பால்ய பருவத்தில் நடந்தவற்றின் ஞாபகம். ஒரே சாட்சி நானே. அப்பா சரியான கேள்வியைத்தான் கேட்டிருக்கிறார். வெள்ளக்குட்டியால்

பதில்கூற முடியவில்லை? காலையில் நானே இதைக் கேள்வியாக கேட்டுவிடப் போகிறேன் சாம்பாஜி புரண்டு படுத்துக்கொண்டான். அதன்பிறகு தொடங்கிய தூக்கம் காலையில் கடுக்காப்பியின் வாசனையில் கலைந்தது. சோமப்பன் கடையிலிருந்து ராங்கியர் வாங்கி வந்திருக்கிறார் அவரது குரல் கேட்டது. இருவரும் தீவிரமாகப் பேசிக்கொண்டிருக்கிறார்கள். வெள்ளக்குட்டி வந்ததிலிருந்தே ஊரில் பலதும் அவர் சொல்வதுபோலவே நடப்பதாக ராங்கியர் முணுமுணுக்கிறார். அவனது செவியருகே விழுகிறது. சாம்பாஜி புரண்டான். இன்னும் நிறைய குரல்கள் கேட்டன. வெள்ளக்குட்டியைப் பார்ப்பதற்கென்றே விடிந்தும் விடியாமலும் சனம் வந்துவிடுகிறது என்று முணுமுணுத்தவாறே போர்வை நீக்கிக் கண்விழிக்கையில் ராங்கியர்தான் தெரிந்தார். "உன் அப்பன் கடுதாசி எழுதியிருக்கிறான். எழுந்து படி." சாம்பாஜி புரியாமல் ராங்கியரைப் படுத்தவாறே வெறித்தான். அவர் முகம் கலங்கியிருக்கிறது. சொம்பிலிருந்த நீரை அள்ளி முகம் கழுவி வாய் கொப்பளித்து அமர்ந்தான். திண்ணையில் பதினைந்து பேர் இருக்கலாம். அப்பாவைப் புழக்கடைக்குள் எட்டி அழைத்தான். "சாம்பாஜி. இதைப்படி" என்றார் ராங்கியர் தோளைத் தொட்டு.

"நானே சொல்லி விடுகிறேன்," வெள்ளக்குட்டி அதக்கிய வெற்றிலையை ஓரடி நகர்ந்து அப்பால் துப்பிவிட்டு காகிதத்தை வாசித்தார். சுருக்கமாக, ராஜ துரோகக் குற்றத்திற்கு ஆளாக நேரிட்டதையும் தான் தெரிந்தே அப்படியொரு தவறைச் செய்யவில்லையென்றும் தர்பாரில் இதற்கு மிகப் பெரிய தண்டனை நிச்சயம் கிட்டும் அதைத் தாங்கும் வலிமை தனக்கு இல்லை ஆகவே உலகின் கண் முன்னிருந்து தொலைந்து போகிறேனென பிள்ளை மிக உருக்கமாக ஒரு பத்தியில் எழுதியிருந்தார். தெய்வங்களைத் தொழுது இறைஞ்சி முதல் பத்து வரிகள், மன்னிப்பு, பாவம், குற்றம் எனக் கடைசிப் பத்தி. "எழுதச் சொற்கள் கிடைக்காமல் தடுமாறியிருக்க வேண்டும்" வெள்ளக்குட்டி பரிகசித்தார். சாம்பாஜி, வெள்ளக்குட்டி துப்பிய வெற்றிலை உருண்டையை ஈக்கள் மொய்ப்பதை வெறித்தவாறே கடிதத்தைக் காதில் கேட்டு முடித்தான்.

மாவடிப்பிள்ளையின் வெளியேற்றம் ஊருக்குள் புற்றீசலாகக் கதைகளைக் கிளம்பிவிட்டது. மாவடியின் அற்புதங்கள், பழக்க

வழக்கங்கள், கணிப்புகள், தொண்டைமான் குடும்பத்தின் உடனான நெருக்கம், வளர்ந்தவிதம், திருமணத்தில் நடந்த சுவாரஸ்யங்கள் என தினம் அவரது கதை பேசப்பட்டது. ஆனால் சாம்பாஜி ஒரு வார்த்தைக்கூட பேசாமல் மௌனியாகிவிட்டான். தகப்பனார் தொலைந்ததைவிட அவரைக் காப்பாற்ற அவனிடமிருந்த ஒரே பதிலும் காலையில் கண்விழித்த கணத்தில் முதல் நாள் சொப்பனத்துடனே சென்றுவிட்டதுதான் அவனைத் துக்கமாக்கிற்று. இரண்டு நாட்களாகத் துழாவியும் ஒரு சொல்கூட பிடிக்குக் கிடைக்காமல் வெறும் காட்சிகள் மட்டுமே மறுபடியும் மறுபடியும் தோன்றுகின்றன. வெள்ளக்குட்டி அவனைச் சமாதானப்படுத்தினார். இனி நீதான் உன் அம்மாவிற்குத் துணை. அவளை நன்றாகப் பார்த்துக்கொள். இன்றைக்கு இரவு நான் கிளம்பி விடுவேன். பிள்ளை கண்ணில் பட்டால் நிச்சயம் அழைத்து வருகிறேன் என்றார். அவன் சிறிது ஆசுவாசமானான். சிட்டுக்குக் கற்பூரவள்ளி வேண்டுமே வாங்கி வர முடியுமா? சாம்பாஜி அவரைப் பார்த்தான். "இரண்டு நாளாகப் பழம் சாப்பிடவே இல்லை" என்றார்.

பழம் வாங்கி வருவதற்குள் திண்ணையில் கூட்டம் கூடிற்று. வெள்ளக்குட்டி அவர்களிடம் மாவடிக்கும் அவருக்கும் குறிப்பிட்ட நாளன்று நடந்த கடைசி சம்பாஷணையை விளக்கிக்கொண்டிருந்தார். அதில், மாவடிப்பிள்ளை தன்னிடம் மன்னர் பகதூரின் திருமண ஆசையும் அது விழுந்த திசை அமைப்பையும் தானே முதலில் கண்டுபிடித்ததாகவும் ஆனால் அது அவ்வளவு சாதாரணமாக வேறெந்த கால சாஸ்த்திரரும் கணித்துவிட முடியாதென்று பிள்ளை கூறியதை வெள்ளக்குட்டி நினைவுகூர்ந்தார். முதலில் எனக்குப் புரியவில்லை. அரச குடும்பங்களிலும் நடக்கப் போவதை ஜாதகத்திலிருந்து கேட்டு வைத்துக் கொள்வது உண்டு. அதன்படி மன்னர் குடும்பமும் எச்சரிக்கையாகத்தானே இருந்திருப்பார்கள் என்றதற்கு, பிள்ளை சொன்னது,

அவர்களுக்குத் தெரிந்தது, மன்னருக்குத் திருமணத்திசை திரும்பினால் அது வெள்ளைக்காரப் பெண்மீதுதான் ஏற்படும் என்பது மட்டும். அதுபோக அவருக்கும் பிரிட்டிஷரசின் மேல் சற்று வெறுப்பு மூண்டிருந்த சமயம். இரண்டாவது, லக்னத்தில் திருமண ஆசை வருவதற்கான காரியமும் இல்லாததால் மன்னர் குடும்பம் அலட்டிக்கொள்ளவில்லை. ஆனால், அங்குதான் சூட்சுமம் உள்ளது. லக்னமும் திசையும் ரேகைப்படி ஓடும்

கிரகனத்தில்தான் அவ்வாறான ஆசை ஏற்படாதேவொழிய ரேகையும் திசையும் மாறினால் கர்மம் தானாக நிகழும். சந்திரன் ஒன்பதிலிருப்பதால் வெளிநாட்டுப் பயணம் ஆசை உண்டு தடுக்க முடியாது.. பகதூருக்கு சிந்தனையில் மெல்ல அசைவு ஏற்பட்டது. அதாவது கணிக்கும் காலம், திசை, ரேகை எல்லாம் இடம், நேரம், காலம் மாறினால் அங்கு என்ன நட்சத்திரத்தின் பார்வை விழுகிறதோ அதன் சிருஷ்யைதான் பெறும். சுருக்கமாகச் சொல்வதென்றால் காலம் ஒரே சமயத்தில் ஒவ்வொரு தேசத்திலும் முன்னும் பின்னுமாக இருக்கிறது இல்லையா. இங்குள்ள நேரத்தை வைத்து பூமிக்கு முதுகுப்புறத்தின் நேரத்தைக் கணிக்கிறோமே அப்படி. பிரபஞ்சம் பூராவும் கிரகத்தின் விசை உண்டு. நம்முடைய நகர்வை அவை உற்று கவனிக்கும். அதனதற்கான பாதைக்குள் நுழைகையில் அவற்றின் முழு வினையையும் அனுபவிக்க வேண்டும். நான் பகதூரின் நட்சத்திரத்திற்குரிய திசையின் பலம் பலகீனங்களைக் கணக்கிட்டேன். அதாவது எல்லோரும் கட்டத்திற்குள் பிரபஞ்சத்தின் திசையை வைப்பார்களென்றால் நான் கட்டத்திலிருந்து அவனை வெளியே எடுத்து பிரபஞ்சத்தின் கட்டத்திற்குள் உருட்டிப் பார்ப்பேன். ஏனெனில் நாட்டை ஆளும் அரசனுக்கு பூலோகத்தின் ஜாதகம்தான் அவசியம்.”

“ஆக மன்னரின் திருமணம் சீமையில் நிகழும் எனப் பிள்ளைக்குத் தெரியும். அவர் மறுபடியும் கடல் பயணத்தைத் தொடங்குவாரென்பதை அறிந்திருந்தார் இல்லையா?” வெள்ளக்குட்டியின் கேள்விக்குக் கூடியிருந்தவர்கள் ஆமோதித்தனர். “அன்றைக்கிரவே அதை நான் உறுதிப்படுத்திவிட்டேன். ஆனால் குறுக்கிட்டுக் கேட்கவில்லை ஒருவேளை பிள்ளை அதை மறுக்கக்கூடும். எனவே கதையை முழுமையாகக் கூற வைத்தேன்.”

ரங்கூன் தாசர் கேட்டார் “ஐயா, நீங்கள் சொல்வது சரிதான். ஆனால் பிள்ளை மன்னரின் ஜாதகத்தை பலமுறை எங்களிடம் கூறியிருக்கிறார். நம்பினாலும் நம்பாவிட்டாலும் ஒன்றைச் சொல்கிறேன். சில வருடங்கள் இருக்கும் ஒருநாள் அவர் கட்டத்திலிருந்து எதையோ பொறுக்கியெடுத்துக் கணக்கிட்டுக் கொண்டிருக்கையில் நான் அகஸ்மத்தாக இங்கு வந்தேன். என்னுடன் இங்கிருப்பவர்களில் சிலர் இருந்தனர். மாவடிப்பிள்ளை ஒரு கணம் வலிப்பு வந்ததுபோல திடுக்கிட்டுத் தூணில் சாய்ந்தார். பொற்பனைக் கோட்டை ஈஸ்வரா என்று அலறினார் “என்ன

ஆயிற்று மாவடி. ஏன் இப்படிச் செய்கிறது?" என்று கேட்டதற்கு எதுவும் பேசாமல் மீண்டும் கணக்கைச் சரிபார்த்தார். முகம் பெரிதாக மலர்ந்தது. சந்தோஷத்தில்தான் அப்படி சரிந்திருக்கிறார். "தாசரே, தொண்டைமானின் பூலோகக் கணக்கில் சிறிய நகர்வு அமையவுள்ளது அது பெரிய மாற்றத்தை ஏற்படுத்தும் என்று விளக்கமாகச் சொன்னார். பத்மதிசை என்பது அதற்கு பெயர். நான் முதலில் நம்பவில்லை. காரணம், அவர் கூறியதற்குச் சிலமாதங்கள் முன்புதான் மன்னர் லண்டன் சென்றுவிட்டுத் திரும்பியிருந்தார். பத்மதிசையில் நுழைந்தால் மீள முடியாதென்றால் பகதூர் திரும்பியிருக்கக் கூடாதல்லவா? அடுத்தநாள் மாட்டுச் சந்தை போய்விட்டு தவிடு, புண்ணாக்கு எல்லாம் வாங்கிக்கொண்டு நானும் அம்பியும் மெயின் ரஸ்தாவில் நடந்து வரும்போது பிள்ளையைப் பார்த்து, கணிப்பு தவறாக இருக்கலாம் என்றேன். பிள்ளை அப்போது வேறொரு கணக்கு வைத்திருந்தார். பத்மதிசை என்பது ஒருவிதத்தில் அயரிபோல. அது அத்திசையின் ஒவ்வொரு சந்திப்பிலும் இருக்கும். எனக்கு அவர் கூறியது விளங்கவில்லை. பிள்ளை மேலும் சொன்னார், நீர் நினைப்பதுபடி திசையின் ஆழத்தில் சுழன்று கொண்டிருப்பது மட்டும் அல்ல பத்மதிசை, அதை நோக்கிச் செல்ல அடியெடுத்து வைக்கும் ஒவ்வொரு தடமும் பத்மதிசையின் அமைப்பைக் கொண்டிருக்கும். நான்கு நான்கென உள்ளடுக்காக அமைந்த பதினாறு கட்டங்கள். கட்டங்களைப் போட்டுக் காட்டினார். எப்படி நடக்கிறதென திசையையும் கிரகங்கள் அதனுள் நகர்வதையும் வரைந்தார். எனக்குத் தலைச்சுற்றியது சுருக்கமாகச் சொல்லுங்கள் என்றேன். "சிலர் தொலைந்து போவதும் ஊரைவிட்டு ஓடிப்போவதும் மறைந்துவிடுவதும் நட்சத்திரம் பத்மதிசைக்குள் சென்று சிக்குவதுதான்" என்றார். பிள்ளை கூறியபோது அதிர்ந்து போனாலும் மறுபக்கம் மிகப் பெரிய ஆச்சர்யம். பிள்ளையின் வான சாஸ்த்திரப் புலமையின்மேல் பெரிய மரியாதை ஏற்பட்டது. அவர் சொன்ன இரண்டாவது ரகம் தான் மன்னர் பகதூரின் லக்னம். அதாவது விரும்பியே பத்மதிசைக்குள் நுழையும் ரகம்."

வெள்ளக்குட்டி மடித்திருந்த கால்களை இலகுவாக்கி அமர்ந்தார். அருகில் சிட்டு, வெற்றிலைச் செல்லத்தை இழுத்து உள்ளிருந்து ஒவ்வொன்றாக எடுத்து உருட்டியது. பின்பு மடித்திருந்த வெற்றிலையை உருவிக் காம்பை மட்டும் கிள்ளி மென்றது. "ஆக உங்களுக்கும் இதெல்லாம் முன்கூட்டியே தெரியும். ம் பிறகு"

என்று அங்கலாய்ப்புடன் கேட்டார் வெள்ளக்குட்டி. "விசயம் இரண்டொரு நாளில் ஊர் பூராவும் பரவிவிட்டது."

"ஊர் முழுக்கவா?"

"ஊர் முழுவதுமென்றால் இந்த சமஸ்தானம் பூராவுமில்லை. இந்தப் பிள்ளைமார் தெரு, வாணியச் செட்டித்தெரு, அப்புறம் ஊரணிக்கு தெற்கில் சௌராஷ்டிரா காலனி வரை. திருக்கோகர்ண கிராமம் முழுக்க." அதற்கு மேல் ரங்கூன்தாசரை எதையும் பேச வைக்கும்படி வெள்ளக்குட்டியின் தோரணை தூண்டவில்லை. சற்று தீவிரமான முகபாவம். ஆனால் புன்னகைக்கிறார். தாசர் ஒன்றும் விளங்காமல் வெள்ளக்குட்டியையும் மற்றவர்களையும் பார்த்தார்.

"ராஜ வம்சத்தின் ஜாதகத்தை எழுதுவது என்பது வெறுமனே ஒரு குடும்பத்தின் காலக்கணிப்பு மட்டுமல்ல அது அந்நாட்டின் தலைவிதியை அறிந்துகொள்வது. அவனுடைய ஒவ்வொரு நடவடிக்கையையும் அந்தத் தேசத்தின் போக்கை மாற்றும். அவனுக்கு நிகழும் சம்பவங்கள் ஏன் அவனது அந்தரங்கச் செயல்பாடுகளுமே. கற்பனைகள், கனவுகள், காமபோதங்கள், உபாதைச் சிக்கல்கள்கூட நாட்டின்மீதே விழும். அதனால்தான் அரசனின் ஒவ்வொரு நாளையும் முன்கூட்டியே தெரிந்து வைத்துக்கொண்டு அதற்கேற்ற சாதகபாதகங்களோடு வாழ்வை நகர்த்துகிறார்கள். சுருக்கமாகச் சொல்வதென்றால் அவர்களுக்கு நிகழ்காலம் பற்றிய பிரக்ஞையே இருக்காது. ஒன்று கடந்தவை மற்றொன்று நடக்கப் போவது. அதனால்தான் ராஜவம்சத்து ஜாதகங்கள் யார் கண்ணிலும் படுவதில்லை. பரம வந்தனம். ஆக இத்தனை சிரமசாத்தியமான ராஜரகசியத்தை பிள்ளை தெரிந்து வைத்திருக்கிறார். அதோடு அவர் கணித்ததை, அதாவது அரசனுக்கு நிகழும் திருமணம், சீமைப் பிரவேசம், பிறக்கப் போகும் பறங்கி இளவரசன் என ஒவ்வொன்றையும் கணித்தது மட்டுமில்லாமல் அதை ராஜகுடும்பத்திடம் ஒப்படைக்க வேண்டுமென்கிற பொறுப்பின்றி தர்பாரின் பாதுகாப்புச் சட்டத்தைமீறி உங்கள் அத்தனை செவிகளிலும் கூறியிருக்கிறார். அதாவது, அரசனுக்கு விடியப் போகும் ஒவ்வொரு பொழுதும். பாவம் ராஜகுடும்பமும் சேர்ந்தே தப்பான கால நகர்வை நினைத்துக்கொண்டு இருந்திருக்கிறார்கள், அத்தனையும் பிள்ளைக்கும் உங்களுக்கும் முன்னமே தெரிந்திருக்கிறது.

நாட்டுக்கு நடக்கப் போகும் அவலத்தை அறிந்தும் துப்புக் கொடுக்க யாருக்கும் எண்ணமில்லை. ஆக, ராஜத் துரோகக் குற்றத்தை செய்ததற்காக முதல் குற்றவாளியாக பிள்ளையும் அதற்குப் பாதுகாப்புக் கொடுத்ததற்காக இந்தக் கிராமத்தையும் தொண்டைமான் குடும்பம் நிச்சயம் விடப்போவதில்லை." வெள்ளக்குட்டி சொல்லி முடிப்பதற்குள் சட்டென அத்தனைபேரும் ஓவென அலறியதில் சிட்டு பயந்துபோய் தலைதெறிக்கக் கத்திக்கொண்டு கூண்டுக்குள் சென்று கதவைச் சாத்திக்கொண்டது.

கத்திச் செருப்பும் பட்டு வேட்டியும் கொழுத்த வயிறும், திவான் வஸ்திரம் அவ்வளவு பெரிய உடம்பை மறைக்க முடியாமல் திணறிக் கிடக்க, ஒரு பக்க மார்பு மட்டும் தெரிய, பெரிய மீசையும் பிடரி வரை சிகை புரள மழித்த முகத்துடன் வெண் முண்டாசுத் தலையுமாக மைவிழியாளைப் போன்று நளினமான முக பாவத்துடன் இரண்டு கையிலும் பெரிய உடைமைகளைச் சுமக்க முடியாமல் நின்ற அந்த அந்நியர், திருவேங்கைவாசல் மேட்டைக் கடந்து வந்த குதிரை வண்டியைக் கூப்பிட்டு நிறுத்தினார்.

மாமுன்டியா பிள்ளை இறந்ததிலிருந்தே அவரது சீடர்கள் கஞ்சிராவும் கையுமாகப் புதுக்கோட்டைக்கு வந்து போவது வாடிக்கையாக இருந்ததால் சத்தியவானுக்கு அந்த அந்நியரை விசாரிக்கத் தோன்றவில்லை. அதோடு தசரா விழாக் காலத்தில் புதிய ஆட்கள் வருவதும் சகஜம்தான். இதையெல்லாம்விட அவனுக்கு அவரிடம் சொல்வதற்கு இருந்த முக்கியமான விசயம், தன்னுடைய குதிரை யாரையும் ஏற அனுமதிக்காது என்பது. கேட்டதும் அந்நியர் புருவத்தைத் தூக்கினார். "ஆமாம். மன்னியுங்கள் வேறு ஏதும் மாட்டுவண்டி கிடைத்தா பாருங்கள்" என்றான். அவருக்கு மற்றொரு சந்தேகம் இருந்தது. அந்நியரை மட்டுமா அல்லது யாரையுமேயா என்றார். இல்லை யாரையும்தான் என்றான் சங்கடமான புன்னகையில். நான் வேண்டுமானால் பேசிப் பார்க்கிறேன் என்று அவன் தடுப்பதற்குள் அவர் குதிரையின் பிடரியைத் தடவி காதில் ஏதோ உசாவ, அது சமத்துப்பிள்ளையாகத் தலையை பலமாக ஆட்டிக் கால்களால் நிலத்தை அறைந்தது. சத்தியவான் திடுக்கிட்டுப் போனான். இனி அவனே மறுத்தாலும் ஜார்ஜ்(குதிரையின் பெயர்) விடாதெனத் தெரிந்தது. அந்நியர்

கைப்பையை வண்டியின் அடிவயிற்றில் வைத்துவிட்டுப் பெரிய பொதியை (அதுதான் கஞ்சிரா போல அவனுக்குத் தோன்றிற்று) கையில் பிடித்தபடி அமர்ந்ததும் குதிரை நடையைக் கட்டியது.

சத்தியவானுக்கு அந்நியர் என்ன மந்திரம் பிரயோகித்தார், எப்படி அது வேலை செய்தது, அதைச் சொல்லிவிட்டால் போதும் என்கிற அவசரம். அதைவிட அந்நியருக்கு குதிரை எதற்கு இவ்வளவு வீம்புப் பிடிக்கிறதெனத் தெரிந்து கொள்வதில் ஆர்வம். எனவே சத்தியவான்தான் முதலில் பேச வேண்டியிருந்தது அவன் சொன்னான்,

“ஜார்ஜைப் பெற்றவர்கள் பிரிட்டிஷார்களுக்கு கோச் வண்டி ஓட்டியவர்கள். சர் ஜோன்ஸி, பீட்டர் சார்லன். நான்கு பேர் வெண்ணிற குதிரைகள். கோதுமை உமியும் கேப்பைக் கட்டையும் தின்று வளர்ந்தன, தன்னை மேற்றிராணியாகவும் துரையாகவும்தான் எண்ணிக்கொள்ளும். இப்போது இருப்பது ஜோன்ஸியின் மகன் ஜார்ஜ். அவனுக்கும் அதே வீம்பு உண்டு. ஆனால் தவிட்டு உமியை ஆரம்பத்திலேயே பழக்கிவிட்டேன். புண்ணாக்குடன் சிறிது கருப்பட்டி கலந்தால் பிடிக்கும். கொள்ளு தீண்டவே மாட்டான். கொள்ளு தின்னாமல் எப்படி? சரியென்று ஒரு உருண்டையைத் தெரியாமல் புண்ணாக்குடன் கரைத்தாலே முகர்ந்துவிடுவான். வேகத்தில் படு மந்தம். சவுக்கால் அடிக்கக்கூடாது. நான் அடிப்பதைப் பார்த்தீர்களானால் அது பாவனை, காற்றில் சுழற்றும் சப்தம். திட்டினால் போதும் வேண்டுமென்றே தடம் மாறிச் சென்றுவிடும். சவுக்கால் அடித்தால் சொல்லவே வேண்டாம். அடித்த இடத்தில் அப்படியே நின்றுவிடுவான். அரைமணி நேரத்திற்கு ஒரு அடி கூட நகராமல் சாவதானமாக புல் மேய்ந்து கொண்டிருப்பான். மானம் போய்விடும். இரண்டு பேருக்கு அதிகம் ஏறிவிட்டால் கிளம்பமாட்டான். சரக்கு ஏற்றக்கூடாது, பாதை தெளிவாக இருக்க வேண்டும், பொழுது சாய்ந்தால் அனுமதியில்லை. அழகாகவும் பறங்கிக்குதிரையின் வாரிசாகவும் இருப்பதால்தான் இவனுக்கு இவ்வளவு மவுசு. சவாரிக்கு வருபவர்களிடம் ஜார்ஜை அனுசரிக்க முடியாமல் ஏதாவது சாக்குச் சொல்லி தவிர்த்திடுவேன். பார்க்கிறவர்களுக்கு நான்தான் சோம்பேறியாகவும் குதிரை ஓட்டத் தெரியாதவனாகவும் படும். இதைக் கட்டி மாரடிப்பதால் திருமணமே செய்து கொள்ளவில்லை. பலநாட்கள் எந்தச் சவாரியையும் ஏற விடாமல் வெறும் கையுடன்

வீடு திரும்புகையில் கொன்று போடலாமெனத் தோன்றும். சோற்றுக்கு வழியில்லாத இடத்தில் கௌரவம் எதற்கு? தீவனம் வாங்கிய வட்டிக்காசுக்கு யானை கட்டி வைத்திருக்கலாம். சாராயத்தைக் குடித்துவிட்டு ஆத்திரத்தில் மூங்கில் பிளாச்சால் அடித்து போடுவேன். சாகவும் வாழவும் வழியில்லாத வாழ்க்கை. ஒருநாள் மனத்திவேசத்துடன் விசயத்தைப் பிள்ளையிடம் கூறினேன். பிள்ளை ஜார்ஜின் பிறந்த தேதி, நாள், இடம், நேரத்தைக் கேட்டார். கொடுத்ததும் இரண்டு நாளில் அதன் ஜாதகத்தை வரைந்துவிட்டார்.''

''குதிரை ஜாதகமா?''

''ஆமாம். எனக்கும் ஆச்சர்யம். குதிரைக்கெல்லாம் ஜாதகம் உண்டா? பிரபஞ்சத்தில் எல்லா உயிர்க்கும் ஆத்மா இருப்பதுபோல ஜாதகமும் உண்டு என்றார். மனிதர்களுடைய ஜாதகத்தில் எந்த இடத்திலும் அது மனிதப்பிறவிக்குரியது மட்டும் என குறிப்பிடப்பட்டதில்லை. அனந்தகோடி உயிர்களில் அதுவும் ஒன்று. மனிதன் தனக்குரிய தேவைகளுக்காக அதை தனக்குரியதாக வியாபித்துக் கொண்டான். பிள்ளைதான் கூறினார் சரி எங்கெனும் வழி கிடைத்தால்போதும் இல்லையா?'' சத்தயவான் அவரைப் பார்த்துக் கேட்டான். அவர் சரிதான் எனத் தலை ஆட்டிவிட்டு சிறிய வெண்கலக் கவளத்தில் பொரியையும் வெல்லத்தையும் கொஞ்சம் மிளகாய் பொடியையும் தூவி தண்ணீர் விட்டுக் கிண்டினார்.

''இந்திரனுக்குரிய வாகனம். இதன் மேல் இந்திரன் மட்டும் பிரயாணிக்க வேண்டும். அல்லது தேவர்கள். மற்றவர்களுக்கு எப்படி அனுமதி கிடைக்கும். தேவர்கள் யார்? வேறு யார் வெள்ளக்காரர்கள்தான். பிள்ளைதான் கூறினார். இன்னொரு யோசனையும் சொன்னார். எங்காவது சர்க்கஸில் விட்டுவிடலாம்.'' அந்நியர் அவனுக்கும் ஒரு உருண்டைப் பொரியைக் கொடுத்துவிட்டு ''வித்தைக் கற்றுக் கொள்ளவில்லையென்றால் அடித்து உரிக்க மாட்டார்களா?'' எனக் கேட்டார். கார இனிப்புச் சுவையுடன் பொரி உருண்டை அந்தப் பொழுதுக்கும் பயணத்துக்கும் நன்றாக இருந்தது. ''நிச்சயம், ஆனால் ஜார்ஜ் ஒரே தடவையில் கற்றுக் கொள்வான். அதாவது அவனைச் சுற்றிக் கூட்டம் இருக்க வேண்டுமாம். எல்லோரும் அவனைப் பார்த்து ரசிப்பதும் உற்சாகம்

எழுப்புவதும்தான் அவனது கர்மப் பயன். அவன் முதலாளியாகப் பிறந்தவன். தொழிலாளி வர்க்கம் அவனுக்கு ஒப்பாது. இன்னொன்று, அவனுடைய ஜாதகத்தில் இப்போது சனி நடக்கிறது. இனி ஆறு மாதத்திற்கு அவனுடைய தொல்லைகள் உனக்கு அதிகம் வரும். கொன்று போட்டாலும் ஆச்சர்யப்படுவதற்கில்லை. ஏனெனில் அவ்வழியிலாவது பிரபலமடைந்தால் போதுமென்பது அவனது கர்மம். கிழக்கில் அவனுக்குரிய சாதக திசை தெரிகிறது. ஆறுமாதத்திற்கு நீ அவனைக் கிழக்கில் யாரிடமாவது விட்டு வை. நிலைமை சீரானதும் வரட்டும்" என்றார்.

"வழி கிடைத்ததா?" புதியவர் கேட்டு, இன்னொரு உருண்டை வேண்டுமா என சைகை செய்தார். அவன் வாங்கி மென்றுகொண்டே தொடங்கினான் "பட்டுக்கோட்டையில் சிநேகிதன் வீட்டில் எருமை மாடுகளோடு ஜார்ஜைக் கட்டிவிட்டு வந்தேன். வெள்ளைக்காரியைத் திருமணம் செய்து தொழுவத்தில் நிறுத்தியது போன்றிருந்தது. ஊருக்குள் கேட்காத வாய் கிடையாது. கிரகம் சரியில்லை, லக்னம் சிக்கல் என்றேன். பிள்ளைதான் உண்மையைச் சொல்லும்படி செய்தார். ஊரே சிரித்தது. குதிரை ஜாதகக் கதை ஜில்லா முழுக்கப் பரவியது. எனக்குப் பொறுமை கொள்ளவில்லை. பிள்ளையிடம் புலம்பிக்கொண்டிருந்தேன். சிநேகிதனுக்கு வாரம் ஒரு கடிதம். பருத்தி, கொள்ளு சிப்பத்தைத் தவணைக்கு வாங்கி அனுப்புவதைப் பார்த்தவர்கள் எனக்கு பைத்தியம் பிடித்துவிட்டதாக பரிகாசம் செய்தார்கள். ஜார்ஜ் ஆறுமாதம் கழித்துத் திரும்பியபோது சந்தோஷமும் இளைத்துக் கழுதைபோலிருந்ததைக் கண்டு வருத்தமும் ஏற்பட்டது. எல்லோருடைய இளக்காரமும் நகைப்பும் ஒரே பேச்சில் அடைந்துவிடும்படி அவன் வந்த அன்றைக்கே தபால் அலுவலகத்தில் சர்க்கார் உத்யோகமும் துரைகளின் துணி மூட்டைகளை வண்ணார் வீட்டிலிருந்து ஏற்றி இறக்கும் பகுதி நேர ஊழியமும் தயாராக இருந்தது. இரண்டும் பிள்ளையின் சிபாரிசு. தபால் அலுவலத்தில் தினமும் வேலை இருக்காது, அரசாங்கக் கடிதத்திற்கு மட்டுமென்பதால் பொதி அதிகமிருந்தால் உண்டு. ஆனால் ஒவ்வொரு நாளும் போய் நிற்க வேண்டும். ஜார்ஜ்க்கு இதில் பெரிதாக சிரமமில்லை. பொதி ஏற்றுவதும் கனம் இல்லை பாருங்கள். சர்க்கார் உத்யோகத்தில் எனக்குத்தான் ஏகபோக மரியாதை. ஜார்ஜ்க்கு துரைவீட்டு அழுக்குத் துணிகளைச் சுமப்பதில் பெருமிதம். பறங்கியர் பங்களாவில் நுழைந்ததுமே உற்சாகமாகி விடுவான். தலையைச் சிலுப்பி உதறுவதும்

அடிக்கடி குளம்பால் நிலத்தைத் தட்டி வாலைத் தூக்கி முதுகில் போட்டுக் கொள்வதுமாக பாவனை மாறிவிடும். பழைய சிடுக்கும் சோம்பேறித்தனமும் அறவே இல்லை. இப்போது ஊரே ஜார்ஜின் ஜாதகக் கதையை நம்புகிறது. எத்தனையோ பேர் தங்களது குதிரைக்கும் பசுவிற்கும் காளைக்கும் ஜாதகம் எழுதத் சொல்லிக் கேட்டார்கள். துரை ஒருவர் தன்னுடைய சீமை சாதி நாய்க்குக் கேட்டிருக்கிறார், ஏன் திருவிதாங்கூர் சமஸ்தானத்திலிருந்து யானைக்குக் கட்டம் வரையச் சொல்லிக்கூட அழைப்பு வந்தது. பிள்ளை அத்தனையும் மறுத்துவிட்டார்."

அந்நியர் இறங்கிக்கொள்ளும் இடத்தைக் காட்டினார். பிரகதம்பாள் கோவில் சந்நதி. வானம் விடியத் தயாராயிற்று. ஊருக்குள் ஆள் நடமாட்டமில்லை. சத்தியவான் ஜார்ஜின் கடிவாளத்தை வண்டியிலிருந்து அவிழ்த்துச் சற்று இளைப்பாற்றி அருகிலிருந்த மரத்தில் கட்டும் இடைவெளிக்குள் அந்நியர் தன்னுடையப் பொதிகளைப் பிரித்து, பாத்திரம் ஒன்றில் நீர் எடுத்துத் தீ மூட்டி கருப்பட்டியும் காப்பித் தூளும் போட்டுக் கொதிக்க வைத்து ஆவி பறக்க அவனுக்கொரு தம்ளர் அளித்தார். வாய் அருகே வைப்பதற்குள் நாசி நிறைத்துவிட்டது. விடியலிலே காப்பி அருந்தும் பழக்கம் இருக்குமென அவன் எண்ணினான். அப்போது மணி ஐந்து இருக்கும். செட்டிநாட்டுக்குப் போகும் டிராம் வண்டியின் அலறல் கேட்டது.

குதிரைக்காரன் சத்தியவான் சொன்ன அடையாளங்கள் வெள்ளக்குட்டிதானென உறுதியாவதற்கு ஒரு சந்தேகம் மட்டும் பாக்கி, அது, அந்நியரின் கையில் கிளிக்கூண்டு இருந்ததா என்பது. அவன் நினைவிலில்லை என்றான், "ஆனால் கஞ்சிரா வடிவில் ஒன்றை பிடித்திருந்ததாக ஞாபகம்". கிளி கத்துவது கூடவா கேட்கவில்லை? ரங்கூன்தாசர் பள்ளிக்கூடப் பிள்ளையிடம் கேட்பதுபோல குனிந்தார். "இல்லை அது விடியல் என்பதால் பறவைகளின் சப்தம் அதிகமிருக்கும்தானே, அதோடு உரையாடலின் சுவாரஸ்யத்தில் எதையும் சட்டை செய்யவில்லை" என்றான். அதுவும் வாஸ்தவம்தான். "வேறெதுவும் சந்தேகப் படும்படி, வித்யாசமாகவோ புரியாத சொற்களையோ கூறினாரா?" வைத்தியர் நந்தி கிருஷ்ணன் மீண்டும் கேட்டார். சத்தியவான் சலித்துக் கொண்டான்.

"அவர்தான் எதுவும் பேசவில்லை, வெறுமனே அவன் கூறிய கதையை மட்டும் கேட்டபடி வந்திருக்கிறாரென்று சொல்லிவிட்டானில்லையா இன்னும் எத்தனை முறை கேட்பீர்?" மற்றவர்களின் முகங்கள் இனிச் செய்ய வேண்டிய காரியம் ஒன்றுமில்லை என்பதைக் காட்டியது.

மீமிசல் ராவுத்தர் தனக்குள்ளே ஒருமுறை "பிரகதம்பாள் கோயிலில் இறக்கிவிடச் சொன்னார்" என்று சொல்லிவிட்டு சத்தியவானைப் பார்த்து, "அங்கிருந்து எந்தத் திசையில் நடந்தார்?" என்றார். "இப்போது இந்தக் கேள்வி எதற்கு?" நந்தி கிருஷ்ணன் கேட்டார். ரங்கூன்தாசர், "நல்ல கேள்விதான் ஏதாவது துப்புக் கிடைக்கும் பேசாமல் இரு" நந்தியை அடக்கினார். அதற்குள் சத்தியவான், "கோயில் குளத்து மேட்டில் திரும்புவதுவரை இறக்கிவிட்ட இடத்தைவிட்டு நகர்ந்ததுபோலத் தெரியவில்லை. விடிவதுவரை கோயில் திண்ணையிலேயே இருந்திருக்கலாம்" அவன் முடிப்பதற்குள் ராவுத்தர் "இல்லை இல்லை அவர் விடியலில்தான் வாசலில் வந்து நின்றதாக பிள்ளை அவரை அறிமுகம் செய்யும்போது தெரிவித்தார். ஆக இறங்கியதும் யாரிடமோ விலாசம் கேட்டு உடனே அங்கிருந்து கிளம்பியிருக்கிறார்" தாசர் சட்டென கால்களை உதறிக்கொண்டு, "அதானே" வழக்கமாகச் சொல்லும் தொனியுடன் எழுந்தார். "என்ன?" மீமிசல் கேட்டார். தாசர் சத்தியவானைப் பார்த்து "நீ இறக்கிவிடும்போது விடியவில்லை இல்லையா?" அவன் தலையாட்டினான். "பிள்ளையும் அவர் வீட்டுக்கு வந்தபோது விடியவில்லை என்றுதான் சொல்லியிருந்தார். மோர் கொடுக்கும்போதுதான் உருவத்தைப் பார்த்தேனென்றார். அப்படியானால் பிரகதம்பாள் கோயிலில் விடிய அரை நாழிகை இருக்கையில் இறங்கியவர் அங்கிருந்து வடக்கில் ஐம்பது காத தூரமுள்ள மாவடிப்பிள்ளை வீடு இருக்கும் சௌராஷ்டிரா தெருவுக்கு எப்படி உடனே போயிருக்க முடியும்? சாத்தியமில்லை."

நந்தி கிருஷ்ணன் பதற்றத்துடன் "இதெல்லாம் மாய மந்திரம். பொற்பனை கோயிலுக்குப் போய்க் குறி கேட்போம். இல்லையென்றால் மேடை அம்மனிடம் போவோம். ஏதோ துர்சகுனம்." சொல்லி முடிக்கையில் கவுளி கத்தியதுதான் தாமதம் உடனே கூட்டத்தில் சலசலப்பு, நந்திகிருஷ்ணன் வலிப்பு

வந்ததுபோல "ஈஸ்வரா" என்றார் கைகளைக் கூப்பி, "அமைதி அமைதி" ராவுத்தர் தோளைத் தொட்டு சமாதானம் செய்தார்.

"ஆனால் வந்தவரிடம் அம்மன் காசு இருந்தது" சத்தியவான் முடிப்பதற்குள் "எப்படி எப்படி" ராமசாமி நம்ப முடியாமல் கேட்டார். "ஆமாம். வைத்திருந்தார். அதைத்தான் இறங்கியதும் கொடுத்தார். நானும் நம்ப முடியாமல் நீங்கள் இந்த ஊர்தானா என்று கேட்டதற்குச் சிரித்தார்." "ஆக ஏற்கனவே இங்கு வந்திருப்பாரோ?" என்று நந்தி கிருஷ்ணன் மூக்குக் கண்ணாடி சறுக்கிய பிரக்ஞையின்றி எல்லோரிடமும் பொதுவாகக் கேட்கும் பாவனையில் பார்த்தார். "அப்படி வந்திருந்தால் இங்கு மட்டும் செல்லுபடியாகும் காசை ஏன் பத்திரப்படுத்தியிருக்க வேண்டும்?" ராவுத்தர் குழப்பமாக எல்லோரையும் பார்த்துவிட்டுக் கடைசியாக நந்தி கிருஷ்ணன் பக்கம் திரும்பினார். நான் அப்போதே சொன்னேனே என்பதுபோல நந்தி தலையை மட்டும் ஆட்டி உதட்டைக் கோணாலாக்கி சொல் உதிராமல் கேட்டார். நாசி விரிந்து அழத் தயாரானது. நந்திக்கு நளினங்கள் நன்றாகக் கை வரும்.

"சரி, வந்தவர் எந்த வழியாக வந்தார், எப்படிப் போனார், அம்மன் காசை யார் தந்தது இதையெல்லாம் கண்டுபிடிப்பது நேர விரயம். இதை இத்துடன் விட்டுவிட்டு, நம்மீது எடுக்கப்படும் குற்றவியல் நடவடிக்கைக்கு என்ன செய்வது அதை மட்டும் பேசுவோம். எனக்குத் தெரிந்த வக்கீலிடம் இதைப் பற்றிக் கேட்கலாம்." மீமிசல் ராவுத்தர் கூறியதற்கு தாசர் ஆட்சேபித்தார். "விசயம் சமஸ்தானத்தைத் தாண்டினால் பிறகு பிரிட்டிஷ் விசாரணை நடக்கும். யாருக்கும் தெரிய வேண்டாம் பரம மந்தணமாக இருக்கட்டும். ஆமாம் மந்தணம்."

"கிருஷ்ணசாமி ஐயர்தான் நீதிபதி. ஐயர் சாதாரணமில்லை. பிரிட்டிஷ் மேற்பார்வையாளர் சிட்னி பர்னுடன் கலந்தாலோசிக்காமல் முடிவெடுக்க மாட்டார். காந்தியை கலகக்காரர் என்று சமஸ்தானத்துக்குள் வரவிடாமல் தடுத்ததில் இருவருக்கும் பெருமை உண்டு. இவர்கள் பேச்சிற்கு திவான் கிளிப்பிள்ளை, திரும்பச் சொல் என்றால் பிசிராமல் சொல்வார்."

"மன்னர் ஆட்சேபிக்கவில்லையா? நந்தி கிருஷ்ணன் கேட்டார்.

"நல்ல காரியம் செய்தீர்கள் என்றாராம் இலண்டனில் இருந்துகொண்டு."

"காந்தியின் பிரச்சனையை இப்போது பேசி என்ன ஆகப் போகிறது?" காந்தி என்றதும் நந்தியின் விசும்பல் கேட்டது. "நம்முடைய பிரச்சனைக்கு வருவோம்" ராமசாமி ஐயர் பக்கம் திரும்பி "ஐயா உங்களுக்கு ஏதும் தெரிந்தால் கூறுங்கள், இந்த வழக்கு எப்படி போகும்? யாரையாவது வக்காலத்துக்கு அழைத்து வரலாமா? என்ன விதமான தண்டனை உண்டு?"

ராமசாமி ஐயர் தொண்டையைச் செறுமியபடி மடித்திருந்த காலை விடுவித்துவிட்டுச் சில கணங்கள் விதானத்தைப் பார்த்தவாறு பாதங்களைத் தடவினார். அவர் முகம் வாடியிருந்தது. நந்தி "சத்தியமூர்த்தியைப் போய்ப் பார்த்தால் என்ன?" என்று ஐயரிடம் கேட்டார். அவர் சரிப்படாதெனத் தலையசைத்து, "அவர் காங்கிரஸ்காரர். காந்தியவாதி" என்றார் பதிலுக்கு. அதற்குள் கூட்டத்தில் ஒருவர், "ஐயோ தயவு செய்து காந்தியின் பெயரை எடுக்காதீர்கள். வினையே வேண்டாம்" என்று சத்தம் போட்டார். உடனே நந்திகிருஷ்ணன் வாயைத் துண்டால் பொத்தி அழுதார்.

ராமசாமி ஐயர் எல்லோரையும் அமைதியாகுங்கள் என சைகை காட்டிவிட்டுத் தொடங்கினார். "ராஜ துரோகக் குற்றம் வெள்ளக்குட்டி கூறுவதுபோல உண்மைதான். அதை அவரே விளக்கியிருக்கிறார். மற்ற சமஸ்தானத்தில் இப்படி நடந்திருக்கிறதாவெனத் தெரியவில்லை. ஆனால் ஒன்று மட்டும் நிதர்சனம், மன்னரின் ஜாதகத்தை அரச குடும்பத்து ஜோசியர் தவிர வேறு யாரும் பார்க்கக்கூடாது. இதில் தாட்சண்யமே இல்லை. இரண்டாவது, மன்னருக்கு நேரும் அபாயங்களை முன்னறிவிக்கும் விசுவாசம். இந்த இரண்டுக்கும் கடும் தண்டனை புதுக்கோட்டை தர்பார் பீனல் கோடில் வெள்ளக்குட்டி சொல்வதுபோல இருக்கலாம்." சற்று நிறுத்தி நீர் அருந்திவிட்டு "ஆனால் இவ்விரண்டு சிக்கலிலிருந்தும் தப்ப ஒரே வழி மாவடிப்பிள்ளை தானாக வந்து ராஜகுடும்பத்தின் முன் ஆஜர் ஆக வேண்டும்."

"அது எப்படி."

ஐயர் நெற்றியில் கை வைத்து மண்டை உச்சி வரை துடைத்துக் குடுமியைப் பின்னால் நீவினார். பிறகு சாவதானமாக உதட்டைச்

சுழித்து “பிள்ளை தான் மட்டும்தான் ராஜ ரகசியக் கட்டத்தைத் திறந்தேன். யாருக்கும் தெரியாது என்று ஒப்புக்கொள்ள வேண்டும்” என்றார். கிண்ணத்தில் வைத்த தண்ணீர் ஆடியதுபோல கூட்டத்தில் சிறு அசைவு. உடல்கள் சமன்குழைந்தன. சட்டென ஒரு குரல் “வெள்ளக்குட்டி மாவடிப்பிள்ளையை ஒப்புக்கொள்ள விடுவாரா? நம் எல்லோருக்கும் தெரியும் என மாட்டி விடுவாரே.” உடனே இன்னொருவர் “ஆமாம் விதரணையாக வாதிப்பார். சிக்கல் பெரிய சிக்கல்.”

மீமிசல் ராவுத்தர் பெருத்த உடம்பைத் தூக்கி எழுந்து “எங்களுக்குத் தெரியாது என்று கூறுவீர்களா?” கூட்டத்தை நோக்கிக் கேட்டார். கலைந்த எறும்பு வரிசைபோல தலைகள் அலைந்தன. ராமசாமி ஐயர் குறுக்கிட்டு “அப்படிச் சொல்லித் தப்பிக்க முடியாது ராவுத்தரே. அவர்கள் குறுக்கு விசாரணை செய்வார்கள். பிள்ளை உங்களுக்கெல்லாம் ஜாதகம் கணித்திருக்கிறாரே உண்மையா? என்பார்கள், உண்மைதான். அவருடைய முன்கூறலின்மீது அசாத்திய நம்பிக்கை உண்டா? உண்டு. ஏதோவொரு வகையில் அத்தனைபேரின் ஜாதகமும் எல்லோருக்குமே தெரியும்தானே? தெரியும். இறுதியாக பிள்ளையை நன்றாக அறிவீர்களா? என்றால் ஆமாம் என்போம். அப்படியானால் பிள்ளையின் மூலம் நிறைய அனுகூலங்களைப் பெற்றதற்காக பிரதிகூலமாக தண்டனை கிடைப்பது நிச்சயம் என்று முடிப்பார்கள்.”

அழுது கொண்டிருந்த குழந்தையை அமர்த்த முடியாத குடியானவன் இடுப்பில் தூக்கிக்கொண்டு எழுந்து “விமோசனத்திற்கு வழி உண்டா இல்லையா சொல்லித் தொலையுங்கள் குழந்தைக்குப் பசிக்கிறது.” அவன் போட்ட சத்தத்தில் குழந்தை அழுகையை நிறுத்தி அவன் முகத்தை ஆவேசமாக நோக்கியது. “விமோசனத்திற்கு ஒரே வழி பிள்ளையைத் தேடிப் பிடிப்பதுதான் வேறென்ன? சாம்பாஜிக்கு நிச்சயம் பிள்ளை இருக்குமிடம் தெரியும். விசயத்தைப் பக்குவமாக சாம்பாஜியிடம் எடுத்துச் சொல்லிப் பிள்ளையை அழைத்து வர வேண்டும்.” குழந்தை மீண்டும் அழுதது “சும்மா இருடா விசித்திரப் பிறவியே” எரிச்சலுடன் தன் பெரிய கட்டை விரலை வாயில் கொடுத்து அடக்கினான். “உனக்கு ஏனய்யா இவ்வளவு அவசரம். சட்டை போடவில்லையா குழந்தை மார்பைக் கடிக்கப் போகிறது ஜாக்கிரதை” நந்தி முணுமுணுத்தார். உடனே அங்கு

இந்திரஜாலம் 115

சலசலப்பு ஏற்பட்டதும் தாசர் நந்தியை அடக்கிவிட்டு ஐயரிடம் "பிள்ளை ஆஜரானால் பிறகு என்னவாகும்?" என்றார்.

"பிறகு என்ன, சற்று முன்பு காந்தியின் சம்பவத்தைக் கூறினீர்களே அந்த சமயத்தில் அவரைச் செட்டிநாட்டுக்குச் சென்று சந்தித்து வரவேற்புரை படித்தளித்த நகர்மன்ற உறுப்பினர்களைப் பதவி நீக்கம் செய்ததுபோல பிள்ளைமீது குற்றம் நிரூபணமானதும் அவருடனிருந்த நம்மையும் குடிநீக்கம் செய்வார்கள். ஆனால் தற்காலிகமா நிரந்தரமா என்று சொல்ல முடியாது."

நந்திகிருஷ்ணன் மீண்டும் காந்தி பெயரைக் கேட்டதும் கேவினார். மூக்கைச் சிந்தி வேட்டியில் துடைத்தார். ராவுத்தர் "விடிந்ததும் முதலில் இந்த ஆளைக் கொண்டு போய் நிறுத்த வேண்டும். எதற்கெடுத்தாலும் அபசகுனமாக அழுது கொண்டே இருக்கிறார்." அதற்குள் தாசர் அவரிடம் "சரி. காலையில் சாம்பாஜியைப் பார்ப்போம். பிள்ளையைத் தேடுகாரியத்தை முடுக்க வேண்டும்" என்று முடித்ததும் எல்லோரும் எழுந்து செல்லத் தயாராகினர். அவிழ்ந்த குடுமியை அள்ளி முடித்தும், வாயோரம் தழும்பான நித்திரைக்கோழையைத் துடைத்தும், கசங்கிய வேட்டியை உதறியும், எஞ்சிய பட்டாணிகளை எண்ணிப் பார்த்தும் குடியானச்சனம் மெல்ல அசைந்தது. சிலர் உறங்கிவிட்டிருந்தனர். எழுந்தவர்கள் உறங்கியவர்களை எழுப்பப் பாடாய்ப்பட்டனர். அப்போது கூட்டத்தைப் பிளந்து மூச்சிறைக்க ஓடி வந்தவன் சாம்பாஜி ஊரைவிட்டுப் போன தகவலைக் கூறினான்.

சாம்பாஜி தன் சகபாடிகளை ஜமீன் தயவில் விட்டுவிட்டு ஊருக்குத் திரும்பிக் கொண்டிருந்த இரவு, தசராவுக்கான ஏற்பாடுகள் இங்கு நகரில் நடந்து கொண்டிருந்தன. முதல் மூன்று நாட்கள் பிராமணர்களுக்கு சமைத்துப் போடும் சாப்பாடுகளுக்கென்றே யானை வடிவ அண்டாக்கள் சத்திரத்திலிருந்து வண்டிகளில் வந்திறங்கின. அப்போது தசரா தொடங்க மூன்று நாட்கள் இருந்தது. வெள்ளக்குட்டி வந்த இரண்டாவது இரவு அது. வெள்ளக்குட்டியின் ஏகபோக செல்வாக்கும் படாடோப பழக்க வழக்கங்களும் பிள்ளையை ஆச்சர்யத்தில் ஆழ்த்தி வைத்திருந்த தருணம். பிள்ளையினதும் அதற்குச் சற்றும் சளைத்ததில்லையென்றாலும் சமஸ்தானம் முழுக்கப் போதுமானளவு சம்பாதித்த பிரபலத்தைக் கூறத்தான் செய்தார். ஆனால் அவை

எதுவும் வெள்ளக்குட்டியின் பெருமைக்கு முன் நிற்கவில்லை. பிள்ளை பேச்சை ஆரம்பித்ததுமே முன்பே தெரிந்த விசயத்தைக் கேட்கும் அசிரத்தை வெள்ளக்குட்டி முகத்தில் அசையும். அவகாசமளிக்காமல் பிள்ளை முடிக்கும் முன்பே அவர் கூற வேண்டியதைத் தொடங்கிவிடுவார். அனுபவஸ்தர்கள் ஒருபோதும் கேட்பவரைப் பேச அனுமதிக்க மாட்டார்களென விட்டுவிட்டாலும் பிள்ளைக்கு தான் அஞ்ஞானியாக அமர்ந்திருப்பது தர்மசங்கடத்தை ஏற்படுத்திற்று. எந்த விசயத்திற்குத்தான் மனுஷன் அசருவாரென அவரும் அத்தனையும் சொல்லி வாய் ஓய்ந்துபோனார்.

வெள்ளக்குட்டி எழுந்து முதல் நாளைப் போலவே திண்ணை விளிம்புக்கு மேசையை நகர்த்திப் படுக்கையைத் தயார் படுத்தினார். பின்பு தன் பெருத்த உடம்பை ஒருக்களித்துச் சாய்த்து வசதியைச் சோதித்தவாறே விளக்குத் திரியைச் சற்று தணித்துவிட்டு பிள்ளை கூறுவதற்கு வெறுமனே முகம் கொடுத்தார். "உறங்கப் போகிறிர்களா? பிள்ளை கேட்டார். "இல்லை இல்லை நீங்கள் பேசுவதைக் கேட்கிறேன். வந்ததிலிருந்து நானே பேசிக்கொண்டிருக்கிறேனே." பிள்ளையும் தலையாட்டினார். "ஒன்று செய்யுங்கள் கடலை இருந்தால் பாரியாளிடம் இரண்டு மிளகுடன் உப்பு நிறையப் போட்டு அவிக்கச் சொல்லுங்கள். கூடவே வெல்லம் கரைத்த பானகமும் அமைந்தால் அருமை. கடலை சாப்பிட்டபடி பேசலாம். பானகம் அதற்குச் சரியான இணை" என்றார். பிள்ளை நானே செய்கிறேனென எழுந்தவர் அரை மணி நேரத்தில் திரும்பி வருவதற்குள் வெள்ளக்குட்டி குறட்டையுடன் உறங்கிவிட்டிருந்தார். கோழித் தூக்கமெனத் தெரியும். கடலை வாசத்திற்கு விழித்தார். பிள்ளை சட்டென "சர்க்கஸில் கலாரசனை உளவாளி என்கிற வேலை ஒன்று உண்டு உங்களுக்குத் தெரியுமா?" எனக் கேட்டு வெள்ளக்குட்டியின் கண்களை நோக்கினார்.

வெள்ளக்குட்டி புரியாமல் எழுந்தமர்ந்தார். தூக்கம் கலைந்துவிட்டது. "ஆமாம் அமெரிக்கன் சர்க்கஸ், கிரேட் பிரிட்டிஷ் சர்க்கஸ் இந்த இரண்டிலும் அப்படியொரு பணி இருக்கிறது. இந்தியாவில் கோலோச்சியிருந்த பாம்பே, ராயல், ரேமன் கம்பெனிகளுக்குப் போட்டியாக வந்த வெளிநாட்டு கம்பெனி, ரசிகர்களைப் புற்றீசலாகப் பெருக்கவும் காட்சியை ஒரே ஊரில், இந்திய கம்பெனிகளைவிட, அதிக நாட்கள் நடத்தவும் சிலபல நரித்தனங்களை வைத்திருந்தனர்.

அந்தந்த சமஸ்தானத்து மன்னர்களுக்கு வெளிநாட்டு மரியாதையும் பரிசுகளும் அளிப்பதில்லாமல் பட்டம் கொடுத்து அனுசரிப்பது ஊரரறிந்தது இல்லையா? ஆனால் இதில் வேறொரு விசயம் ஒன்றும் இருக்கிறது. அதுதான், கலாரசனை உளவாளி.''

வெள்ளக்குட்டி புருவத்தை உயர்த்தி ''கலாரசனை உளவாளி'' என்று இருமுறை சொல்லிப் பார்த்தார். ''இதில் அதிர்ச்சி என்னவென்றால்'' பிள்ளை தொடர்ந்தார், ''அக்கலாரசனை உளவாளி ஓர் இந்தியன்'' என்றார். ''அதிர்ச்சியாக இல்லை ஆச்சர்யமாக இருக்கிறது.'' வெள்ளக்குட்டி மோவாயைத் தடவி மேற்கொண்டு கூறுங்கள் என்பதுபோல தலையைச் சாய்த்து ஆட்டினார்.

''அதாவது, சர்க்கஸின் சாகஸ வித்தைகள் எல்லா கம்பெனியிலும் ஒன்றுபோலத்தான் இருக்கும். சிங்கம், புலி, கரடி, யானை, ஒட்டகம் என்பதைத் தாண்டி புதிதாக எந்த மிருகத்தையும் காட்டவும் முடியாது. ஒரு அளவுக்கு மேல் அவற்றுக்கு புதிய வித்தைகளைக் கற்க வைக்கவும் முடியாது. அதற்காகத்தான் கலைஞர்கள் சதா புதிய புதிய வித்தைகளைக் கண்டுபிடித்துப் பிரயோகித்து ஜனரசனையை ஈர்க்க பிரம்ம பிரயத்தனம் எடுக்கிறார்கள்'' வெள்ளக்குட்டி குறுக்கிட்டு ''இருந்தாலும் வெளிநாட்டுக்கென்று தரமும் கவர்ச்சியும் இருக்கிறதே'' என்றதற்குப் பிள்ளை உடனே ''இந்திய கம்பெனியிலும் கவர்ச்சிக்காக வெளிநாட்டு வித்தைக்காரர்களை வைத்திருக்கிறார்கள். கிட்டத்தட்ட இரண்டு கம்பெனிக் கலைஞர்களும் பார்ப்பதற்கு ஒன்று போலத்தான் இருப்பார்கள். ஆக, வெளிநாட்டு கம்பெனி பெரிதாக இங்கு சம்பாதித்து பெயர் ஈட்டிவிடாது என்பதுதான் இந்தியக் கம்பெனிகளின் நினைப்பு. ஆனால் நடந்தது வேறு. பிரிட்டிஷ் சர்க்கஸ் இந்தியாவில் இறங்கிய இரண்டே வருடத்தில் கூடாரம் அதிரும் கைத்தட்டலும் மூட்டை மூட்டையாய்ப் பணத்தை வாரியள்ளிய விசயம் வெள்ளையானையை வைத்திருந்த கல்கத்தா ஸ்டேட் சர்க்கஸ் போன்ற பெரிய ஜாம்பவான்களுக்கே கிலியை ஏற்படுத்தியது. என்னவென்றால் வெளிநாட்டுக் கம்பெனிகள் காட்சிக்கு வெளியே சில அந்தரங்க முணுமுணுப்புகளைப் பரப்பி எந்நேரமும் சர்க்கஸைப் பற்றி பேச விட்டதுதான் ரகசியம்'' பிள்ளை சற்று நிறுத்தினார். வெள்ளக்குட்டி பானகத்தை குடித்து முடித்துவிட்டு ''சரி அது என்ன அந்தரங்கமான முணுமுணுப்பு?'' எனக் கேட்டார்.

பிள்ளை தாழ்ந்த குரலில் "அதுதானே கலாரசனை உளவாளியின் வேலை." பெண்களைப் போல நளினமாகக் கண்ணைச் சிமிட்டினார். "இந்தியக் கம்பெனி சர்க்கஸ்கள் விழி அகலச் செய்யும் சாகஸத்தின்மேல்தான் கவனத்தை வைத்திருந்தன. சில மணிநேரங்கள் பார்வையாளர்களை அதிசயத்தின் உச்சத்தில் நிறுத்திவிடும். மனம் பந்தாக மாறிக் கடலில் மிதப்பது போலிருக்கும் அக்கணம். ஒவ்வொரு அலையாகத் தூக்கிப் போட்டு விளையாடுவது. சாகஸங்கள் அளிக்கும் ஆனந்தமே அக்கணத்திற்கு மாறுவதைத்தான். எப்படிப்பட்ட ஆத்மாவையும் பலூன் ஆக மாற்றிவிட வேண்டும். ஆனால் இதைவிடப் பெரிய சவால், பார்வையாளர்களை வித்தையைப் பற்றிப் பேச வைக்க வேண்டும். அவர்கள் மறந்துவிடாமலிருப்பது அவசியம்."

"அதற்குத்தான் கோமாளிகள் இருக்கிறார்களே" வெள்ளக்குட்டி சொன்னதைப் பிள்ளை ஆமோதித்தார். "கோமாளிகள் வெறும் நகைச்சுவைக்காக வந்து போகிறார்களென நாம் நினைக்கிறோம். அவன்தான் சர்க்கஸின் துருப்புச் சீட்டு. தலைக்கு மேல் அண்ணாந்து பார்த்த அத்தனை வித்தையையும் நான்கைந்து முகபாவங்களில் மறக்கச் செய்துவிடுவான். வௌவால்போல தொங்கியவன், குரங்காகத் தாவியவன், சிங்கத்தின் வாய்க்குள் தலையைப் பணயம் வைத்தவன் என எல்லோருக்கும் அவன் மேல் மகா குரோதம். ஓய்வு நேரத்தில் அவனைப் போட்டு மிதிப்பார்கள் எனக் கேள்விப்பட்டிருக்கிறேன். அவன் என்ன செய்வான் பாவம். ஆனால் அதில் ஒரு சூட்சுமம் வெளிநாட்டுக் கம்பெனிகளிடமிருந்தது. அங்கு அவன் வெறும் கோமாளியாக இல்லை. ஜனங்களின் சகல சிந்தனைக்கும் சொற்களுக்கும் கிசுகிசுக்களுக்கும் உருவமாக இருந்தான்." வெள்ளக்குட்டி குழப்பமாக புருவத்தைச் சுருக்கியது பிள்ளைக்குச் சற்று ஆனந்தமாயிற்று. "எப்படியென்றால், ஒவ்வொரு நிலத்திற்கும் தனித்தனி ரசனை உண்டு இல்லையா? ரகசியங்கள், அந்தரங்க ஆதங்கம், சுய எள்ளல், வெற்றுப் பெருமிதம், பொறாமை, பேராசை இப்படி நிறைய. உதாரணத்திற்கு, இந்த சமஸ்தானத்தில்" சட்டென பிள்ளை த்வனியைத் தணித்து "மன்னரின் அந்தரங்க வாழ்க்கைப் பற்றிய பேச்சு அதிகம். அவருடைய வெளிநாட்டு குழந்தையை மெல்லாத வாய் இல்லை. ஐயோ பாவம் அவன். அதுபோக பிரிட்டிஷின் காரியாலயக் குழப்பங்கள் ஊரறியும்" சட்டென குரலை ஏற்றினார், "இந்த சங்கதிகளெல்லாம்

கோமாளியின் அபிநயத்தில் தெறித்து விழும். அவனது நடை மன்னரை நினைவூட்டும். கை ஜாடைகள் ராணி அடிக்கடி மூக்கைச் சிந்துவது போலிருக்கும். பெருத்த பிருஷ்டம் கலெக்டரின் ரகசிய நாடகக்காரி திரேசாவினதைக் காட்டும். இரும்புக் குண்டுகளை தொடைக்குக் கீழ் தொங்கவிட்டு கூண்டு வண்டியிலிருந்து இறங்கும்போது பர்ன் துரையாகிவிடுவான்."

"சரி, இதெல்லாம் கோமாளிக்கு எப்படித் தெரியும்?" வெள்ளக்குட்டியால் பொறுமை காக்க முடியவில்லை "பொறுங்கள் வருகிறேன். இப்படி அவனுடைய நடை உடை பாவனைகள்தான் சனங்களை விடிய விடிய உறங்கவிடாமல் ஆச்சர்யமூட்டிற்று. நீங்கள் கேட்டது மாதிரி முகத்தை மாறிமாறிப் பார்த்துக்கொண்டு "இதெல்லாம் அவனுக்கு எப்படித் தெரியும்" என்று சனங்களால் வியந்துத் தொலைக்கத்தான் முடிந்தது." பிள்ளையின் சீண்டலை வெள்ளக்குட்டி கவனிக்காமலில்லை சட்டெனக் கேட்டார் "ஓ அப்போ எல்லாம் கலாரசனை உளவாளியின் வேலையா?"

"சாட்சாத் அவனேதான். சர்க்கஸ் போடப் போவதற்கு சில மாதங்கள் முன்பே அவன் அந்த ஊரைச் சேர்ந்து, உண்டு, உறங்கி, உறைவிடம் தேடி அடைந்துவிடுவான். அவனுடைய வேலை ஊர் பற்றி விலாவாரியாகக் கடிதம் எழுத வேண்டும். ஒரு புல் பூண்டு விடுபடாமல். சர்க்கார் உத்யோகம்போல பயணப்படி பஞ்சப்படி எனச் சகலமும் உண்டு. ஊருக்கு ஒரு மனைவி குழந்தை குடும்பம்." வெள்ளக்குட்டி சிரித்தார். மாவடிப்பிள்ளை மிச்சமிருந்த பானகத்தைக் கவிழ்த்துவிட்டு நிமிர்ந்து "எங்கு, எப்படி, என்றைக்கு, எத்தனை மாதத்திற்குக் கூடாரத்தைப் போடுவதென அவன் தான் தீர்மானிப்பானென்றால் பாருங்களேன்" என்றார்.

"பலே. அப்படியொருவனை நீங்கள் பார்த்தது உண்டா. ஏன் கேட்கிறேனென்றால் இது கற்பனைக் கதையைவிட சுவாரஸ்மாக உள்ளது. தேசாந்திரியான நானே கேள்விப்பட்டதில்லை, புதுசாகவும் ஆச்சர்யமாகவும் இருக்கே உண்மையா?"

"உண்மை பரிபூரண உண்மை. ஒரு வெள்ளை யானை வாங்குவதற்குச் சமம் அவன். கடிதத்தில் எழுதுகிற ஒவ்வொரு வார்த்தையும் ஆழி முத்து. அதற்குத்தான் அவ்வளவு சன்மானமும் அதிபத்திய

வாழ்க்கையும். அவன் அனுப்பியதைத் தொகுத்தால் இந்திய நிலத்தின் பண்பாட்டையும் வரலாற்றையும் எழுதிவிடலாம்."

முழுதாக இருட்டிவிட்டது அப்போதுதான் சாம்பாஜி மாட்டு வண்டியிலிருந்து இறங்கினான். அவனிடம் வெள்ளக்குட்டியை அறிமுகம் செய்துவிட்டு படு காலையில் பேசிக்கொள்ளலாம் என்று அனுப்பி வைத்தார். சிட்டு கூண்டுக்குள் அடைந்துகொண்டது. வெள்ளக்குட்டி முட்டை விளக்கின் திரியை ஏற்றினார். மறுகையால் மீசையை நீவி இந்த இடத்தில் சற்று நேரம் யோசித்தார். அதன்பிறகு இருவருக்குமே சோர்வு தட்டியது. முகத்தை மாறிமாறி பார்த்துக்கொண்டனர். வெள்ளக்குட்டியின் சிந்தனையைக் கவனித்த பிள்ளை, "அப்படியொரு ஒற்றன் உத்தியோகம் சாம்பாஜிக்கு கிடைத்தது, படாடோப வாழ்வாக இருந்தாலுமே, ஆத்மதிருப்தியைத் தராது என்பதால் அவ்வேலையை மறுத்து விட்டேன்" என்றார். அது மட்டுமே காரணமாக இருக்காதென வெள்ளக்குட்டிக்குத் தெரியும். தனது பதில் திருப்தியளிக்கவில்லையென்பதை பிள்ளையும் கவனித்தார். இருந்தும் மேற்கொண்டு எதையும் பேசாமல் உறங்கத் தயாரானார். வெள்ளக்குட்டியும் வற்புறுத்தவில்லை. ஆனால் இந்த உரையாடல் முடிவதற்கு முன் இறுதியாக ஒன்றைச் சொல்லலாமெனப் பிள்ளை நினைத்திருந்தார். அது,

சாம்பாஜி ஒருநாளும் சமஸ்தானத்தைத் தாண்டியதில்லை. அதிகபட்சமாக திருச்சிராப்பள்ளி பொன்மலை கிராமம், தஞ்சாவூருக்கு முன்பு கந்தர்வக்கோட்டை, சிவகங்கைச் சீமையில் கானாடுகாத்தான் அவ்வளவுதான் அவனது எல்லை. வாஸ்தவத்தில் அவனுடைய வித்தை பார்க்கிறவர்களைத் திகைக்கவும் ஆச்சர்யத்தையும் சில சமயங்களில் அச்சத்தையும்கூட உண்டு பண்ணும்தான். சீமையைத் தாண்டினால் நிச்சயம் ஆறுமாதத்துக்கான சம்பாத்தியம் கிடைக்கும். பேரும் புகழும் அடையலாம். சாம்பாஜிக்கு அதில் விருப்பமில்லை. விஷயம் என்னவென்றால், வித்தை தந்திரங்களை வெளியூரில் காட்ட முடியாது. அதாவது, எல்லா ஊரிலும் இப்படிச் சில உள்ளூர் வித்தைக்குழு இருக்கும். அவர்களுக்கென ஓர் எல்லை உண்டு. அதனுள் வெளியூரான் சம்பாதித்து விட்டுச் செல்வது அவர்களுக்குப் பெரிய பிரச்சனையில்லை. மாறாக செயல்படுத்தும் வித்தையின் ஜாலங்களும் அதனால் சம்பாதித்த சொற்களும். பிறகு சனம்,

இந்திரஜாலம் 121

வேறொரு வித்தையை அவர்களுடைய ரசனைக்கேற்றதாக இராமல் போக நேரும். அதனால் சாம்பாஜி புதுக்கோட்டை சமஸ்தானத்துக்குள்ளேயே தனது வித்தைகளுடன் வருடம் பூராவும் சுற்றிக்கொண்டிருந்தான். பிள்ளை இந்தச் சமயத்தில் சிறு திருத்தங்களை அவனது வித்தைக்குள் செய்தார்.

பொதுவாக வித்தையில் இரண்டு விதம் உண்டு. ஒன்று, பொருள் கண்ணிலிருந்து மறையும் அல்லது எங்கிருந்தோ தோன்றும். அல்லது நம்பமுடியாததாக உருமாறும் எப்படி? என்ன ஆயிற்று? என்கிற ஆச்சர்யமும் குழப்பமும் மட்டும்தான் இதற்கு பதில். இன்னொன்று வித்தையில் விடுகதைபோல விடப்படும் ஒரு கேள்வி. ஒவ்வொரு முறையும் சாம்பாஜி வித்தையை முடிக்கையில் ஒரு கேள்வியை வித்தையாகக் காட்டி விட்டு வருவான். அதற்கான பதில், தந்திரத்தின் முடிச்சை அவிழ்ப்பது. வித்தையை அவர்கள் கற்றுக்கொள்ள வைக்கும் முறை. வேடிக்கை பார்ப்பவர்களும் அறியும் ஆசையில் பதிலை ஆராயத் துவங்குவார்கள். அல்லது தெரியாமல் குழம்பியிருப்பதும் உண்டு. விடை, அதே இடத்தில் மறுமுறை (பல மாதங்களுக்குப் பிறகு) நடக்கும் வித்தையின் முடிவில் அன்றைக்கான அடுத்த புதிய கேள்விக்கு, வித்தைக்கு முன்பு அவிழ்க்கப்படும். இதொருவித தொழில் கைங்கரியம். ஆனால் தொழிலுக்குச் செய்யும் தருமம் எனப் பிள்ளை சாம்பாஜியை நம்ப வைத்தார். “கடலளவு ஏமாற்றுவதில் எள்ளளவு எடுப்பவரிடம் திருப்பியளிக்க வேண்டும். எல்லா மாயஜாலமும் கணப்பொழுதில் கண்ணுக்கு முன்பாக நிகழும் சிறிய சூழ்ச்சிக்குள்தான் அரங்கேறுகிறதென்பதை அவர்கள் அறிந்து கொள்ளட்டும். கூடவே, எந்த ஊரில் வித்தை அரங்கேறுகிறதோ அங்கிருக்கும் ஜமீனின் கட்டத்தைக் கணித்து அடுத்த ஆறுமாதத்தில்- மறு முறை வருவதற்குள்- நடக்கயிருப்பவற்றை பிள்ளையின் சொற்களை சாம்பாஜி உச்சரிப்பான். சிலது சொன்னபடியே நடந்துவிடும். நடக்காதவைகள் நடப்பதற்கான அறிகுறியை கேட்டவர்கள் மனது பாவித்திருக்கும். பிறகு ஜமீனின் நம்பிக்கை வழியாக ஊர் மக்களும் கேட்கவாரம்பித்துவிடுவர். ஒருபுறம் வித்தையைக் கற்றுத் தருவதும் மறுபுறம் சம்பவங்களை முன்கூறுவதுமாக, பிள்ளையின் விளையாட்டு ஒரு கட்டத்தில் சாம்பாஜியின் வருகையே ஊரின் நல்லது கெட்டதுக்கான சகுனமாக மாற்றிற்று. இந்த கணக்குகளை எல்லாம் எங்கிருந்தோ

வந்த வெள்ளக்குட்டியிடம் எதற்குச் சொல்வானேன் என்று பிள்ளை வாயை மூடிக் கொண்டார்.

இரவு சாப்பிட சுடு சாதத்தையும் நான்கைந்து கருவாடுகளைச் சுட்டுக் கொண்டு சாம்பாஜி வந்து திண்ணையில் அமர்ந்தான். வெள்ளக்குட்டி தனக்கு வேண்டாமென்றார். பிள்ளை எங்கு போனார் என்ன ஆனார் என்று தெரியாத கவலை வாட்டுகிறது என்றார். அவன் வேறெதுவும் செய்யட்டுமா என்றதற்கு அவர் சிட்டுவிடம் திரும்பிக் கேட்டார் அது பதில் சொல்லாமல் தலையைத் திருப்பி சாம்பாஜியைப் பார்த்தது. "சரி, கருவாடுக்குப் பதிலாக சுடு சாதத்தின்மேல் வதக்கிய இரண்டு பூண்டையும் வெங்காயத்தையும் அரைத்துத் தூவி, மரவள்ளிக்கிழங்கைத் துருவலாக்கி நெய்யில் வதக்கிச் சுட்ட அப்பளத்தின் மேல் போட்டுக் கொண்டுவா. தெரியவில்லையென்றால் அம்மாவிடம் நானே கூறுகிறேன்" என்றார். சாம்பாஜி "நானே செய்கிறேன்" என்று அலுப்புடன் நகர்ந்ததும் சிட்டு விதானத்திலிருந்து கயிறு வழி இறங்கி, சுட்ட கருவாட்டைக் கடித்துத் துப்பியது. சற்று நேரம் வெள்ளக்குட்டி அமைதியாக இருந்தார். பிள்ளை ஓடிப்போனது, மகன் தனிமையானது வீடு வெறிச்சோடிப் போனது என அத்தனையும் யோசித்தார். கண்களை மூடி தியானித்தார். மரவள்ளி நெய்யில் சுருளும் மணத்திற்கு சிட்டுவால் ஓரிடத்தில் இருக்க முடியவில்லை. அப்பளம் சுட்டு எடுத்து வருவதற்குள் வெள்ளக்குட்டி விளக்கைத் தூண்டிவிட்டுத் தரையில் கட்டம் வரைந்து கொண்டிருந்தார். சாம்பாஜிக்கு அது என்னவென்று புரியவில்லை. சாப்பாடு வைத்ததும் சோற்றைப் பிசைந்தபடி யோசனையிலிருந்தார். "அள்ளிச் சாப்பிடாமல் என்ன இப்படி மீன் பிடிக்கிறீர்கள்?"

"உன்னைப் பற்றிய யோசனைதான்."

"உன் நிலைமை ஒரு பக்கம் சந்தோஷத்தையும் மறுபக்கம் கவலையையும் அளிக்கிறது சாம்பாஜி. ஆமாம். இந்த விதிச்சுழலிலிருந்து தப்பிக்கும் ஒரேயொருவன் நீ மட்டும்தான். உன் தகப்பனின் ஜாதக ஜோசியப் பலன்களை நம்பாத திடம் உன்னைக் காப்பாற்றும். அவருடன் ஒருநாளும் அமர்ந்து அவ்வித்தையைக் கற்க விரும்பாததும் பேச்சைக் கேட்காததும் அவரது சொல்லை மதிக்காததும் இந்த ஊர் அறியும். ஆதலால்

நீ விசாரணையிலிருந்து தப்பிப்பாய். அவருடைய ஸ்கலிதச் சொட்டின் விருட்சம் என்பதும் அடங்கா காமத்தின் ஸ்தூல உருவம் என்பதையும் தவிர உனக்கும் அவருக்கும் எந்த பந்தமும் இல்லை. ஒன்று கவனித்தாயா காமம் கற்பனையில்தான் அழகு. அதை பிழிந்து குழைத்து சக்கரத் துளையிலிட்டு இயக்கினால் உன்னைப்போல கற்பனைக்கும் நிஜத்துக்கும் சம்பந்தமில்லாத வடிவில் சிலருக்கு இப்படி துரதிர்ஷ்டவசமாக கிட்டும். குயவன் கற்பனை செய்வதில்லை ஏனெனில் அவன் நினைத்தபடி பானை வராது" சாம்பாஜிக்கு அவர் பேசுவது விளங்கவில்லை, சோற்றை அளைந்தபடியே இருந்தான்.

"ஒருவேளை கருணை அடிப்படையில் விசாரணையிலிருந்து விலக்கப்பட்டாலும் சுதந்திரம் கிடைக்கும். ஆனால் உன்னால் உனக்குப் பிடித்த தொழிலைச் செய்ய முடியாது. அதில் பெரிய வருமானம் இல்லை என்பது தெரியும். உன் ஆத்ம திருப்திக்காகவே செய்து கொண்டிருந்தாய். அதையும் பிள்ளை ஜமினீன் கட்டத்தைக் கணிக்கிறேன், புதிரை அவிழ்க்கிறேன் என்று உன்னையும் சிக்கலுக்குள் மாட்டிவிட்டார். இருப்பினும்" சற்று நிறுத்தி பூண்டு மணக்கும் ஏப்பம் ஒன்றை வெளியிட்டு, "பிள்ளை ராஜகுடும்பத்திற்கு இழைத்த துரோகம், பழிச் சொல் உன் முதுகில் எப்போதும் ஒட்டியிருக்கும். என்னதான் குதிரை வேடம் போட்டாலும் கழுதையின் கனைப்பை மாற்ற முடியாதில்லையா? அதற்கு நீயும் குற்றத்திலிருந்து விலக்கம் கோராமல் சிறை சென்றுவிடுவதே உசிதம்." பலநாள் பட்டினியான நாய் போல மாறிவிட்டிருந்தது சாம்பாஜியின தோற்றம். அவன் தோளைத் தொட்டு சாப்பிடு என்று எழுந்தவர் எச்சில் கையைக் கழுவிவிட்டுத் திண்ணையில் மாட்டியிருந்த கண்ணாடியின் முன் நின்று தலையை அழுத்தி நீவி, மீசையை எடுத்துவிட்டு, அங்க வஸ்திரத்தை உதறிப் போட்டுக்கொண்டு, தொங்கிய தூசி படிந்த சேமக்கலத்தில் கட்டையால் இரண்டு முறை ஒலியெழுப்பினார். சாம்பாஜி அப்போதுதான் திரும்பிப் பார்த்தான். இருட்டில் என்ன செய்கிறாரெனத் தெரியவில்லை. தாவித்தாவிக் குதித்துக்கொண்டிருந்த சிட்டு, வெள்ளக்குட்டி வருவதை அறிவிப்பதுபோல மூக்கால் பலமாக மேசையில் பலமுறை தட்டிற்று.

வெள்ளக்குட்டியின் இமைகள் சற்றுத் தாழ்ந்து மேலே உயர்ந்ததும் சாம்பாஜி எழுந்து நின்றான். ஒருகணம் தான் எழுந்து நிற்பது சரிதானா என யோசிக்கையில் அவரது முகம் அதை ஆமோதிப்பது போல மாறிற்று. நாற்காலியைத் தனித்து அமர்ந்தார். அவன் விளக்கைத் தூண்டினான். அவர் உடல் முழுவதும் நாற்காலியில் வியாபித்திருந்தது. அவன் மீதிருந்து பார்வையை விலக்காமல் உடலை வசதிப்படுத்தினார். என்னவொரு தோரணை எதற்கு இப்படி என விளங்கவில்லை ஆனால் அச்சமூட்டிற்று.

“இதுநாள்வரை பிள்ளை கூறிய ஜாதகம் முழுவதையும் பொய்யென நிரூபித்தால் தப்பிக்க வழி கிடைக்கும்” சட்டெனத் தொனியும் மாறிற்று. சாம்பாஜி என்ன பதில் சொல்வதெனப் புரியாமல் நின்று கொண்டிருந்தான். மூத்திரம் வேறு முட்டிற்று. “ஆனால் அது, ராஜ குதிரையாகச் சுற்றித்திரிந்ததைத் தோலுரித்துக் கழுதையெனச் சொல்வது போலிருக்கும். அதற்கெல்லாம் வாய் ஜாலமிக்க வக்கீல் வேண்டும். அப்படியொரு தப்பித்தல் தேவையா? ஊரை நம்ப வைத்ததற்கு என்ன பதில்? அது போகட்டும், இந்நேரம் சத்திரத்தில் கூடிய ஊர்க்காரர்கள் ஓடிப்போன பிள்ளைக்கு பதிலாக உன்னை வழக்கில் சேர்த்துத் தாங்கள் தப்பிக்கும் முடிவுக்கு வந்திருப்பார்கள். அவர்களுக்கிருக்கும் கடைசி முடிவும் அதுதான். பாவம் அவர்களும் என்னதான் செய்வார்கள்? தசரா நாளில் சமஸ்தானத்தில் இப்படியொரு அவலம். விடிந்தால் தர்பார் யார் சொல்வதைக் கேட்கப் போகிறது?” சட்டென வெள்ளக்குட்டி உடலை முன்னால் தள்ளி, “எனக்கொரு சந்தேகம் சாம்பாஜி. நான் வந்ததிலிருந்தே வீட்டில் நீங்கள் இருவர் மட்டும்தான் கண்ணில் படுகிறீர்கள். உன் தாயாரை பிள்ளையும் அறிமுகப்படுத்தவில்லை. ஊர்க்காரர்கள் யாரும் பார்த்ததுபோலத் தெரியவில்லை. புதிர்த்தனமாக இருக்கிறது. உயிருடன் இருக்கிறாரா கொலை செய்துவிட்டீர்களா?” மெதுவாகக் கேட்டார்

சாம்பாஜி கடவுளே எனக் காதைப் பொத்திக் கொண்டான். வெள்ளக்குட்டி சிரித்தார். அவனுக்குத் தலை சுற்றியது. வாந்தியும் குமட்டலுமாக மசக்கைக்காரிக்குரிய ஒவ்வாமைகள் ஒன்று திரண்டன. சிட்டு கூண்டுக்குள் படபடவென அடித்தது. ஒருகணம் அப்பாவைத்தான் கிளியாக மாற்றி அடைத்துவிட்டாரோ என்று தோன்றிற்று. அப்படியானால் இன்னொன்று இருக்குமே! ஓடிப் போய் வாந்தி எடுத்தான். பூனை உள்ளிருந்து குதிக்குமளவு

மோசமான குமட்டடல். வெள்ளக்குட்டி திண்ணையோடு சேர்த்து உறங்கத் தயாரானார். சாம்பாஜி முகத்தைக் கழுவி அமர்ந்திருந்தான். கை கால்கள் நடுங்கின. சற்றைக்கெல்லாம் அவரது குறட்டை கேட்கத் துவங்கியது. கைமீறிப்போன காரியங்களை நினைத்தபடி நெஞ்சு வெடித்துவிடும் அச்சத்துடன் இருளைப் பார்த்தவாறிருந்தான்.

தசரா விழாவுக்கான முதல் நாள் -விடியலில் மன்னர் குடும்பம் பிரகதம்பாள் ஆலயத்திற்கு நெல் எடுக்கும் சடங்குத் துவங்கப் போவதை அறிவிக்கும் வேட்டுத் துவங்கியது. சாம்பாஜி தனக்கு இனி தற்கொலையைத் தூண்டும் அதிர்ஷ்டம் வாய்க்காதெனப் பிரார்த்திப்பதை கை விட்டு எழுந்தான். உள்ளறைக்குள் இரண்டு முறை எட்டி நோக்கிய பின் திண்ணையிலிருந்த பழைய பெட்டியைத் தூக்கிக்கொண்டு வெள்ளக்குட்டியின் விழிகளை நோக்கியவாறே (சிட்டு பார்க்கிறதாவென கவனிக்கவில்லை) வீட்டை விட்டு இறங்கினான்.

நல்ல வேளையாக ஊர் எல்லையைத் தாண்டும் வரை விடியவில்லை. கவிநாடு ஏரியைக் கடக்கையில் பின்னால் வந்து கொண்டிருந்த குதிரை வண்டி அவனை ஏற்றத் தானாகவே நின்றது. உள்ளே பத்து பதினைந்து ஆட்கள். வண்டிக்கூரையில் நிறைய சாமான்களும் பாத்திரங்களும் இருந்தன. எல்லோரும் ஊரைவிட்டு எங்கோ அவசரமாகக் கிளம்பிச் செல்கின்றனர். உள்ளேயிருந்தவர்கள் இடமில்லை என முனங்கியதும் அவன் தயங்கி விலகினான். முகம் மறைந்திருந்ததால் சாம்பாஜியை அடையாளம் தெரியவில்லை. அடுத்தடுத்து வண்டிகள் நிறைய வந்தன. அழுகையும் ஊரைவிட்டுப் போகும் புலம்பலும் கேட்டது. சத்தியவானின் குதிரை வண்டி நின்றது. அதுதான் கடைசி வண்டியாக இருக்க வேண்டும். குதிரை அனுமதிக்காது போகும்வரை போகட்டும் ஏறிக்கொள்ளுங்கள் என்றான் முகத்தைப் பாராமல். சாம்பாஜி தன் உடல் எடையை இலகுவாக்குவதுபோல மெல்ல ஏறி அமர்ந்தான். வண்டியும் மெல்ல அசைந்தது. “பலே ஜார்ஜ் ஏற்றிய இரண்டாவது ஆள் நீர்தான்”. பின்பு குதிரையுடன் புலம்பிக்கொண்டே வந்ததில் சாம்பாஜியிடம் பேச மறந்து போனான். சற்று தூரம் கடந்திருக்கும் பிருஷ்டத்தினடியில் ஏதோ உறுத்தவே ஒரு கையால் மூங்கில் பிடிமானத்தைப் பற்றிக் கொண்டு மறு கையால் எடுத்தான், குதிரையின் கடிவாளக் கயிறு. ஓரமாக

ஒதுக்கியபோது பழுப்பு நிறக் காகிதம் அதனடியில் விழுந்தது. மேலே மாட்டியிருந்த அரிக்கனில் திரியை உயர்த்திப் பார்த்தான். கடிதம் பிரித்துப் படித்ததுதான். யாரோ விட்டிருக்கலாமென்கிற இங்கிதத்தோடு உள்ளே பார்க்காமல் திரியைத் தணியப் போனான். அப்போது அனுப்புகை இடத்தில் தெரிந்த பெரிய முத்திரை சற்று கவனிக்க வைத்தது. அதில் தி ராயல் பிரிட்டிஷ் சர்க்கஸ் கம்பெனி கல்கத்தா, கீழே அடைப்புக் குறிக்குள் 'தற்போதைய முகவரி' என இருந்தது. "விளக்கை அணையுங்கள்" சத்தியவான் சத்தம் போட்டான். சாம்பாஜி தலையை உயர்த்தினான். வெளியே பொழுது விடிந்து கொண்டிருந்தது. கண்களுக்கெட்டும் தூரத்திற்கு ஊர் தெரியவில்லை.

□□□

நன்றி:

"சாபம்" கதைச் சட்டகத்தின் வழியே புதியக் கதையமைப்பை அளித்த த. ராஜனுக்கு

நோய்ச் சொர்க்கம்

இறந்து போனவரை எப்படித் தொலைந்ததாக உரியவர்களிடம் சொல்வது? நடுவயதுக்காரருக்கு முதலில் ஒன்றும் புரியவில்லை. இளைஞனிடம் இன்னொரு முறை விளக்கமாகக் கூறும்படி கேட்டார். "முதலில் இது உடல் உழைப்புக்கான வேலை கிடையாது அதை முதலில் சொல்லி விடுகிறேன். மூளைக்கானது. உங்களுடன் பழகியதிலிருந்து நீங்கள் மூளை உழைப்புக்கானவர் என்று தெரிந்து கொண்டேன் அதனால்தான் இந்தத் தேர்வு." அவர் தலையசைத்தார். அவன் மூச்சை இழுத்து விட்டுக்கொண்டான் "வேலை ஒன்றே ஒன்றுதான். அதைச் செயல்படுத்துகிற இடமும் நபரும் தான் மாறிக்கொண்டிருக்கும்." சட்டைப்பையிலிருந்து மடித்த காகிதத்தை நீட்டினான். அவர் தெரு விளக்கு வெளிச்சத்தில் வைத்துப் பிரித்தார். அதில் பெயர், வயது, ஊர், முகவரி எல்லாம் எழுதப்பட்டிருந்தன. "இந்த முகவரியைக் கண்டுபிடிக்க வேண்டும். அது உங்களுக்கு ரொம்ப சுலபம். சீட்டிலிருக்கும் நபர் இறந்துவிட்டார். எப்படி இறந்தார், எவ்வளவு நாள் இதெல்லாம் தெரியாது. உங்களுடைய வேலை அவர் தொலைந்து போய் விட்டதாகவும் இப்போது உயிருடன் இருக்கிறாரா என்று வீட்டில் உள்ளவர்களிடம் கேட்க வேண்டும். அவர்களும் தொலைந்ததாகவே நம்புவதுதான் வேலை முடிந்ததாக

அர்த்தம். நம்பிக்கை அந்த நிமிஷமே வரலாம் அல்லது அடுத்தநாளோ. ஏன் ஒரு வாரம்கூட ஆகலாம். அவர்களின் சந்தேகத்திற்கு எதிரான எல்லா தகவலும் உங்களிடம் இருந்தால் மட்டுமே அது சாத்தியம். இன்னொன்று, வீட்டில் யாராவது ஒருவர் நம்பினாலே போதும்" அவன் முடிப்பதற்கும் சைக்கிளில் தேநீர் வந்து சேர்வதற்கும் சரியாக இருந்தது.

நடுவயதுக்காரர் அசந்துதான் போனார். தெருக்கம்பத்துக்குக் கீழ் அப்படியே நின்று கொண்டிருந்தார். சைக்கிள் வந்ததுகூடத் தெரியாமல் பார்வை நிலைகுத்தியிருந்தது. அவன் இருவருக்கும் தேநீரை வாங்கினான். சைக்கிள்காரர் என்ன யோசனை என்று விசாரித்துவிட்டு பீடியுடன் அப்பால் போனார். இளைஞன் தேநீர் தம்ளரை நீட்டியும் நடுவயதுக்காரரின் சிந்தனை நிற்கவில்லை. தேநீரை வாங்காமல் "இந்த சீட்டிலிருக்கிறவர் யார்?" என்று கேட்டார். இளைஞன் உதட்டைப் பிதுக்கினான். எப்படிக் கிடைத்ததெனக் கேட்க நினைத்து பின்பு நிறுத்திக் கொண்டார். வேலை சொல்பவரிடம் அதுபற்றி விசாரிப்பது தார்மீகம் இல்லை. ஒருவேளை அவர்களுக்கும் தெரியாமலிருக்கலாம். ஆனால் வேலையிலுள்ள பாதகத்தை விளக்கலாம். அதுவும் செய்ய முடியாதென்கிற பதிலிலில்லை, பின்னால் நடக்கும் சிக்கல்களுக்காக. உயிருடனிருக்கும் ஒருவரை இறந்ததாகச் சொல்ல முடியும். ஆனால் கண்ணுக்கு முன்னால் இறந்து போன உடம்புடன் அழுது தீர்த்து, சடங்குகள் சூடி, புதைத்தோ எரியூட்டியோ கடந்து போய்விட்ட ஒருவரைத் தொலைந்துவிட்டாரென்றால் யார்தான் நம்புவார்கள்? நடுவயதுக்காரருக்குத் தலை கிறுகிறுவெனச் சுற்றுவதுமாதிரி இருந்தது. ஆறியதைக் குடித்து முடித்துவிட்டு "இதில் இன்னொரு சிக்கல் இருக்கிறதே" என்று ஆரம்பித்தார்.

"என்ன சிக்கல்?"

"ஒருவேளை இறக்கவேயில்லையென்றால்?" இளைஞன் ஒருகணம் யோசித்தான் "இறந்துவிட்டதாக நம்பிய பிறகு உங்களது வேலை ஆரம்பிக்கும். அதுவரை காத்திருங்கள். விடாமல் கவனிக்க வேண்டும்." கவனிப்பு என்கிற சொல்லை உச்சரித்த தொனி அவரைச் சீண்டுவது போலிருந்தது. "சரி நன்றாக யோசியுங்கள் நாளை இதே நேரம் சந்திப்போம்." நடுவயதுக்காரர் அவனுக்கு தலையசைக்கக்கூட இல்லை. அதுவே பதில் என்று அவன்

நகர்ந்துவிட்டான். சீட்டை மறுபடியும் விரித்தார். முகவரி கண் எட்டும் தூரம்தான். இப்போது நடந்தால் பத்து நிமிடத்தில் போய் விடலாம். முகம் நினைவின் விளிம்புக்கு வந்து விட்டது. உடற்சதைப் பிதுங்க சைக்கிளை மிதித்தபடி வருவார். சிறு நெரிசலுக்கும் இறங்கிவிடுவார். ஈரத்துடன் அணிந்ததுமாதிரி உடல் எப்போதும் வியர்த்திருக்கும். ஆமாம் அவரே தான். இறந்து நான்கைந்து வருடங்கள் இருக்கலாம். கடைத்தெரு நெரிசலுக்குள் ஒடுங்கிப் போன வீடு அது. இறந்தபோதுகூட அவ்வளவாகக் கூட்டமில்லை. அடுத்த சில நாளில் அந்த வழியாக போனபோது வீட்டில் மனைவியைத் தவிர வேறு யாரையும் காணோம். ஆக இப்போது இருப்பது வயதான மனைவி மட்டும்தான். காதில் செருகியிருந்த பென்சிலை எடுத்து "மனைவி மட்டும்தான்" என்று குறித்துக் கொண்டதுடன் கிட்டத்தட்ட வேலை முடிந்தது என்று சீட்டை மடித்து வைத்துவிட்டு அப்படியே கடைத்திண்ணையில் படுத்து விட்டார்.

அவரது கணிப்பு மிகச் சரி. இறந்தது அதே நபர்தான். அவருடைய வயதான மனைவியைத் தவிர இறந்தவருக்கு வேறு யாரும் கிடையாது. ஒத்திகை பார்த்தாலும் எப்படித் தொடங்குவதென்கிற நடுக்கம். வீட்டை அடைவதற்குள் வெகு தூரம் நடந்தது போன்று களைப்பு. மதில் கதவைத் திறந்ததும் புழக்கமில்லாத வீட்டின் வீச்சம். பகலிலேயே கால் இடற வைக்கும் இருள் கவிந்த அறைகள். வெகு நேரம் சத்தம் கொடுத்த பின்பு அரணை ஓடுவது போன்று சிறு அசங்கல் மட்டும் கேட்டது. நிலைப்படி தாண்டி உள்ளே நுழைந்ததும் வயதான உருவம் படுத்திருப்பது தெரிந்தது. இறந்தவரின் பெயரைச் சொல்லிக் கேட்டார். கிழவிக்குக் காதில் சரியாக விழவில்லை. உட்கார்வதற்கு சிறிய மரமுக்காலியைப் போட்டது. கூனுடலை நிமிர்த்த முடியாமல் தூணில் சாய்ந்தவாறு நினைவிலிருந்து யாரையோ துழாவியெடுத்து ஒரு பெயரைச் சொல்லி இன்னாரின் மகனா என்று இழுத்தது. இல்லையென்றாலும் கேட்பது போலில்லை. பிறகு அதுவாகவே மகன் இறந்துவிட்ட செய்தி தெரியுமா என்று ஓசையில்லாத அழுகையுடன் ஆரம்பித்து, இறப்பதற்குச் சில நாள் முன்பு பாத்திரம் கழுவி முடிக்கையில் கீழே விழுந்து இடுப்பு ஒடிந்த இடத்தைக் காட்டியது. மருத்துவமனையிலிருந்ததால் மகனைக் கடைசியில் பார்க்க முடியாமல் போனது என்று அழுகையுடன் விசயத்தை நிறுத்திற்று. உங்களுக்கும் இறந்தது தெரியாதா என்று

அவிவேகியைப் பார்க்கும் பரிதாபத்துடன் அண்ணாந்தது முகம். நடுவயதுக்காரர் “தெரியும்” என்றார். பின்பு குரலைக் கனைத்துச் சத்தமாக, தொலைந்து போனவர் எப்படி மகன் சாவுக்கு வந்தார் என்று வீடு அதிரக் கேட்டதும் கிழவி முகத்தில் சன்னமான திடுக்கிடல் மட்டும் ஓடியது. கனத்தக் குரலின் அதிர்வுக்கு ஏற்பட்டிருக்கலாம். கிழவி மறுபடியும் அண்ணாந்து “அவர் வந்தாரா” என்றது சந்தேகமாக. மீண்டும் நினைவுக்கூளத்தைக் கிளறச் சென்று விட்டு சில கணங்கள் கழித்துக் கோபத்துடன் கணவர் பெயரைத் திட்டியபடி எழுந்தது. அவர்தான் தான் மருத்துவமனையிலிருந்து வீடு திரும்புவதற்குள் சொல்லாமல் கொள்ளாமல் மகனை அடக்கம் செய்தவரென்று அதற்காகவே வைத்திருந்தச் கடந்த கால உதாரணங்கள் சிலதைத் துணைக்குச் சேர்த்து கணவரைச் சபித்துத் தீர்த்தது. சட்டென மூங்கில் தடியை ஓங்கித் தரையில் தட்டி “அந்த மனுஷன் எங்காவது கிடந்து சாகட்டும்” என்று உடல் ஆட்டத்துடன் உள்ளே போய் விட்டது.

“அன்றைக்கே இரண்டு முறை வீட்டிற்குச் சென்று நான் கூறியதை நம்பியதா என்று உறுதிப் படுத்திவிட்டேன். என்னைப் பார்த்ததும் அவர் பெயரைச் சொல்லிக்கொண்டு இங்கு வராத போ என்று தடியைத் தூக்கி வீசியது. நல்லவேளை மேலே விழவில்லை. ஆனால் யாரோ ஒரு வயதானவர் கிழவி தூக்கி வீசிய தடிக்கு அடி வாங்கிப் போனதாக எச்சரித்தது.” சொல்லி முடித்ததும் நடுவயதுக்காரர் பலமாகச் சிரித்தார். இளைஞனுக்குப் பெரிதாகச் சிரிப்பு வரவில்லை. வேலை முடிந்ததைக் கேட்டு பிரமித்து விட்டிருந்தான். வெகு சுலபமாக முடித்துவிட்டாரென்று ஆச்சர்யம். எப்படி விலாசத்தை இவ்வளவு பெரிய தெருவுக்குள் தேடியெடுத்திருப்பாரென்பதும் விளங்கவில்லை. ஆனால் முன்னமே நடுவயதுக்காரர் இதைச் சொல்லியிருந்தார் “புதுக்கோட்டையில் நகரத்தின் பதினாறு தெருவிலிருக்கும் அத்தனை பேர்களின் பெயரும் எனக்கு பரிச்சயம் உண்டு. யாராவது எந்தப் பெயரையாவது சொன்னால் போதும் அவர்களுடைய மொத்த அடையாளமும் விலாசத்துடன் ஞாபகத்துக்கு வந்து விடும். அதே சமயம் வெறும் அடையாளத்தைச் சொன்னால் பெயர் ஞாபகத்திற்கு வரவே வராது.” வித்யாசமானவர்தான். ஆனால் இவருக்கு நேர் எதிரான ஒருவரிடம்தான் இளைஞன் முதன் முதலில் வந்து சேர்ந்தான். அப்போது இளைஞனுக்கு தன்னைப் பற்றி எதுவும் நினைவிலில்லை.

ஆடையகப் பணியாளர்கள் அவனை முதியவரிடம் சேர்த்துவிட்டுச் சென்று விட்டனர். முதியவருக்கு ஒன்றும் புரியவில்லை. என்ன வேண்டும் என்றார். அவன் மருண்டதுபோல விழித்தான். சில நிமிடம் கழித்து "உங்கள் பெயர் என்ன?" என்றான் முதியவரிடம். அப்போதுதான் அவருக்கும் தன்னுடைய பெயர் மறந்துபோனது நினைவுக்கு வந்தது. அவர் சற்றுத் தடுமாறி பதிலுக்கு அவனைப் பற்றிய கேள்விகளைக் கேட்டுச் சமாளித்தார். இளைஞன் உளறலுடன் கண் கலங்கி, உடல் கூசுவதுபோல கோணிக் கொண்டிருந்தான். சொற்கள் உடைந்து விழுந்தன. ஆக்ரோஷமாகக் கண்ணீர் வெளியேறியது. நடுங்கும் விரல்களால் கண்ணீரைத் துடைக்கத் தடுமாறினான். முதியவருக்குச் சட்டென்று அவன் பத்து வயது பையனாக மாறிவிட்டதாகத் தோன்றிற்று. "பரவாயில்லை வேண்டாம் விடு" என்று தேற்றினார். சமாதானமானதும் மறுபடியும் முதியவரிடம் "உங்க பேர் என்ன அய்யா?" என்று கேட்டான். "எல்லோரும் அப்படித்தான் கூப்பிடுவாங்க நீயும் அதே கூப்பிடு" என்றார். சந்தோஷமாகத் தலையாட்டினான்.

ஊரடங்கில் ஆடையகத்தை மூடியதிலிருந்து காவலாளிகள் மட்டும்தான் இரவுக்கும் பகலுக்கும் பூட்டிய கட்டிடத்திற்குக் காவலுக்கு வந்து போய்க் கொண்டிருந்தார்கள். சிப்பந்திகள் யாரும் வேலைக்கு வருவதில்லை. இப்படியொரு சூழலில் இப்போது புதிய ஆள் வேறு. யார் எதற்காக இங்கு கொண்டு வந்தார்கள், என்ன வேலை இருக்கிறது? முதியவர் நெற்றியில் அடித்துக் கொண்டார். பையனும் இடத்தைவிட்டு நகராமல் பிடித்து வைத்தது போல அப்படியே நின்று கொண்டிருந்தான். யாராவது தன்னை அழைக்கிறார்களா எனத் தயாராக உற்று நோக்கியிருந்தான். முதியவர் வாங்கி வைத்திருந்த இரவுணவைக் கொடுத்தார். நன்றாகச் சாப்பிட்டான். அப்போதுதான் வெளிச்சத்தில் தெளிவாக அவனைக் கவனிக்க முடிந்தது. அழக்கூடிய தோற்றம் இல்லை. ஆஜானுபாகுவான உடலமைப்பு. கருப்பான தோல். குண்டு விழிகள். கத்தரித்த மீசை. அடர்த்தியான தலைமுடி. உடற்பயிற்சியில் இழைத்த தேகம். ஆனால் மருண்டிருக்கிறான். அசட்டுச் சிரிப்பு. அடிபட்ட நாயின் தழைத்த கண்கள். பிழைக்க இறைஞ்சும் முகபாவம். அவனிடம் என்ன உரையாடுவதென்று முதியவருக்குத் தெரியவில்லை. அமைதியாக அவனையே பார்த்துக் கொண்டு அமர்ந்திருந்தார். காவலாளிகளுக்கான சிறிய அறையிலேயே இரவு தங்கல் ஏற்பாடானது. ஆடையகத்தின் தரைத்தளத்தின் கீழிருக்கும்

வராந்தாவில் மற்றவர்கள் அளவளாவிக் கொண்டிருந்தனர். அவர்களிடம் அவனை ஒப்படைத்துவிடலாமென்று இறங்கிச் சென்றார். யாரும் சரியானத் தீர்வைக் கூறாமல் சம்மந்தமில்லாமல் "அவன் இங்கேயே வேலை செய்யட்டும்" "அடுத்த வாரம் மேனேஜர் வருவார் கேட்கலாம்" "இந்த வராண்டாகூட படுக்க நல்லாத்தான் இருக்கு" என்கிற பதிலுடன் தப்பித்துக் கொண்டனர். சாதுர்யத்தைக் கண்டு முதியவர் வாயடைத்துப் போனார். காலையில் அவனை யார் என்று கேட்டாலும் ஆச்சர்யமில்லை. முதியவர் உடைமாற்றும் அறைக்குத் திரும்பும்போது இளைஞன் நன்றாகத் தூங்கிக் கொண்டிருந்தான்.

முதியவரின் வீட்டில் தங்கிய இரண்டாவது வாரம் அவர் ஆடையகத்திற்கு இரவுப்பணிக்குச் சென்றதற்குப் பிறகு இளைஞன் கையடக்க வரைபடத்துடன் நகரைச் சுற்றத் தொடங்கிய போதுதான் நடுத்தரவயதுக்காரரை முதல் முறை சந்தித்தான். எரியாத விளக்கொன்றின் அடியில் சிறிய சிமெண்ட் கட்டையில் அமர்ந்திருந்தார். அவர்தான் இளைஞனைக் கூப்பிட்டார். கவனிக்காததுபோல அழைப்பைத் தவிர்த்துக் கடப்பதற்குள் அருகில் வந்துவிட்டார்.

"யாரையோ தேடுறது போல இருக்கே." குரல் கணீரென்றிருந்தது. "இல்லை ஒன்னுமில்லை" தயக்கத்துடன் நகரப் போனவனை மறித்து "ஏதோ தேடிட்டே தினமும் இந்த வழியா போறீங்க" பரிவோடுதான் கேட்டார். எப்படித் தவிர்ப்பதென்று புரியாமல் அப்படியே நின்றவன் தங்கியிருக்கிற விலாசத்தை வேறொரு திசையில் காட்டி அவ்விடத்தைச் சரியாக விளக்குவதுபோல சில கணங்கள் எடுத்துக்கொள்ளும் கால அவகாசத்துக்குள் வேலையைப் பற்றி யோசித்துக் கொண்டிருந்தான். ஆனால் அதற்குள் "எங்க வேலை பார்க்கிறீங்க?" எனக் கேட்டுவிட்டார். அவன் தடுமாறிவிட்டான். பிறகு அவரே நடுவீதியில் ஏதோவொரு கடையில் பார்த்ததாக நினைவுகூர்ந்தார். அவன் இல்லையென்று தலையாட்டி ஆடையகத்தில் காவலாளியாக இருப்பதாகப் பதிலளித்தான். "ஓ பின்ன ஏன் எதையோ தேடிட்டே போறீங்க?" அவன் "ஒன்னுமில்லை. எல்லாம் வெறிச்சோடியிருக்கிறது அதான் வேடிக்கைப் பார்த்துட்டே போறேன்" என்றான். நடந்துகொண்டே வெளிச்சத்திற்கு இருவரும் வந்தார்கள். அவருக்கு ஐம்பது

வயது இருக்கலாம். தலை கருப்பும் வெள்ளையுமாக கலைந்து, மழிக்காத பத்து நாள் தாடியுடன் அழுக்குச்சட்டையும் அழுக்கு வேட்டியுடனிருந்தார். பொதுவாக இவர்களைப் போன்றவர்கள் யாரேனும் வேலைக்கு அழைத்தால் போவார்கள். குறிப்பிட்ட வேலையென்று இல்லாமல் எல்லா வேலையிலும் பொருத்திக் கொள்வது. அதாவது நுணுக்கம் தெரியாது ஆனால் ஓரளவு பரிச்சயம் இருக்கும். அதோடு வேலை ஒரே நாளில் முடிகிறதாக இருக்க வேண்டும். காரணம் ஒரே இடத்தில் தொடர்ந்து செய்வதாக இருந்தால் வேலைக்காரனின் போதாமை வெளிப்பட்டுவிடும். இதை வெளிப்படையாகவே அவனிடம் தன்னைப் பற்றிக் கூறியபோது அவர் ஒப்புக்கொண்டார். பதிலுக்கு அவனும் தான் வெளியூர் என்றும் தனியாகத் தங்கியிருப்பதாகவும் ஆடையகத்தில் ஏதும் எடுபிடி வேலை இருந்தால் சொல்கிறேனென்றவன் மறுபடியும் அவர் அவனது அறை விலாசத்தைக் கேட்டதற்கு இன்னுமொரு முறை விளக்கினான்.

“தவறாக நினைக்க வேண்டாம். எனக்கு அடையாளம், திசை, இடம் இதெல்லாம் நினைவில் நிற்காது சட்டுனு வழுக்கிடும். ஊர் பெயர் ஆள் பெயர் நம்பர் அப்படித்தான் ஞாபகத்தில் வைத்துக் கொள்வேன். இந்தத் தெருவிலுள்ள எல்லா பெயர்களும் எனக்குத் தெரியும். நீங்க பெயரைச் சொன்னால் நான் முழு விலாசத்தையும் சொல்லிவிடுவேன்” அவரது பெருமை அவனுக்குப் புரியவில்லை. கிளம்புவதாகத் தலையசைத்தான். அவர், “மணி பன்னிரெண்டு ஆயிடுச்சா? இஞ்சி டீ வரும் சாப்பிடலாம்” என்றார். “இந்த நேரத்திலா?” “ஆமாம். சாமக் காவலாளிகளுக்கென்றே இந்த வீதியில் ஒருத்தர் சைக்கிளில் வருவார். நன்றாக இருக்கும். நாக்கிலிருந்து கரையாது” அவன் சட்டைப் பையைத் துழாவினான். “பரவாயில்லை நான் வாங்கித் தருகிறேன். நீங்கள் என் விருந்தாளி” என்று நாடகபாணியில் சிரித்தார். சற்றைக்கெல்லாம் சைக்கிள் பெல் சப்தம் தூரத்தில் கேட்க இரண்டு பேரும் வெளிச்சத்திற்கு வந்தார்கள். குள்ளமாக ஒருத்தர் சைக்கிளில் வந்தார். பாடலை முனகியவாறே இருவருக்கும் தேநீரைப் பிடித்துத் தட்டில் வைத்துவிட்டு நடுத்தரவயதுக்காரரிடமிருந்து சிகரெட் ஒன்றை வாங்கிப் புகைக்க ஆரம்பித்தார். தொழில் பற்றி வழக்கமான விசாரிப்புகள் இருவரும் பரிமாறிக்கொண்டிருக்கையில் இளைஞன் கிளம்புவதாக நகர்ந்தான். நழுவுவதற்குச் சரியானச் சந்தர்ப்பம்தானென்று அதைப் புன்னகையில் காட்டி விடைகொடுத்தார் நடுவயதுக்காரர்.

ஊரடங்கு அறிவித்ததிலிருந்தே வேலைக்கு வர வேண்டாமென்று ஆடையக நிர்வாகம் முதியவருக்கு அழுத்தம் கொடுத்துக் கொண்டிருந்தது. ஆடையகத்தில் முன்பு பதினோரு காவலாளிகள் இருந்தனர். அதில் வெளியூர்க்காரர்கள் ஐந்து பேரை நிர்வாகம் நிறுத்தியது போக எஞ்சிய ஆறில் இருவர் பகல் பொழுதுக்கு மீதி நால்வர் இரவுக்கு. இரண்டு காரணங்களைக் காட்டி முதியவரையும் நிறுத்த நிர்வாகம் எவ்வளவோ முயன்றது. வயோதிகத்தைக் குறிப்பிட்டதற்கு அவர் சட்டையே செய்யவில்லை. அதோடு "இரவு எப்படியும் தூக்கம் வரப்போவதில்லை இங்கே இருந்தால் பொழுதாவது போகும், சம்பளம்கூட வேண்டாம்" என்று கூறிவிட்டு அவர்களது பதிலை எதிர்பார்க்காமல் வரத் துவங்கிவிட்டார். இன்னொன்று, முதியவருக்கு இருக்கும் மறதி நோய். வேலை முடித்து திரும்புகிறவர் வேறெங்காவது போய் விடுவாரென்கிற அச்சம். அவ்வளவுக்கு நோய் முற்றிவிடவில்லையென்று அவரும் சமாதானம் சொல்லி வந்தார். ஆனால் நினைவு தொலைதல் அதிகமாகிக்கொண்டுதானிருந்தது.

ஆடையகத்தில் வேலைக்குச் சேர்வதற்கு முன்புவரை பெருநகரத்தில் குடியேறிவிட்ட தன் ஒரே மகள், மருமகன், பேரனுடன் வாரத்திற்கொரு முறையாவது அவர்களோ அல்லது அவரோ அலைபேசியில் இணைவது வாடிக்கை. நினைவு தொலையத் துவங்கிய ஒருசில சம்பவங்களிலேயே அவரும் சுதாரிக்கவே எண்ணினார். ஜனநெருக்கடியில் ஒருநாள் அலைபேசி எங்கோ காணாமல் போயிற்று. பிறகு, கருவூல அலுவலகத்திற்குச் சென்று திரும்புகையில் ஓய்வூதியக் கோப்புகளையும் சில முக்கியக் காகிதங்களையும் தவற விட்டார். இரண்டும் அடுத்தடுத்து நிகழ்ந்தது போலவே இருந்தது. பொருளியல் தேவைகள் நினைவிலிருந்து நழுவும்வரை மறதி தொந்தரவளிக்காதென அவரும் பெரிதாகக் கண்டுகொள்ளாமல் விட்டுவிட்டார். இப்போது தொலைந்தவற்றுடன் மகளின் விலாசமும் அலைபேசி எண்களும் போய் விட்டன. சில நாட்கள்வரை காத்திருந்தார். புதிய வேலை பற்றியும் உறக்கமிழப்புப் பிரச்சனைக்காக மாறிய புதிய தங்குமிடமும் அவர்களுக்குத் தெரியாது. எனவே அவர்களும் தேடி அலைந்துவிட்டுத் திரும்பியிருக்கலாம் என்று சமாதானம் ஆகிவிட்டார்.

இளைஞன் காலையில் எழுந்து ஆடையக வாசலில் தயாராக நின்றான். தயக்கமான புன்னகை, சொல்லி முடிப்பதற்கு முன்பே தயாராகும் வேகம். முதியவர் வீட்டிற்குக் கிளம்ப ஆயத்தமாகும்போது அவருக்கு வேண்டியதை எடுத்து வைத்தான். நாய்க்குட்டி கால்களைப் பார்த்தபடியே பின்தொடர்வதுபோல ஆடையகத்திலிருந்து முதியவர் கிளம்பியதும் அவனும் சேர்ந்துகொண்டான். வீடு நோக்கி நடந்தார்கள். ஆளரவமற்ற கடைவீதியை வெறித்துப் பார்த்தான். நிறைய கடைத்திண்ணைகளில் இன்னும் இரவு அரட்டையிலிருந்து காவலாளிகள் மீளவில்லை. சிலர் உடலை முறுக்கிக் கிடந்தனர். பொறுப்பற்ற உலகத்தைப் பார்ப்பதுபோல நடந்து வந்தான். ஆடையகத்திலிருந்து முதியவரின் வீடு நான்கு மைல். அலுப்பூட்டாத நடையாக இருந்தது அவனுக்கு. வீட்டைத் தவறவிடாமலிருக்க அடையாளங்களை முதியவர் பொறுக்கிக் கொண்டே வந்தார். வீடு வந்ததும் அவனது நடையை நிறுத்தினார். பச்சிளம் குழந்தை மலங்க மலங்க விழிப்பதுமாதிரி விழிகள் திசைகளில் மோதி அடங்கின. "இதுதான் வீடு" என்றார். நீண்ட தண்டுச்சாவியைப் போட்டுத் திருகி மூங்கில் தடியால் கதவை முட்டியதும் கதவு மெல்லச் சிணுங்கிச் சாய்ந்தது. இரண்டு அடி கீழிறங்கிச் செல்லும் நிலைப் படிக்கட்டுகள், பிறகு ஒரு பெரிய அறை, சற்றுத் தள்ளி மேற்கூரை தாழ்ந்த கூடத்தில் சமையல் திட்டும் கழுவுத் தொட்டியும். அதற்கு மேல் சிறைச் சன்னலைப் போன்று பிறை வடிவக் கம்பியழி துவாரம். பழைய புடைத்த கருப்பு சுவிட்சுகள். இரும்புக் கட்டில் ஒன்று. இளைஞன் சிரித்தபடியே ஆசுவாசமாக அத்தனையும் கவனித்தான்.

இன்னொருவரின் வீட்டினுள் நுழைந்த கூச்சவுணர்வு இருப்பது போலவே தெரியவில்லை. நெடுநாட்கள் கூடவே இருந்துவிட்டு ஊருக்குச் சென்று திரும்பியவன் வீட்டைக் கவனிக்கும் பொறுப்புடன் வந்ததும் கழுவாத பாத்திரங்களைக் கழுவியும் கீழே கிடந்த தொலைவியக்கியைத் தொலைக்காட்சியின் தலையில் வைத்தும் காய்ந்தத் துணிகளைக் கொடியிலிருந்து எடுத்தும் இறைந்திருந்த காய்கறிகளைக் கூடையில் போட்டுவிட்டு வேறெதுவும் செய்ய வேண்டியுள்ளதாவென சுற்றும் முற்றும் பார்த்தான். அவருக்கே ஒருகணம் அவன் இங்குதான் தங்கியிருந்திருப்பானோவென்று குழப்பிற்று. "சமைத்தா சாப்பிடுகிறீர்கள்? குழம்பு கெட்டிருக்கே." அவர் வாங்கி முகர்ந்துவிட்டு அப்படியா என்றார் புரியாமல். அவருக்கு சமைத்துப் பழக்கமில்லை. ஊரடங்கில் ஓட்டல்கள்

மூடிவிட்டதால் வேறு வழியில்லாமல் உண்டான அனுபவம். பழையதைக் கொட்டிவிட்டு விறுவிறுவென சமைக்க என்ன இருக்கிறது என்று தேடி எடுத்தான். ஒன்றிரண்டு தக்காளியும் உருளைக்கிழங்கையும் தவிர அதிகமில்லை. கோதுமை மாவு இருந்தது. அடுப்பில் மண்ணெண்ணெயைச் சரிபார்த்துவிட்டு பாத்திரத்தில் உருளைக் கிழங்குகளை வேக வைத்து, இன்னொரு பக்கம் மாவை உருட்டித் தேய்த்தான். எண்ணெய் தீர்ந்துவிட்டதால் சப்பாத்தியைச் சுட்டு எடுக்க வேண்டியதாயிற்று. நன்றாகவே இருந்தது. முதியவர் மலைத்துவிட்டார். உருளைக்கிழங்கு வெந்து உடையும் மணம் பசியை மூட்டியது. சாப்பிட்டு முடித்ததும் முதியவர் உள்ளங்கையைத் திரும்பத் திரும்ப முகர்ந்தார். “வாசம் போய்விடாது விடுங்கள்” என்றான் கிண்டலாக. முதியவர் விழிகளை உருட்டி “நல்ல மணம்” என்றார். “இராணுவத்தில் இப்படித்தான் கொடுப்பார்கள். சாமான்யமாகப் பசி அடங்காது. இப்போதான் தெரியுது அதுக்கு காரணம் இந்த உருளைக் கிழங்கு மசியல் மணம்தான்” என்றார். அவன் காதில் வாங்கியவாறே பாத்திரங்களைக் கழுவி கவிழ்த்துக் கொண்டிருந்தான். துளிப் பொருக்கு இல்லாமல் பளீரென பாத்திரங்கள் சிரித்தன.

பழைய வேட்டியைக் கயிற்றில் கட்டித் திரையாகத் தொங்க விட்டதில் அந்தப் பகுதி சமையலறையாக மாறிற்று. அவனுடைய அசையும் உருவம்கூட வேறொரு வீட்டில் இருப்பதாக அவருக்குக் காட்டியது. முதியவரால் பிரத்யட்சமாக நடப்பவை எதையும் நம்ப முடியவில்லை. உள்ளங்கை மணம் அளித்த லகரியில் தூங்கி போனார். பிறகு மாலையில்தான் எழுந்தார். வெகுநாட்கள் உறங்கி வேறொரு காலத்திற்குள் விழிப்பது போலிருந்தது. உறக்க லாகிரி விடாமல் மேலும் மேலும் அழுத்திற்று. பையன் இருக்கிறானா என்று திரும்பியவர் திடுக்கென எழுந்து பரபரக்கத் தேடினார். மனம் கொள்ளும் வேகத்திற்கு உடல் அசையவில்லை. கண்ணாடியை அணிந்து கைத்தடி ஊன்றி எழுவதற்குள் சன்னல் பக்கமிருந்து “பார்த்து மெதுவாக” என்று வந்தான். “நல்ல சாப்பாடு காலையில்” அவன் சிரித்துக்கொண்டு “மதியம் போய்ச் சாய்ந்தரம் வந்து விட்டது” என்றான். அவர் திடுக்கிட்டு சன்னலுக்கு வெளியே நோக்கி உச் கொட்டினார். “தூக்கத்தில் ரொம்ப உளறினீர்கள்” அவருக்கு முன்னால் வந்தமர்ந்தான். முதியவர் “அப்படியா” எனக் கேட்டு “ஆழ்ந்த உறக்கம் வாய்த்தால் உளறல் வரும்” என்று எழுந்தார். குளித்துவிட்டு வருவதற்குள்

தேநீர் போட்டு வைத்திருந்ததை இருவரும் வீட்டின் மாடியில் நின்று வெறிச்சோடிய சாலையில் காக்கைகள் கூடியிருப்பதைப் பார்த்தவாறு குடித்தனர். அடிக்கடி கேட்கும் அவசரஊர்திகளின் அலறலும் சவ ஊர்வலச் சத்தமும்தவிர புதிய எந்தக் குரலையும் அவன் கேட்கவில்லை. "இந்த ஊர் ஏன் இப்படி இருக்கிறது ஏதும் சண்டை நடந்ததா" அவன் கேட்டதும் முதியவர் சிரித்து விட்டார். அவனுக்குச் சுருக்கமாக உலகை நோய் போர்த்தியிருப்பதைக் கூறிவிட்டு அது சம்பந்தமாக அவனிடம் வேறெதுவும் தெரியுமா என்று கேட்டார். வெகு நேர யோசனைக்குப் பின் நெற்றியைச் சொறிந்து உதட்டைப் பிதுக்கினான். அன்றாடப் புழக்கம் தன்னைச் சுருட்டி இழுத்துக் கொண்டதும்கூட பையன் இடத்தைத் தொலைத்ததற்கு ஒரு காரணமாக இருக்கலாம் என்று தோன்றியது அவருக்கு.

இருட்டுவதற்குள் ஆடையகத்திற்குச் செல்லத் தயாரானவரிடம் இரவுணவைத் தூக்கு டப்பாவில் போட்டுக் கொடுத்தான். அவர் சிரித்தவாறே வாங்கி முகர்ந்தார். மூடியை மீறி வாசம் பொங்கியது. டப்பாவைத் திறந்தார் இலையுடன் பறித்த பிச்சிப்பூக்களைப் போன்று இட்லியும் சட்னியும். "எப்போ இதெல்லாம் செய்த?" ஆச்சர்யமாக் கேட்டார். "நீங்க தூங்கும்போது" என்றான். "ரொம்ப சிரமப்பட வேண்டாம். கடையில் வாங்கிக்கிறேன்." அதற்கு இளைஞன், "இருக்கட்டும் எனக்கும் சமைப்பது பற்றி பெரிய அனுபவம் இருப்பது போல தெரியவில்லை. என் கைக்குத் தெரிகிறது அவ்வளவுதான்." வீட்டைவிட்டு இறங்கும்போது முதியவரிடம் ஒரு சில அடையாளங்களைக் கூறி அப்படி ஏதும் இடங்கள் இருக்கிறதா என்று கேட்டான். அது அவனுக்கு எஞ்சியிருந்த நினைவு. இரண்டு மூன்று முறை கேட்டுவிட்டான். முதியவர் விசாரிப்பதாக உத்தரவாதம் கொடுத்ததுடன் கூடவே வெளியில் எங்கும் போய்விட வேண்டாமென்று எச்சரித்துவிட்டு நகர்ந்தார்.

ஆனால் அன்றைக்கு அவருக்கே அந்த நிலம் புதியதாகப்பட்டது. மழை பெய்தது போன்ற துலக்கம். தெருக் கம்பங்களுக்கு புதிய விளக்குகள் அணிவித்தமாதிரி பளீரென்றிருந்தன. வயதைமீறிய நடை. சில இடங்களில் கைத்தடியும் சுமையானது. யாரையோ அவசரமாகப் பார்க்கப் போகும் வேகம். தன்னையறியாமலேயே நினைவுகள் கண்டதையும் அசைபோடத் துவங்கிற்று.

இளைஞனைப்போல இதற்கு முன்பு யாரையோ இப்படிப் பார்த்த ஞாபகம். இதே போலத்தான் அவனையும் ஒப்படைத்தார்கள். இரண்டு நாட்கள் வாயில்லாப் பூச்சியாக இருந்தான். இல்லை இல்லை நேற்று நடந்ததுதான் எப்போதோ நடந்த தோற்றத்தை அளிக்கின்றன. இவன்தான் அவன். மொய்க்கும் எண்ணங்களைக் கலைத்தவாறே ஆடையகம் வந்து சேர்ந்தார். அவன் வீட்டிற்குள்ளே இருந்து கொண்டான். நடுத்தரவயதுக்காரரை இரவில் சந்திக்கும்வரை முதல் இரண்டு வாரங்கள் இப்படியே போனது.

இரவு சரியாக பன்னிரெண்டுக்கு அரை மணி நேரம் முன்னதாக நடுத்தரவயது ஆளை முன்பு சந்தித்த அதே இடத்தில் இரண்டாவது நாள் சந்திக்கும் திட்டத்துடன் ஆனால் வேறொரு திசையிலிருந்து அந்தப் புள்ளிக்கு போய்ச் சேர முடிகிறதா என்று பரிசோதிக்க வரைபடத்தைச் சட்டைப்பையில் வைத்துக்கொண்டு இளைஞன் கிளம்பினான். இப்போது அந்த ஆள் அவனுடைய மையப்புள்ளி. வீட்டிலிருந்து அரை வட்ட வடிவில் கிளம்பி கடைத்தெரு வீதியின் கிழக்கு மூலையை அடைந்து பின்பு அவர் அமர்ந்திருப்பதற்கு எதிரான திசையில் போய் நின்றான். “என்ன இந்தப் பக்கத்திலிருந்து?” என விசாரித்தார். “நண்பருடன் பேசிக்கொண்டே இப்படி வந்துவிட்டேன்” என்றான். பிறகு வழக்கமான அரசியல் அங்கலாய்ப்புகளை முடித்துவிட்டு அவன் பேசுவதற்காகக் காத்திருந்தார். அவனும் நீண்ட நேரம் மௌனமாகவே அமர்ந்திருந்தான். அவரிடம் எதையோ கேட்க வேண்டுமெனச் சுமந்து வந்ததை எங்கோ தவற விட்ட தடுமாற்றம் அவனுக்கு. பிறகு அவராகவே பழைய திரைப்படச் சுவரொட்டியைக் காட்டி அதன் பெயர் கிழிபட்டிருப்பதால் “என்ன படம் என்று தெரியவில்லை?” என்று ஆரம்பித்தார். அவனும் ஆமாமென்று ஆமோதித்தான்.

சற்று நேரத்தில் தேநீர் சைக்கிள் வந்தது. “இப்படியே போனால் வேலை இல்லாமல் வாழ்க்கையை ஓட்டுவது சிரமம்” சைக்கிள் ஆசாமி சலித்துக்கொண்டு இறங்கினார். “ஆமாம் யாரும் கூப்பிடமாட்டார்கள் நாமாக வேலையைத் தேடிக்கொள்ள வேண்டியதுதான்.” நடுவயதுக்காரர் அவருக்கு பதில் சொல்லியபடி இளைஞனிடம் திரும்பி “தம்பி எனக்காக ஒன்று செய்ய முடியுமா? எனக்கு ஏதாவது வேலைக்கு ஏற்பாடு செய்ய வேண்டும்” எனக் கேட்டார். “நான் எங்க போய் கேட்கிறது.” “எங்கேயும்

கேட்க வேண்டாம்." ஒரு கணம் நிறுத்தி விட்டுத் தொடர்ந்தார் "பதினைந்து வயசிலிருந்து வேலை செய்திட்டிருக்கிறேன். தினமும் ஏதாவதொரு வேலை நிச்சயம் இருக்கும். யாராவது எதற்காவது வந்து கூட்டிப் போய்விடுவார்கள். சில சமயம் போன இடத்தில் வேலையில்லாமல் வெறுமனே இருந்ததும் உண்டு. ஒன்று வேலைக்குப் போதுமான ஆள் கிடைத்திருக்கும் அல்லது அந்த வேலை எனக்குத் தெரிந்திருக்காது. உடனே வீட்டிற்குத் திரும்ப மாட்டேன். வேலை முடியும்வரை அங்கேயே நிற்பேன். தெரிந்த வேலையென்றால் என்னைவிட அனுபவஸ்தனாக நுணுக்கமாக யாரும் செய்கிறார்களா என்று கவனிப்பேன். தெரியாததற்கு அப்படி வேடிக்கைப் பார்பதுகூட அதைத் தெரிந்து கொள்வதுதான் இல்லையா. அப்படி வேடிக்கையில் பொழுது கழிந்தாலும் வேலை செய்யவில்லையென்று தோன்றியதே இல்லை. ஆக, விசயம் வேலை செய்வதல்ல வேலையை கவனிப்பது. ஆனால் இப்படி கவனிக்க ஆரம்பித்த பழக்கம் கொஞ்ச நாளில் மூளைக்குள் எதையோ கிளறிவிட்டு விட்டது. நான் சொல்வது ஏதும் புரிகிறதா?" இளைஞன் சங்கடமாகச் சிரித்தபடி புரிகிறதெனத் தலையசைத்தான்.

"இல்லை உனக்குப் புரியவில்லை. அதாவது. சூதாடுபவரைவிட சூதாட்டத்தைக் கவனிப்பவர்கள்தான் அதிகம் விளையாடுவதாக ஒரு பழமொழி உண்டு. கவனிப்பு என்று சொன்னேனே அது சாதாரணமா இல்லை ஒரு விளையாட்டைக் கவனிக்கும் மனநிலைக்கு மாறிவிட்டது. ஒரே வேலையைப் பத்து பேர் செய்வார்கள். பார்த்தால் ஒரேமாதிரி தெரியும். ஆனால் பத்து பேரும் பத்து விதமாகத்தான் செய்து கொண்டிருப்பார்கள். முதலில் என்னுடைய கவனிப்பு அங்கு யார் திறமையான வேலைக்காரன், யார் போக்குக்காட்டுகிறான் என வேவு பார்ப்பது போல இருந்தது. பிறகு ஒருநாள்" சட்டென நிறுத்திக் குரலைத் தாழ்த்தினார் "அதாவது எல்லா வேலையும் முடியும்போதும் ஒருமுறை சரிபார்ப்பது வழக்கம். அந்தச் சமயத்தில் அதில் ஒரு சிக்கலை வைத்துவிட்டேன். அடுத்தநாள் அதைச் சரிசெய்ய வீட்டுக்காரர் வேறொருவரை அழைக்க வந்தார். முடிச்சு அவிழ்கிறதா என்று தள்ளி நின்று கவனித்தேன்."

"சரியானதா" இளைஞன் ஆர்வத்துடன் நிமிர்ந்து உட்கார்ந்தான். "எப்படி சரியாகும்? ஆகாது. சிக்கல் எங்கு எப்படி வரும் என்று

பொதுவான கணிப்பு உண்டு. அதன்படிதான் வேலைக்காரன் அதைப் பார்ப்பான். ஆனால் இது வேற இல்லையா. அவ்வளவு சரியாகக் கண்டுபிடிக்க முடியாது. ஒவ்வொருத்தராக முயற்சிப்பார்கள். முடிச்சை விட்டு விட்டு மற்ற எல்லா வழிகளையும் அவிழ்ப்பார்கள். சில சமயம் நானும் போயிருக்கிறேன். ஒரு கட்டத்தில் யாருக்கும் திராணியில்லையென்றான பிறகு நானே சரி செய்துவிடுவேன். சரி செய்வதென்றால் கண்ணுக்குத் தெரியாதவாறு அதுவே நிகழ்ந்தது மாதிரி" சற்று நிறுத்திவிட்டு "நீ ஒன்றும் பயந்திடாதே. இதெல்லாம் ஒரு விளையாட்டுதான்" என்று உதட்டைச் சுழித்தார். இளைஞன் பயந்துதான் போனான். சற்று நேரம் அமைதியாக அமர்ந்திருந்தான். அவர் தேநீரைக் குடித்துவிட்டு காகிதத் தம்ளரை உருட்டி எறிந்தார். வெகுநேரமாக அண்ணாந்திருந்த தெருநாய் ஓடிச்சென்று முகர்ந்துவிட்டு மீண்டும் அண்ணாந்தது. அவர் தொடர்ந்தார் "யாராவது தினப்படிக்கு பணம் கொடுத்து சாப்பாடு போட்டாலும் வேலை செய்யாமல் இருக்க முடியவில்லை. அதனால் தூக்கமும் அறவே போயிடுச்சு. நானாக ஏதாவதொரு வேலையை முடிக்கலாமென்றாலும் அதுவும் குறையாகவே இருக்கிறது இதோ" எதிரேயிருந்த சுவரொட்டியைக் காட்டி "தெரு முழுக்க இப்படி ஒட்டிருப்பதையெல்லாம் கிழித்து சுத்தம் செய்து பார்த்துவிட்டேன். மனதுக்கு திருப்தியே இல்லை. இதுமாதிரி நிறைய செய்து சலித்துவிட்டேன்." இளைஞன் குறுக்கிட்டு "இப்போ யாராவது உங்களுக்கு வேலை கொடுத்தால் போதும்" ரகசியத்தைக் கண்டுபிடித்ததுமாதிரி கேட்டான். அவர் அவன் தோளைத் தட்டி "அதேதான்" என்று இரண்டு முறை பலமாகத் தட்டி, "அதுக்கு உன்னுடைய உதவி வேண்டும்" என்று அவனை ஏறிட்டார். "நீ எனக்கு வேலை கொடுக்க வேண்டும்." இளைஞன் நெற்றியைச் சுருக்கினான். "புரியும்படி சொல்கிறேன். தினம் எனக்கு ஏதாவது வேலை கொடுத்துவிட்டுப்போ. நான் அதைப் பார்த்து வைக்கிறேன். மறுநாள் வேறொரு வேலை. அடுத்தநாள் இன்னொன்று. இப்படி தினம் புதுப்புது வேலையைச் செய்ய வைத்தால் போதும்." அவன் ஏதோ கூற தயங்கினான். "உனக்குத் தெரிந்ததைக் கொடு அல்லது தெரியாதென்றாலும் பரவாயில்லை. நான் முயற்சிக்கிறேன் அப்படியாவது திருப்தி ஆகிறதா பார்க்கலாம்" அவன் அரை மனதுடன் சம்மதித்தான். அவருக்கு மிகுந்த சந்தோஷம். பல முறை நன்றி கூறினார். "ஆனால் இதில் சில விதிமுறைகள் வைத்துக்கொள்வோம் சுவாரஸ்யத்திற்காக இல்லை.

அப்போதுதான் எனக்குமே வேலை செய்வது போலிருக்கும்.'' அவன் விதிமுறைகளைத் தெரிந்துகொள்ளும் ஆர்வத்திலிருந்தான்.

''ஒன்று, கிட்டத்தட்ட எல்லா வேலைகளையும் நான் செய்திருக்கிறேன். நீ என்ன யோசித்தாலும் நிச்சயம் எனக்குப் புதிதாக இருக்காது. அதனால் எனக்குத் தெரிந்ததாக இருக்கலாம் தப்பில்லை ஆனால் உனக்குத் தெரிந்ததாக இருக்கக்கூடாது. நீ கைக்காட்டுவதோடு சரி. முடித்த பிறகு நான்தான் அதை உனக்குச் சொல்வேன்.'' இளைஞன் சம்மதித்தான். ஆனால் உடனே அப்படியொரு வேலையை அவனால் யோசிக்க முடியவில்லை. நான்கைந்து நாட்கள் அதைப் பற்றிய சிந்தனையைக்கூட அவனுக்குத் தராதவாறு வேறொரு விதிச்சுழலுக்குள் மாட்டிக்கொண்டிருந்தான். அதிலிருந்து தப்பிக்க நடுத்தரவயதுக்காரருக்கு வேலை கொடுக்க வேண்டிருந்தது.

இரண்டாவது வேலைக்குரிய சீட்டிலிருந்த பெயரைப் படித்ததுமே வக்கீல் என்ற அடைமொழியுடன் அப்பெயரை அவரையறியாமல் உதடுகள் உச்சரித்தன. இறந்து இரண்டு வருடங்கள் ஆகியிருக்கும். மிகப் பெரிய ஊர்வலம் நடந்தது. சாலை முழுக்க செண்டிப்பூவும் உதிர்ந்த ரோஜாவும் மணக்க மணக்க இறைந்திருந்தன. அவரும் மலர்ந்த மலர் போலவே இருப்பார். சாயம் பூசிக் கருகருவெனத் தூக்கி வாரிய தலைமுடி. நன்றாக மழித்த முகம். தவளை மூக்கு. பொடி போட்டுச் சாயம் படிந்த நாசி வாசல். பெரிய உதடு. பேசிப்பேசியே தடித்துப் போயிருக்கலாம். கஞ்சி போட்ட கதர் வேட்டி கதர் சட்டை. கீழராஜவீதியின் நான்காம் தெருவிலிருக்கும் மூலைக் கடையில் கால்மேல் கால் போட்டு அமர்ந்திருப்பார். தொடையில் கிடக்கும் பாதத்தைத் தடவிக்கொண்டே பேசுவதைக் கேட்பார். கேட்பாரா அல்லது கால் நகத்தை பிய்த்துப் போடுகிறாரா என்று சந்தேகப்பட வைக்கும். இரண்டு காபி ஆவி பறக்க அடுத்தடுத்துக் குடிப்பது வழக்கம். நேரம் கழித்து கிச்சடி வரவழைத்துச் சாப்பிடுவார். கிச்சடிக்குச் சொல்லிவிட்டால் அன்றைக்கே பிரச்சனையைப் பேசித் தீர்க்கிறாரென்று அர்த்தம். தொண்ணூறு சதவீத சில்லரை வழக்குகளை காபிக்கும் கிச்சடிக்கும் நடுவே முடித்துவிடுவார்.

இதுவரைதான் நடுவயதுக்காரருக்குத் தெரிந்திருந்தது. வக்கீல் மகா புத்திவான். அவர் வீட்டிலிருப்பவர்களும் அப்படித்தானிருப்பார்கள்.

முதல் வேலைபோல இது சாத்தியப்படாது. இறந்தது ஊரே அறியும். தொலைந்தாரென்றால் சிரிப்பார்கள். பிறகு அதுவே விசித்திர வழக்காகும். பேசாமல் வேலையை மறுத்துவிடலாம். ஆனால் யாராவது ஒருத்தரை நம்ப வைத்தால் போதுமென்கிற வசதி நழுவ விடாமல் பிடித்திருந்தது. அவசரப்பட்டு வக்கீல் வீட்டிற்குச் செல்லாமல் காபி கடைக்கும் வீடு இருக்கும் தெருக்கோடிக்கும் அன்றைக்குப் பூராவும் நடந்து கொண்டிருந்தார். நூலாம்படை தொங்கிய பழைய ஓட்டுத்திண்ணை வீடு. உள்ளே சாமான்கள் கிடந்தன, குடித்தனத்துக்கான கசங்கலே இல்லை. அருகில் விசாரித்ததில் வக்கீலின் பேரன் இருக்கும் விலாசத்தைக் காட்டினார்கள்.

விசித்திரமான இரண்டாவது வேலை எதிர்பாராதவிதமாக கத்தி மேல் நிற்பதுபோல முடிந்ததை இளைஞனிடம் நடுநிசித் தேநீரில் சொல்லிப் பெருமைப்பட்டுக் கொண்டார். “வக்கீலுக்கு இருந்த ஒரே மகன் சிறுவயதிலேயே இறந்துவிட்டான். துணைக்குப் பேரன் மட்டும்தான். பாட்டி இறந்த பிறகு உறவினர்கள் யாரும் உரிமை கோரக் கூடாதென்று வீட்டைப் பூட்டியிருக்கலாம் என்று நினைத்தேன் அது சரியாகத்தான் இருந்தது. பூர்வீக வீட்டிற்கு போனபோது சொத்து விவகாரம் முடிவுக்கு வராமல் இழுத்துக் கொண்டிருந்த சமயம். அறக்கட்டளையின் பெயர் பேச்சில் அடிபட்டது. தாத்தாவைப் போன்றே பேரன் தொடைமேல் போட்ட காலைத் தடவிக் கொண்டிருந்தான். அவன் பக்கத்தில் சென்று தனியாகப் பேச வேண்டுமென்றேன். சட்டையே செய்யாமல் என்னைப் பார்த்தான். காதில் “உங்க தாத்தா தொலைந்து போவதற்கு முன்னாடி சொத்து உங்கக்கிட்ட இருப்பதைத்தான் அவரும் ஆசைப்பட்டார்” என்று சொல்லி முடிக்கவில்லை சரேலென்று காலை வீசி எழுந்தவன் தோளைப் பற்றி உள்ளே கூட்டி போனான். எதுவும் பேசாமல் மேலும் கீழும் திக்பிரமையுடன் பார்த்தான். “தாத்தாவைத் தேடி அலைய வேண்டாம் காசியிலதான் இருக்கிறார். நான் அவரோட பழைய நண்பர். சிஷ்யர் மாதிரி. காபி கடையில் பார்த்ததில்லையா?” அவன் எதுவும் பேசவில்லை. என் முகத்தை அதிசயமாக ஒருகணம் ஏறிட்டான். “நம்ப முடியலையா? இன்றைக்குச் சரியான நேரத்துக்கு என்னைய இங்க அவர்தான் போகச் சொன்னார்.” பேரன் சிரிப்பதிலேயே அவன் நம்பிவிட்டானென்று முடிவு செய்து விட்டேன். அலமாரியிலிருந்து காகிதக் கட்டை நீட்டி “ஆமாம்

நானும் அதைத்தான் இவங்ககிட்ட சொல்லிட்டிருக்கிறேன். இதை அவர்களிடம் கொடுத்து நீங்கள் சொன்னதை அப்படியே சொல்லுங்கள்" என்றான் கைகளுக்குள் திணித்து.

இளைஞன் அதிர்ச்சியில் திகைத்துப் போய்விட்டான். "சரி அப்புறம் என்ன?" முதன் முறையாக சிரித்துக்கொண்டு கேட்டான். "இன்னும் இருக்கிறது" என்று தேநீரை உறிஞ்சியபடி பொறு எனக் கையைக் காட்டினார். "அவன் கொடுத்த காகிதக் கட்டை வெளியே இருந்தவர்களிடம் கொடுத்து "பெரியவர் கொடுக்கச் சொன்னார்" என்றதும் அவர்கள் முகத்தில் ஈ ஆடவில்லை. வாங்கிப் படித்தார்கள். அதில் என்ன இருந்ததோ படித்த அத்தனை முகங்களும் கோபத்தில் திரண்டுவிட்டன. வக்கீல் இருக்கிறாரென்று நான் சொன்னது அவர்கள் யார் செவியிலும் விழுந்ததாகத் தெரியவில்லை. நின்றுகொண்டிருந்த சின்ன வக்கீல் திடுதிப்பென்று பேரனை அடிக்கப் பாய்ந்தார். "துரோகி நல்லா இருக்க மாட்ட" ஆளாளுக்கு ஏசவாரம்பித்தார்கள். பிறகு இழவு வீட்டில் சொல்லிக்கொள்ளாமல் கிளம்புவது மாதிரி ஒவ்வொருவராகக் கலைந்தார்கள்"

"பேரனிடம் மறுபடியும் பேசினீங்களா?"

"ஆமாம். தாத்தாவை எங்கு பார்த்தீர்கள்? எப்படி இருக்கிறார்?" என்று அவன் விசாரிக்கும்போது ஒரு வயதானவர் சம்பந்தமில்லாமல் ஆஜரானார். இளைஞன் அவசரமாக "யார்?" என்றான். "நான் பார்க்கவில்லை சொத்து விவகாரத்துக்கு வந்திருக்கிறவராக இருக்கலாம். ஆனால் அதிசயம் என்னவென்றால் வயதானவரும் நான் சொன்னதையே அழுத்தமாகப் பேரன்கிட்ட சொல்லிட்டு விறுவிறுவெனப் படியிறங்கிப் போய் விட்டார். பேரன் மந்திரித்தது மாதிரி என்னைப் பார்த்தான். மிச்சமிருந்த ஒருத்தர் எங்களையே வெறித்துக்கொண்டிருந்தார். எனக்கே அங்கே நடப்பது ஒன்றும் பிடிபடல. தலை சுத்தியது" நடுவயதுக்காரர் வயிற்றைப் பிடித்தபடி பலமாகக் கீழே விழுந்து சிரிக்கவாரம்பித்தார். பிறகு கையைப் பின்னால் ஊன்றி வானத்தை அண்ணாந்தவாறு சிரித்தார்.

அந்தியில் ஆடையகத்திற்குச் செல்வதும் காலையில் வீடு திரும்புவதும் இளைஞன் சமைத்துப் போடும் ருசியான உணவுடன் தூங்கிப் போவதுமாக முதியவரின் அன்றாடம் மாறிப்

போனது. இரண்டு நாளிலேயே அவர் இதுவரை சாப்பிட்டு வந்த உணவுகளுக்குப் புதிய ருசி குணங்களை அவன் காட்டியிருந்தான். புதிய நாவைத் தைத்து விட்டதுபோல. இந்த இடைவெளியில் அவன் வந்தபோது கூறிய விலாச அடையாளங்கள் நினைவில் வைக்காததால் மறுபடியும் அவனிடம் கேட்டுப் பார்த்தார். அதற்குள் அது அவனுக்கு மறந்து விட்டது. அதே சமயம் தானும் நினைவுத்தொலைதலுக்கு ஆட்பட்டுக்கொண்டிருப்பதை அவனிடம் சொல்வதா வேண்டாமா என்கிற குழப்பம் வேறு(அதுவும் மருத்துவரிடம் காட்டிய சீட்டை வைத்தும் ஆடையகத்தில் மற்ற சிப்பந்திகள் நடந்துகொள்ளும் போதும்தான் தனக்கு அவ்வியாதி இருப்பது பலமுறை அவருக்கு நினைவூட்டப்படுகிறது). சரி ஒருவேளை உண்மையைக் கூறிவிடுவதால் என்ன ஆகும்? ஒன்று, இவரும் என்னைப் போன்றுதான் என்று அவன் சமாதானம் அடையக்கூடும். இரண்டாவது, இரண்டு பேரும் ஒன்றே எனும்போது எதற்கு இங்கு தங்க வேண்டுமென்று வெளியேறிவிடலாம். இளம் வயதென்பதால் இரண்டாவதைத் தேர்ந்தெடுக்கவே வாய்ப்பு அதிகம். ஆதலால் முதியவர் அவனிடம் தனக்குக் கூர்மையான ஞாபகம் உண்டு என்பது போலக் காட்டத் துவங்கினார். அதற்காக தினம் ஏதாவது பொய்க் கதைகளைத் தனது வாழ்வனுபவமாக விவரிக்க வேண்டுமென நினைத்துக்கொண்டே இரவுப் பணி முடித்து வருவார். கால் இடறியது போல எங்கோ அவ்வெண்ணம் நழுவி விடும்..

அப்படித்தான் அன்றைக்கு காரமும் புளிப்புமாக வைத்திருந்த மீன் குழம்பைக் கை கழுவும் முன் தட்டில் ஊற்றிக் குடித்தபோது "உங்களுக்குப் பிடித்த பெயர் ஏதாவது இருந்தால் எனக்கு வைத்து விடுங்கள்." அவன் அப்படி கேட்டதும் முதியவர் சிரித்து விட்டார். உறப்பு தலைக்கேறியது. ஆனால் அப்படிச் சிரிப்பதே அலாதியாக இருந்தது. அவனும் என்னவென்று விளங்காமல் உதடு விரித்தான். மூக்கில் இறங்கிய காரத்தை உறிஞ்சிவிட்டு "நகராட்சிக் கூடத்தில் பன்றிகளுக்கு இது மாதிரி பெயர் வைப்பார்கள்" என்றார் சம்பந்தமில்லாமல். அவன் முகம் கோணினான். "விற்பனைக்கு ஆகாத பன்றிகளை நன்றாகக் கொழுக்கட்டும் என்று விடுவதும் உண்டு. அப்படி வருடக் கணக்காக கிடப்பவைக்கு ஊழியர்கள் பெயர் வைத்துவிடுவார்கள். பிடித்த பெயர், பிடிக்காத பெயர். யாருக்கு என்ன தோன்றுகிறதோ அப்படி. நான் சீனப் பெயரை வைத்தேன்."

“நீங்களா?” சந்தேகமாகக் கேட்டான்.

“ஆமாம் எல்லாம் வெறுப்புலதான்” நரைத்த புருவத்தை உயர்த்தி அசடு போல முதியவர் சிரித்தார். “சீனப் போருக்காகத் தானே அறுபத்தி ரெண்டில் நான் இராணுவத்துல சேரப் போனேன்.” கையைக் கழுவிவிட்டு வந்தவர் சட்டென நின்று பின்பு நடந்தார். அவன் பாத்திரங்களை அடுக்களையில் வைத்துவிட்டுக் கதைக் கேட்கும் ஆர்வத்தில் வந்தமர்ந்தான். முதியவர் சற்றுத் தடுமாற்றத்துடன் கட்டிலில் சாய்ந்தார். பிறகு சிரமத்துடன் கையை எடுத்து ஒரு முறை நன்றாக முகர்ந்தார். “யாரையாவது சுட்டிருக்கிறீர்களா? துப்பாக்கி ரொம்ப கனமா இருக்குமா? எதிரிகிட்ட மாட்டிட்டா?” பதில் சொல்லாமல் “நல்ல மணம்” என்றார். “மில்லில் அரைத்த மிளகாய்தூள் மட்டும்தான் இப்படியொரு காரம் இருக்கும்.” அவன் சலித்துக் கொண்டான். முதியவர் சிரித்தார். “ஆமா இரத்தமும் சதையுமாக குண்டடிபட்டு விழுந்து கிடப்பார்கள். சில சமயம் சிதறிக் கிடக்கிற உடல் உறுப்புகள் எல்லாம் ஒரே பெயரில் ஒன்று சேர்த்திடுவோம்.” பிறகு அரைத்தூக்கத்தில் பெரும் போர்க்கதையைக் கூறத் தொடங்கினார். உதடு முணுமுணுப்பின்மீது கண்களை வைத்தபடி அவன் அமர்ந்திருந்தான். அவருடன் இராணுவத்திலிருந்த நண்பர்கள் இன்னும் இதே ஊரில் இருப்பதாகவும் அவர்களையெல்லாம் பார்த்துப் பல வருடங்கள் ஆனதாக அங்கலாய்த்தார். கதை நண்பன் பக்கம் திரும்பிற்று. இராணுவத்திற்கு ஒப்பாத அவனது உடலமைப்பு, அங்க அசைவில் தோன்றும் நளினம், ஆத்திரத்தில் சில அடவுகள்கூடத் தெரிப்பதும் இப்போதுகூடப் பார்த்தால் தெரிந்துவிடும் என்று சொல்லிச் சிரித்தார். பக்கத்தில்தான் எங்கோ இருக்கிறான் விலாசமும் பெயரும் நன்றாக நினைவிலிருக்கிறதென இளைஞன் பக்கம் திரும்பி ஒருமுறை உச்சரித்து அலமலந்து கொண்டார்.

மதியம் எழுந்தபோது இளைஞன் வாசல் படியில் அமர்ந்திருந்தான். அந்தக் காட்சிகூட எப்போதோ இதற்கு முன்பு நடந்த மாதிரி தோன்றிற்று அவருக்கு. மெதுவாகக் கழிவறைக்குச் சென்றுவிட்டு வரும்போது துணி துவைத்து காயப் போடாமல் நாறியது. அவரே காயப் போட்டுவிட்டு வந்தார். அடுப்பில் உலை கொதித்துப் பொங்கி வழிந்து கொண்டிருந்தது. சத்தம் போட்டார் அவன் ஓடிச்சென்று அமர்த்தினான். கோபமாக அப்படி என்னதான் யோசனை

என்று முறைத்தார். “என்னைப் பற்றி ஏதும் விசாரித்தீர்களா?” என்றான். அவர் பதில் சொல்லவில்லை. “இப்படியே என்னை வைத்துக்கொள்ளலாம்னு நினைத்திடாதிங்க.” முதியவர் திடுக்கிட்டுத் திரும்பினார். பிறகு அவரே சமாதானமாகிவிட்டுச் சொன்னார், “கொஞ்சநாள் காத்திருக்கலாம் நிலைமை மாறட்டும். உன்னைப் பற்றித் தெரியாதவரை அது நிம்மதிதான். தெரிந்துவிட்டால் பிறகு அது தொந்தரவாகிடும். இப்படி இருக்கிறதுதான் நல்லது.”

அவனுக்கு முதியவர் சொல்வதைக் காதில் வாங்க இஷ்டமேயில்லை. “வாழ்க்கை அர்த்தமில்லாமல் போய் விடாதா?”

“யார் அர்த்தப்படுத்துகிறார்? யாருக்காக நாம் அர்த்தப்படுத்திக்க வேண்டும்? நீ இங்க இருக்கிறதில ஒரு அர்த்தம் உருவாகியிருக்கிறதே அதையே ஏற்றுக் கொள்ளலாம் இல்லையா? இங்க இனி தொலைந்த யாராலையும் கண்டுபிடிக்க முடியாது. எல்லோருமே தொலைந்தவர்கள்தான். தினம் ஏதோவொன்று நம்மை கண்டுபிடித்து வைத்திருக்கிறது. செய்தாக வேண்டிய வேலைகள்தாம் நம்மைக் கண்டுபிடித்து பத்திரமாக வைத்திருக்கு. உனக்கு இதை ஏற்றுக்கிறதுல என்ன சிக்கல்?”

“உங்களால முடியலைனா சொல்லிடுங்க. என்னால் அப்படியெல்லாம் ஏற்றுக்க முடியாது. காணாமல் போன ஆடு ஏதோவொரு மந்தைய பார்த்துவிட்டுத் தன்னுடையதுதென்று சேர்ந்துகிறது மாதிரி இருக்கு நீங்க சொல்றது.”

முதியவர் அந்த வார்த்தையை எதிர்பார்க்கவில்லை. அதன் கூர்மை தெரியாமல் அவன் பிரயோகித்திருப்பதாக நினைத்தார். “வெறும் பெயர் ஊர் தெரிந்தால் போதுமா? அப்படி என்ன அர்த்தத்தை அது கொடுத்திடும். நிறைய பேர் அதை ஒரு பொருட்டாக எடுத்துக்காம இருக்கிறதலாம் உண்டு. என்னைய கேட்டால் அது சுமைதான்.” இருமியபடியே எழுந்து போனார். முதியவர் அவரை மனதில் வைத்துத்தான் அப்படிக் கூறினார். ஆனால் அவனுக்கு நடுத்தரவயதுக்காரரை நினைவுபடுத்தியது. ஆமாம் அவரும் ஒருமுறைகூட அவருடைய பெயரைச் சொன்னதில்லை. அப்படியொன்று இருப்பது போலவும் தெரியவில்லை. யாரும் அவரைப் பெயர் சொல்லி அழைத்துப் பேசியதுமில்லை. அது என்னவாக வேண்டுமானாலும் இருக்கட்டுமென்கிறத் தனம். அதைவிட வேலையைக் கண்டு பிடிப்பதுதான் அவருக்கு

முக்கியம். இளைஞன் முதியவரிடம் மேற்கொண்டு ஒன்றும் பேசவில்லை. தன்னுடைய தொலைந்த அடையாளம், நடுத்தர வயதுக்காரர் குறிப்பிட்டது மாதிரி வேலையில் சிக்கலைப் பின்னிவிட்டது போல மாட்டிக் கொண்டிருக்கிறது. முடிச்சை அவிழ்ப்பது ஒன்று, அதை முடிச்சிட்டவனாக இருக்க வேண்டும் அல்லது வேறு யாராவது.

பெரியவருக்காகக் காத்திருக்காமல் வீட்டை விட்டு வெளியேறிவிடலாம் என்றுகூட முடிவெடுத்தான். காலையில் முதியவர் வேலையிலிருந்து திரும்புவதற்குள் வீட்டைவிட்டு வெளியேறி வெறிச்சோடிய கடைத் தெருவில் நடக்க ஆரம்பித்தான். ஒன்றிரண்டு ஆட்களைத் தவிர அதிகமான புழக்கம் இல்லை. அந்த ஒரு சிலரும் கண்களைக் கட்டிக்கொண்டு ஜாக்கிரதையுடன் நடப்பது மாதிரி திரிந்தார்கள். முகக்கவசத்துடன் அலையும் முகங்கள் அத்தனையும் அவனுக்கு ஒன்று போலவே இருந்தது. கண்களை மட்டும் கொண்ட உருவங்கள். பூட்டிய கடைத் திண்ணையிலும் வீட்டின் ஜன்னல் வழியாகவும் தெரிந்த முகக் கவசமில்லாத முகங்கள் அவனையே அவன் கண்ணாடியில் பார்ப்பது போலிருந்தன. இந்தச் சூழலில் நிச்சயமாக அவனால் ஒருவரைக்கூட நினைவில் வைத்துக் கொள்ள முடியாது. தொலைந்து போனால் பிறகு நிலைமை இதைவிட மோசம் ஆகிவிடும். அதனால் இனி வயதானவரை நம்புவது மட்டுமே தனக்கிருக்கும் ஒரே நம்பிக்கை என்று வெளியேறும் முடிவையும் கைவிட்டுத் திரும்பி விட்டான்.

ஆனாலும் அவனால் வீட்டிற்குள் அடைபட்டிருக்க முடியவில்லை. முதியவரின் கைத்தடி அறை மூலையில் கிடந்தது. கொஞ்ச நாளாக அவர் அதைப் பயன்படுத்துவதில்லை. வழி பிறழாமலிருக்கு அதுபோல ஒன்று அவசியம். முதியவரின் துணிப்பையைக் கொட்டி தேடினான். வரைபடம் கண்ணில் பட்டது. இப்போது அவர் அதிகம் பயன்படுத்துவதில்லை. கடைத் தெரு வீதியின் வரைபடம். பதினாறு நேர் வரிசைக் கட்டங்களும் பதினாறு குறுக்கு வரிசைக் கட்டங்களும் எந்த எந்த இடத்தில் வீதி குறுக்குவெட்டாகப் பிரிகிறதென்று பச்சை நிறத்தில் அடையாளமிட்டும் எந்த குறுக்குப் பாதைகள் மூலம் சீக்கிரமாக ஓரிடத்தை அடைய முடியுமென்பதற்கு சிவப்பு நிற அம்புக்குறிகளும் இடப்பட்டிருந்தன. முதலில் அதை எவ்வாறு பார்ப்பதென்றே அவனுக்குப்

பிடிபடவில்லை. திசைகாட்டியோ திசைக்குறிப்போ இல்லாததால் காகிதத்தை எந்தப் பக்கம் திருப்பினாலும் ஒன்று போலவே காட்டியது. கசங்காமல் அப்படியே அதை வைத்துவிட்டான். படுக்கையில் நேரம் போகவில்லை. பட்டாம்பூச்சியைப் பிடிப்பதுபோல தூக்கம் சட்டென எழுந்தோடியது. மறுபடியும் துணிப்பையை எடுத்தான். வரைபடத்தை இன்னொரு காகிதத்தில் உள்ளபடியே பிரதியெடுத்துக்கொண்டான். மெத்தைக்கடியில் பத்திரப்படுத்தியதற்குப் பிறகு தூக்கம் வராத இரண்டாவது இரவு மீண்டும் எடுத்துப் பிரித்துப் பார்த்தான். வரைபடத்துக்குள் தான் தங்கியிருக்கிற வீட்டை கண்டுபிடிக்கலாமெனத் தேடினான். அதற்கு முதலில் வீட்டிற்கருகிலுள்ள அடையாளங்கள் தெரிய வேண்டும். வீட்டைவிட்டு வெளியே வந்தான். ஆளரவமில்லை. சுற்றி அடுக்கு மாடிகள் அருகில் ஒரு மருத்துவமனையும் பின்னால் ஒரு கோவிலும் சற்றுத் தள்ளி தேவாலயமும் இருந்தன. வரைபடத்திற்குத் திரும்பினான். மருத்துவமனையைத் துழாவினான். அதற்குள் தேவாலயம் கிடைத்து விட்டது. இரவென்பதால் திசைக்குழப்பம் வேறு. விரலை தேவாலயத்தில் வைத்துத் தோராயமாக நகர்த்தி ஓரிடத்தில் நிறுத்தி இங்குதான் என்று அனுமானித்தான். அது சரிதானாவென்று சோதிக்க வேண்டும். அங்கிருந்து நீண்டு செல்லும் பாதை சிறு வளைவில் திரும்பியதும் தேவாலயத்தில் மோதி நிற்கிறது. சரியென்றால் ஒரு முறை சென்று பார்க்கலாமென வரைபடத்துடன் இருளுக்குள் வந்தான்.

கடைத் திண்ணைகளில் உறங்குபவர்களும் உலாத்தும் தெருநாய்களையும் தவிர விளக்கு வெளிச்சம் மட்டும் தனியாக எரிந்து கொண்டிருந்தது. சரியான கணிப்பில் தேவாலயத்தைத் தொட்டுவிட்டு அறைக்கு மீண்டான். ஏதோ புதிரை அவிழ்த்துவிட்ட பரவசம். அடுத்து மருத்துவமனை. அதையும் அடைந்துவிட்டதும் அளப்பரிய களிப்பு. இனி வரைபடத்தின் மையத்தைத் தொட்டு மீளும் அடுத்த நடையைத் தொடங்கினான். அதாவது கட்டத்தின் குறுக்கு வாக்கில் வயோதிகர் வைத்திருந்த ஏணி வழியே ஏறிச் சரியாக நாற்பதாவது நிமிடத்தில் வரைபடத்தின் மையத்தை அடைந்தபோது காகிதத்தை மடித்து விட்டு கண்ணில் பார்த்த அடையாளங்களுடன் திரும்பியவன் சரியாக நாற்பதாவது நிமிடத்தில் பிசிறில்லாமல் வந்து சேர்ந்தான். இவ்விதம் தினம் இரவுகளில் வரைபடத்தின் கோடியிலிருக்கும் இடத்திற்குச் சென்று விட்டுத் திரும்பிய நான்காவது இரவில் வீட்டை அடையச் சில

அடி தூரம் மிச்சமிருந்தபோது அந்த நடுவயதுக்காரின் அறிமுகம் கிடைத்தது.

அவரைச் சந்தித்த நான்காவது இரவு அது. அப்போது அவன் அவருக்கு எந்த வேலையும் கொடுக்கத் துவங்கவில்லை. வழக்கமாக தன்னுடைய வேலையின்மைப் பிரச்சனையை பைத்திய மனதுடன் உளறிக்கொண்டிருந்தார். அவன் ஆர்வமின்றி அமர்ந்திருந்தான். தன்னைப் பற்றி எதுவும் தெரிந்து வைத்திருக்கிறாரா என்று கேட்டுவிடலாமா என்று தோன்றிற்று. ஆனால் அப்படிக் கேட்பது தன்னை பலவீனமாகக் காட்டிவிடும் என்று பயந்தான். அன்றைக்கு அதற்கு மேல் அங்கு உட்கார்ந்திருக்க அவனுக்கு வேறொன்றும் இருப்பதாகத் தெரியவில்லை. வரைபடத்தை எடுக்காமலேயே வீடு வரை செல்வதென முடிவெடுத்தான். உடனே கிளம்ப வேண்டும் போலிருந்தது தேநீர் வரும் வரைகூடக் காத்திருக்கப் பிடிக்கவில்லை. "நாளை பார்க்கலாம் நேரம் ஆச்சு" என்றதும் நடுவயதுக்காரர் மலங்கமலங்க விழித்தார். அவர் பேசிக்கொண்டிருந்ததற்கு இவ்வளவு நேரம் செவிகொடுக்காதது அப்போதுதான் புரிந்தது. கிளம்பப் போனவனிடம் அவரே முன்னால் வந்து "நான் என்னைப் பற்றியே பேசிட்டிருக்கிறது உனக்கு அலுப்பாக இருக்கும் நினைக்கிறேன்." அவன் உடனே, "அதெல்லாம் இல்லை ரெண்டு நாளா சரியான தூக்கம் இல்லை. அதான்" என்று அசௌகரியம் காட்டினான். பதிலுக்கு அவர் "கிழவர் இப்போ நல்லா இருக்கிறாரா" என்று விசாரித்தார். அவனும் முதலில் தலையாட்டியபடி நகர அடியெடுத்து வைத்துவிட்டான் சட்டென ஒரு திடுக்கிடல். முதியவரைப் பற்றி வாய் திறக்கக் கூடாதென வைத்திருந்ததை மறந்து சொல்லிவிட்டேனா என்று குழப்பமானான். சற்றுத் தயங்கி நல்லாயிருக்கிறார் என்பது போல மீண்டும் தலையசைத்துவிட்டு "நான் அவரைப் பற்றிச் சொல்லியிருக்கிறேனா?" என்று ஜாக்கிரதையாகக் கேட்டான். அதற்கு அவர், "நானே பாத்திருக்கிறேனே" என்றார்.

அவனுக்குத் தூக்கி வாரிப் போட்டது. இந்தத் தெருவில் நாலைந்து நாட்களாகத்தான் அவன் வந்து போகிறான். ஆனால் முதியவர் எப்போது தன்னைக் கூட்டி வந்தார் என்பது நம்ப முடியவில்லை. இவர் எப்போது பார்த்தார்? வேறு யாரையும் பார்த்துவிட்டு உளறுகிறாரோ? அவர் அதற்குள் "கிழவருக்கு ஞாபக மறதி இருக்கும் போல. தெருவில் நடந்துகொண்டிருக்கும்போது சட்டுனு

எங்காவது நிற்பதைப் பார்த்திருக்கிறேன். எதையோ வாயில் அதக்குவது மாதிரி அப்படியே அசை போடுவார். பிறகு நீ வந்து கூட்டிப் போகும் வரை அதே வெறித்த நிலைதான். பார்ப்பதற்கே பயமாக இருக்கும். பாவம் சில சமயம் நாள் பூராவும் உட்கார்த்தி வைத்தது போல இருப்பார். யாராவது டீ வாங்கித் தந்தாலும் குடிக்கமாட்டார். வீட்டிலும் அப்படித்தான் இருக்கிறாரா?"

அவர் முடிப்பதற்குள் இளைஞனுக்கு வெலவெலத்து விட்டது. கண் பஞ்சடைத்தது மாதிரி இருண்டு விலகியது. தலை வெடித்து விடும் போலிருக்க நெற்றியைப் பிடித்துக்கொண்டான். நிதானிக்க விடாமல் சறுக்குகிறது. கவனம் பிசகி விட்டது. அவர் பேசிக் கொண்டேயிருந்தார் "ஏதாவது மருத்து மாத்திரை சாப்பிடலாம். ஆனால் இந்த வயதுக்கு மேல என்ன புதிசா மாறிடப் போகுது. பொறுப்பா பார்த்துக்கோ எங்காவது தொலைந்து போனால் அவ்ளோதான்." இளைஞனுக்கு வியர்த்து விட்டது. குளிரில் நனைவது மாதிரி உடம்பைக் கட்டிக்கொண்டு அமர்ந்திருந்தான். வயிற்றைக் குமட்டுவது போல உருட்டியது. அவர் நிறுத்திய மறுகணம் பிடரியில் அடி விழுந்தது மாதிரி ஆகிற்று. நிலத்தில் கால்கள் நிற்பது போலில்லை. அங்கிருந்து கிளம்பினால் போதுமென்று இருந்தான். நல்ல வேளையாக அலைபேசி ஒலித்ததும் ரகசிய அழைப்பு அது என ஜாடை காட்டிவிட்டு நகர்ந்த சமயத்தில் அவன் ஓடி வந்து விட்டான்.

வீட்டிற்குள் நுழைந்த அடுத்த நொடி கண்ணில்பட்ட பொருட்களை எல்லாம் கலைத்துப் போட்டான். முதியவரது பெட்டியைக் கொட்டிக் கவிழ்த்தான். சுருட்டிக் கிடந்த துணிக் குவியல்களுக்குள் ஒன்றுகூட அவனுடையதில்லை. புகைக்கும் பீடிக்கட்டு, தலைவலித் தைலம், பழைய பித்தளை சவரத்திருக்கி, கண்ணாடிக்கூடு, மை தீர்ந்த பேனாக்கள், எப்போதோ வாங்கி வைத்த திருநீற்றுப் பொட்டலம், ஆடையகத்தின் விலைச் சீட்டுகள் சில, காலி மாத்திரை அட்டைகள் கடைசியாக கதவுக்குப் பின்னால் நிற்கும் மூங்கில் தடி (அதை அவர் எடுத்துப் போவதில்லை) என ஒவ்வொன்றும் அவர் பயன்படுத்துபவைதான். கிளறியெழுந்த வீட்டின் அழுக்கு வாடையும் அசந்து விட்ட உடலின் வியர்வை வீச்சமும் வயிற்றைக் குமட்டியது. கட்டிலில் போய் விழுந்தான். நடுத்தர வயதுக்காரரின் வார்த்தையைத் தவிர அங்கு அவன் இருந்ததை நம்புவதற்கு எந்த ஆதாரமும் இப்போது கையில் இல்லை. அந்த வார்த்தையைத்

திரும்பத்திரும்பச் சொல்லிக் கொண்டேயிருந்தான். தொலைந்த இடத்தைக் கண்டு பிடித்துவிட்டதற்கும் அல்லது தொலையவே இல்லையென்றானதற்கும் அவனால் கொஞ்சம் நேரம்கூட சந்தோஷப்பட முடியவில்லை. ஏன் அது இந்த இடமாக இருந்தது என்று விசனப்படத்தான் முடிந்தது. நான்தான் முதியவரைப் பராமரித்தவனென்றால் இப்போது பராமரிக்கப்படுகிறவனாக எப்படி மாற முடியும். எந்தப் புள்ளியில் இது நிகழ்ந்திருக்கும். அடையாளங்கள் உடலை விட்டு உடல் இடம் பெயர்ந்து மாதிரி. காலத்தை மாற்றிப் போட்டு விளையாடும் விதியை நினைத்து பயந்து போனான். நடுத்தர வயதுக்காரரர் சொன்னதன்மேல் துளியும் சந்தேகமில்லை ஏனெனில் அவரே பலமுறை அவனைத் தெருவில் பார்த்ததாகத்தான் அறிமுகப்படுத்திக் கொண்டார். அப்படியென்றால் அவனைத் தவிர எல்லோருக்குமே அவன் அங்கிருந்தது தெரியும். ஆக, இப்போது முதியவரின் அபார ஞாபகத்திறனைத்தான் சந்தேகிக்க வேண்டியிருந்தது.

காலையில் பாத்திரங்களை உருட்டிய சத்தத்தில் கண் விழிக்கையில் திரைக்குப் பின்னால் முதியவர் பசியுடன் அலையும் பூனை போன்று சாப்பிட எதையோ தேடிக்கொண்டிருக்கிறார். வீடு, கட்டில், திரை, முதியவர், சன்னல் எல்லாமே நகராமல் உறைந்திருப்பதாக அவனுக்குத் தோன்றியது. முதியவர் சமையலறையில் நின்று கொண்டிருக்கிறார், நான் கட்டிலில் உறங்கி விழிக்கிறேன், இது மாதிரி எப்போதோ நடந்திருக்கிறது என்று திரும்பத் திரும்ப உச்சரித்தான். யாரோ தன்னை உலுக்குவது தெரிகிறது ஆனாலும் அவனால் உறைந்த காட்சியிலிருந்து கண்களை எடுக்க முடியவில்லை. உறைநிலையிலிருந்து அறுபடுவதையும் உணர முடிகிறது மெல்ல மீண்டவன் முகத்தை அண்ணாந்தான். முதியவர் “என்ன கனவா?” என்றார். அவன் தலையசைத்தான். முகம் கழுவிப் பல் தேய்த்து வருவதற்குள் தேநீர் ஆறிவிட்டது. வெளியே நின்று கொண்டிருந்தார். அவரிடம் கேட்டு விடலாமா? கேட்டால் என்ன சொல்வார்? தெரியாது என்றால் எப்படி நிரூபிப்பது? இல்லவே இல்லையென்றால்? ஏன் அவருடைய நங்கூர நினைவுக்குள் என்னுடைய தொலைந்த காலம் மட்டும் தென்படவில்லை? அல்லது அவர் மறைக்கிறாரா? எதற்காக மறைக்க வேண்டும்? வெறுமனே அவரிடம் நேரடியாகக் கேட்பது என்பது இல்லாதவொன்றை வலுக்கட்டாயமாக நம்ப வைப்பது போலாகிவிடாதா? இரண்டாவது, அவருடைய

மறதிக்குள் ஒருவேளை அது அமிழ்ந்து போயிருந்தால் வேறு வழியில்லாமல் அதை அவர் ஆமோதிக்கும் நிர்பந்தம் உருவாகலாம் அல்லது அவர் அதை மறுக்கவும் உரிமை உண்டு. மூன்றாவது, வெளிக்கொணர்வது மட்டும்தான் அதை உயிர்மீட்கும் ஒரே வழி. வேறு வழியே இல்லாமல் அவன் மூன்றாவதையே எடுத்தான். தொலையாததைத் தொலைந்ததாக நம்பிக் கொண்டிருக்கும்போது அது தொலையவில்லையென்று மறுக்க அதே காலத்துக்குள் பத்திரமாக இருக்கும் பிறிதொன்றின் சாட்சி தேவைப்படுகிறது. முதியவரின் சொற்களில்தான் அது இருக்கிறது. அவன் காத்திருந்தான்.

ஆனால் அவருக்கோ அவனைப் பற்றிய எந்த யோசனையும் இல்லை. தினமும் என்ன சமைப்பது அதற்கு எது வேண்டும், எவ்வளவு வேண்டும், எங்கு வாங்குவது, எப்படிக் கிடைக்கும், எந்தச் சேர்மானம் நன்றாக இருக்கும் என்பது மட்டுமே முதியவரின் சிந்தனையிலிருந்தது. அலைந்து திரிவதற்கும் அவர் அசரவில்லை. உதாரணத்திற்கு, ஒவ்வொரு குழம்பும் தனித்தனிச் சுவையில் காரமாகவும் இரத்தச் சிவப்பாகவும் இருக்க வேண்டுமென்றால் குடமிளகாயையும் நீளமிளகாயையும் தனித்தனியாக வாங்கி அரைத்தால்தான் வரும் எனும்போது அந்த வீதியின் எந்த மண்டியில் நயமானது கிடைக்குமென விசாரித்து அரைத்து வந்து விட்டார். அதுமட்டுமில்லாமல் பூண்டு வகைகளை ரசத்திற்கு, குழம்புக்கு, சாம்பாருக்கு, குருமாவுக்கு, சட்னிக்கு எனத் தனித்தனியாகப் பிரித்துக்கொண்டார். பச்சை மிளகாய், இஞ்சி, புதினா, கருவேப்பிலை, கொத்தமல்லி வேலை முடித்துத் திரும்பும்போது பையில் எப்போதும் இருக்கும். முதல்நாள் சாயந்தரமே அடுத்தநாள் சமையலுக்கானதை எழுதிப் பெற்றுக் கொள்வார். விடிந்ததும் குறிப்பில் முதலில் எதிலிருந்து தொடங்குவது அது எங்கு கிடைக்கும், அதிலிருந்து அடுத்ததற்கு எப்படி போய்ச் சேர்வது, கடைசியில் எந்த வழியில் திரும்புவதென்கிற சூட்சமமான சித்திரம் ஒன்று தோன்றிவிடும். முதல் இரண்டு வாரம் துண்டுச்சீட்டில் வரைந்து வைத்திருந்தார். பிறகு அதுவும் இல்லை. தன்னிச்சையாக வேலை முடிந்ததும் கால்கள் பரிச்சயமான தடத்தில் விரையத் தொடங்கிவிடும். யாரோ அழைத்துப் போவது போன்று புன்னகைத்தபடி ஒன்று விடாமல் வாங்கி விடுவார்.

கடைவீதியில் நடந்த சம்பாஷனைகளைச் சிதறாமல் சொல்லி முடிக்கும் வரை முதியவர் ஓயமாட்டார். தேவையான இடத்தில் சிரிப்பதும் சுழிப்பதும் உச் கொட்டுவதும் உதடு குவிப்பதுமாக இளைஞன் பாவனைகளைக் காட்டிக்கொண்டிருப்பான். மாறாக முதியவருக்கோ அவனது கைகள் மட்டும் வேலையில் தனிச்சையாக அசைந்து கொண்டிருப்பதைப் பார்க்க ஆச்சர்யமாக இருக்கும். இரண்டு மூன்று முறை கரண்டி சத்தம், சில பரத்தல் அவ்வளவுதான் சமையல். மணக்க ஆரம்பித்ததற்குப் பின்பு அந்தப் பரபரத்தலும் இருக்காது. கொதிக்கும் தாளகதி மட்டும்தான். வீடு முழுக்க சமையல் மணம் குழந்தையாக அடம் பிடிக்கும். எடுத்துக் கொள்ளும் வரை அடங்காது. பிறகு உள்ளங்கைக்கு வந்துவிடும். சேர்மானங்கள் எப்படிச் சமைந்து வரப்போகிறதென முதியவர் கற்பனை செய்து வைத்திருப்பார். ஆனால் ஒரு முறைகூட அது சரியாகப் பொருந்தியதில்லை. சில சமயம் கொதிக்கிறபோது ஊகத்திற்கு அருகில் வந்து கொண்டிருக்கும் கொதிப்பு அடங்கியதும் மாறிவிடும். அவன் எங்கோ மாற்றிவிடுகிறான் என்று நினைத்துக் கொள்வார். ஆனால் அவனைப் பொறுத்தவரை அது பெரிய வேலையே இல்லையென்பது போல இருந்தான். அவரிடமிருந்து எப்போது தனக்கானது வெளிப்படும் என்கிற காத்திருத்தல் மட்டும்தான்..

நடுத்தர வயதுக்காரரிடமிருந்து கேட்ட அந்த வார்த்தைகளுக்குப் பிறகு இளைஞன் நோய் பீடித்த சோகையுடன் மாறிவிட்டான். இரவில் வெளியே போவதுமில்லை. அவரைச் சந்திப்பதே அவனுக்கு இப்போது ஒவ்வாமையாகப் பட்டது. மீளாச் சிக்கலுக்குள் தள்ளிவிட்டு விடுவாரோ என்கிற அச்சம். நான்கைந்து நாட்களாக சரியாகச் சாப்பிடவில்லை. குருவித்தீனியாகக் கொரித்துக்கொண்டிருப்பதாக முதியவரும் அங்கலாய்த்தார். உண்மையில் பசி, தூக்கம் இல்லை. இரண்டும் இல்லையென்றால் மூப்பு எய்தி உருவமே மாறிவிடுமென்பதை கவனித்தான். வீட்டிலும் இருக்க முடியவில்லை. கால் நடையாகத் திரிந்தாலாவது மனச்சொற்களை நிறுத்த முடியுமென நம்பினான். ஐந்து நாட்களுக்குப் பிறகு வீட்டை விட்டு வெளியே வந்தான். வழக்கமான பாதையைத் தவிர்த்துப் பழைய நகராட்சி அலுவலகம் வழியாக நடையைத் தொடங்கினான். எங்கேயாவது நடுத்தரவயதுக்காரரைச் சந்திக்க நேர்ந்தால் என்ன சொல்வதென பதில்களைத் துழாவியவாறே கண்முன்னால் தெரிந்த குறுக்குச் சந்தைப் பிடித்து இருளுக்குள்

எலிகள் போடும் கோடுகளைத் தாண்டிப் போய்க் கொண்டிருந்தான். நடை மறுபடியும் ஒரு பிரதான சாலையைத் தொட்டபோது அங்கு மிகப் பெரிய ஆடையகம் தெரிந்தது. தொலைவில் யாரோ ஒருவர் இவனை அழைத்தவாறே ஊதிப் பெருத்த நிழலுருவத்துடன் நடந்து வந்தார். பழக்கமான புன்னகை. அது நிச்சயம் முதியவர் வேலை செய்யும் ஆடையகமாக இருக்க வேண்டும். அய்யாவைப் பார்க்க வந்தேன் என்கிற பதிலைத் தயாராக வைத்திருந்தான். ஆனால் வந்தவர் "அய்யா எப்படி இருக்கிறார் ரொம்ப நாளாக ஆளையே காணோம்" என்று கேட்டார். இவனுக்குத் தூக்கி வாரிப் போட்டது. "இங்க வரலையா?" அதற்குள் இன்னொருவர் பெரியவரை வேலையை விட்டு நிறுத்தி ரொம்ப நாள் ஆனதாகக் கூறினார். இளைஞன் திகைத்துப் போய் நின்றான்.

"ஆனால் கிழவர் ஒருநாள் விடாமல் வந்திடுவார். வாடிக்கையா தினமும் ஏதாவது துணிக்கடைத் திண்ணையில் உட்கார்ந்து ஊர்க் கதை உலகக்கதை எல்லாம் பேசிவிட்டு விடிந்ததும் வீட்டிற்குக் கிளம்பிடுவார். நாங்களும் அய்யா எங்கதான் வேலை பார்க்கிறீங்கனு கேட்டா சிரித்துக் கொண்டே இங்கதான் வேறெங்க என்பார். விடாமல் எத்தனை தடவை கேட்டாலும் அதே சிரிப்புதான்.. வித்துயாசமான ஆள். நாங்களும் சரி இருக்கட்டும்னு விட்டுடுவோம்." இளைஞனால் அவர்களது பேச்சை சாதாரணமாக எடுத்துக் கொள்ள முடியவில்லை. தினமும் வேலைக்குக் கிளம்புகிறவர் வேலையிடத்தைத் தொலைத்து விட்டு வேறெங்கோ இருந்துவிட்டு வருகிறார். வீட்டிற்குத் திரும்பியதும் இதைக் கேட்டுவிட வேண்டுமென்கிற கோபத்துடன் அவசரமாக அங்கிருந்து நகர்ந்தான். வீட்டை நெருங்க நெருங்க நடை தயங்கி அந்த எண்ணம் ஒரு கட்டத்தில் நீர்த்து போயிற்று. "ஆமாம் தெரிந்துதான் செய்கிறேன்" என்றால்? அன்றாடத்தை அர்த்தப்படுத்த நடுவயதுக்காரருக்குத் தேவைப்படும் வேலை, கிழவருக்குப் பொழுது போவதற்காக இருக்கலாம். இளைஞனுக்கு ஒருகணம் உடல் நடுங்கிற்று. வாசல் கதவைப் பிடித்தவாறு நிலைப்படியில் அமர்ந்து கொண்டான். இடது காலில் ஆட்டம் நிற்கவில்லை. சரியாக உட்காராதா அல்லது நடுக்கமா? கால் மூட்டுகளை இறுக்கித் தலையைப் பொத்திக் கொண்டான். காகம் கொத்தத் துரத்துவதுபோல தலைக்கு மேல் கேள்விகள் விரட்டியடிக்கின்றன. எந்த கேள்விக்கும் இங்கு பதில் இல்லை. சட்டென்று அவர்களுடைய பேச்சில் குறிப்பிட்ட

இன்னொன்று பொட்டு நாளத்துக்குள் வந்து துடிக்கத் துவங்கிற்று. அது, இதை முதியவரும் ஏற்கெனவே சொல்லியுமிருக்கிறார், ஏதோவொரு ஆடையகத்திற்குக் காவலாளியாக இரவுகளில் வருவதுபோல எங்காவது வழியில் இழவு வீடுகளைக் கண்டால் இறந்தவர்களுக்குச் சொந்தம் மாதிரி அல்லது நெருங்கிய நண்பரைப் போன்று சடலம் அடக்கம் செய்யப்படும் வரை ஓரத்தில் நின்றவாறு இழவுக்கு வருபவர்களிடம் துக்கக் கதை பேசிக்கொண்டிருப்பாராம். இது மாதிரி ஊரில் அதனதன் ஜாதி மதத்துக்கேற்ப ஆட்கள் உண்டுதான் என்றாலும் கிழவர் மதம் பேதமில்லாமல் போய் நிற்பதுதான் வித்யாசமாகப் படுகிறது என்றார்கள். முதியவர் வாயால் கேட்டபோது அன்றைக்கு இது வேறொரு அர்த்தத்திலிருந்தது. இறந்தவர்களுக்குக்குரிய இறுதி மரியாதை அல்லது வாழ்வு பற்றிய புரிதல் என்பதாகத்தான் அவர் சொல்லியிருந்தார். ஆனால் ஏதோவொரு வகையில் வேலையிடத்தைத் தொலைத்துவிடுவதற்கும் இதற்கும் நிச்சயம் சம்பந்தம் உண்டு. இளைஞனின் கணிப்புச் சரியாகயிருந்தது.

இந்த ஐந்து நாட்களில் இந்த இரண்டு விசித்திர நடவடிக்கையை ஆயிரம் தடவையாவது கற்பனைக்கும் தர்க்கத்துக்கும் இடையில் வைத்துச் சரிபார்த்திருப்பான். ஒரு வாரம் நடுநிசி நண்பரைச் சந்திப்பதையும் தவிர்த்து விட்டான். அவர் கேட்டிருந்த வேலைப் பிரச்சனையும் மறந்தே போனது. மனச் சொற்கள் ஓய்ந்தபாடில்லை. ஒரு பக்கம் தினமும் முதியவர் சமையலுக்கானதை வாங்கி வருவதும் ருசியை மெச்சியபடியே உறங்கிவிடுவதும் பிறகு மாலையில் அடுத்தநாள் சமையல் பற்றி விசாரிப்பதுமாகக் காலத்தைச் சுருட்டிக் கொண்டு அதனுள் ஓடிக் கொண்டிருந்தார். உற்று கவனித்தால் அவருடன் பேசுவதற்கே அவனிடம் நேரமிருக்கவில்லை. இல்லை அவர்தான் அதைக் கொடுக்கமால் வைத்திருக்கிறார். சில சமயம் சாப்பாட்டைப் பற்றிப் பேசும் போது சமைத்ததை கொண்டு போய் கொட்டி விடலாமென்றுகூடத் தோன்றும். அப்படியே இடைமறித்து வேறு விசயம் பேசினாலும் அவர் காதில் விழவே செய்யாது. அவன் முடிக்கும்வரை காத்திருந்து அவ்வளவையும் ஒதுக்கி விடுவதுபோல நிறுத்தியதிலிருந்து மறுபடியும் தொடங்குவார். ருசி தலைக்கேறினால் ஏதாவது பழையதைக் கிளறி ஒப்பித்தால்தான் அடங்கும்போல என்று அவர் காதுபடவே முணுமுணுத்தான். திட்டுவதைச் சட்டையே பண்ணாத இளைஞன் மாதிரி சிரித்துக்கொண்டிருந்தார்.

அன்றைக்கு அவராகவே பூண்டையும் வெங்காயத்தையும் சோழிகளைப் பொறுக்கி வைப்பதுபோல குழம்புக்கு உரித்து வைத்திருந்தார். "என்ன செய்கிறீர்கள்" அவன் கோபமாகக் கேட்டான். "வத்தல் குழம்புதானே?" என்றார் சந்தேகமாக. அவனுக்கு சமைக்க இஷ்டமே இல்லை. வெறும் வத்தல் குழம்புடன் அப்பளம் மட்டும் பொரித்து வைத்தான். முதியவர் அப்பளத்தை உடைத்து குழம்புடன் பிசைந்து ரசனையாகச் சாப்பிட்டார். மூக்குக்கண்ணாடிக்குள் கரு விழிகள் தொட்டி மீன்களாக உருண்டு கொண்டிருந்தன. உண்மையில் சாப்பிடும்போது மட்டுமே தத்ரூபமான ஓவியம் போல அவரது முகத்தில் ஒவ்வொன்றும் புடைத்தெழுகின்றன. சிலசமயம் ருசி அடங்காவிட்டால் சாப்பாடு அவனுக்கு இருக்கிறதா என்றும் பார்ப்பதில்லை. அன்றைக்கும் அப்படித்தான் காலி செய்து முடித்தார்.

சாப்பிட்டு முடித்ததும் ஆசுவாசமின்றி கட்டிலில் பொத்தென்று விழுந்தவர் அப்படியே மேற்கூரையை அண்ணாந்து கொண்டிருந்தார். இளைஞன் இழவு வீட்டில் நிற்பதைப் பற்றிப் பேச்சைத் துவக்கினான். செவிமடல் மயிற் சுருளை இழுத்து விட்டவாறு ஏதோ யோசனையில் ஆழ்ந்தார். அவனும் பாத்திரம் கழுவுவது போல அவரை உற்று கவனித்துக் கொண்டிருந்தான். சற்றைக்கெல்லாம் பெருமூச்சு எழுந்தது. கண்ணீர் கோடுபோல செவிவரை வழிய, கைகளைக் கோர்த்து மார்பில் வைத்திருந்தார். காற்றில் யாரிடமோ பேசும் முக பாவனை. யாருக்கோ பதில் சொல்லிக்கொண்டிருக்கிறார். ஆனால் ஒரு சொல்கூட எழவில்லை. இளைஞன் திடுக்கிட்டுப் போனான். பலமுறை உடலை உலுக்கிய பிறகே முதியவர் பிரக்ஞை மீண்டார். குடிக்கத் தண்ணீர் கொடுத்து மெல்ல உடலை நிமிர்த்தி இயல்புக்குக் கொண்டுவர நேரம் ஆயிற்று. ஆனாலும் தலை தன்னிச்சையாக ஆடுவது நிற்கவில்லை. ஈரம் சொட்ட நனைந்திருந்தார். துடைக்கத் துடைக்க வியர்வை ஊறிக்கொண்டிருந்தது. பிறகு அவராகவே மெல்லத் தணிந்தார். உடலைத் துடைத்து விட்டுத் தலையணையில் சாய்த்து உட்கார்த்தி வைத்தான். இறந்து போன நண்பர்களின் ஞாபகம் வந்ததாக முணுமுணுத்தார். இளைஞன் அவர் ஆசுவாசம் கொள்வதற்குள் "அதற்காகத்தான் இறந்த வீடுகளுக்குப் போகிறீர்களா?" என்றான். அவர் பதில் சொல்லவில்லை. தொங்கிய தலையை இன்னும் கீழே இறக்கினார். அவனும் விடுவது போலில்லை. மறுபடியும் அதைக் கிளறுவதில் குறியாக இருந்தான். "இறந்தவர் வீட்டில் யாரை

அப்படித் தேடுகிறீர்கள்'' என்றான். முதியவர் அவனை அச்சத்துடன் நோக்கினார். அவனுக்கு இன்னும் மனம் அடங்கவில்லை. அதற்கு அவர் சொன்னார் "நெருங்கிய நண்பர்கள் இறந்துவிட்டதாகத் தெரிகிறது ஆனால் ஏதோவொன்று நினைவுக்கு வர மாட்டேன்கிறது. அதாவது இறந்தது என்னமோ இப்போ நடந்தது போலிருக்கிறது.'' மூக்கை உறிஞ்சித் துடைத்துக் கொண்டு தொடர்ந்தார் "அதாவது இறந்து போனது நன்றாக நினைவிலிருக்கு. ஆனால் எதையோ நான் செய்யாதது போல உறுத்துகிறது. எனக்கென்னமோ துக்கம் விசாரிக்காததால் அந்த இறப்பை நினைவு ஏற்றுக் கொள்ள மறுக்கிறதோனு படுது. அதாவது ஞாபகம் வைத்துக்கொள்ள ஒரு சாட்சி வேண்டும் அவ்வளவுதான். இன்னொரு விசயம் துக்கமே கேட்காதபோது அது இழந்தவர்களுக்கும் ஒரு சாட்சி இல்லாமல் செய்து அவர்களையும் நம்ப முடியாமல் கொண்டு போய் நிறுத்திவிடும். பிறகு அவர்கள் அந்தக் கணத்திலிருந்து வெளியேறாமலே இருப்பார்கள். துக்கம் கேட்டல் பரஸ்பரம் இருவருக்குமே அங்கு ஓர் உயிர் இல்லையென்பதை நினைவில் வைத்துக் கொள்ளத்தான்.'' முதியவர் சொல்லி முடித்துவிட்டு மோவாயைத் தேய்த்தார். இளைஞனுக்குப் பொறுமை கொள்ள வில்லை. எச்சில் விழுங்க முடியாமல் அடைத்திருந்தது. "சரி துக்கம் விசாரித்தால்தான் அது சரியாகும் என்றால் அதைச் செய்யுங்கள். யார் யார் அப்படி விடுபட்டவர்கள்?'' இளைஞன் நிறுத்தியதும் உடனே பதில் சொல்ல முடியாமல் சில கணங்கள் கழித்து வரிசையாக நாலைந்து பெயர்களைச் சில அடையாளங்களுடன் ஆனால் சரியான விலாசத்துடன் சுயபிரக்ஞையின்றி கூறத் தொடங்கினார். சன்னதம்போல உளறலில் தெறித்த சொற்களை கவனத்தில் நிறைக்க முடியவில்லையென்றாலும் அதிலொன்றில் இளைஞனின் அடையாளத்தையொத்த ஒரு ஆகிருதியும் இருந்தது. இளைஞன் விதிர்த்து போனான். மறுகணம் உயிர் மீண்டதுபோல புன்னகைத்தான். உடனே எண்ணங்கள் பரபரத்தன. சாவி கிடைத்துவிட்டது. தொலைத்தத் தடமும் தெரிகிறது இனி இதை என்ன செய்வதென்றுதான் பிடிபடவில்லை. முதியவரிடம் எதையும் காட்டிக் கொள்ளாமல் "தேடிப் பிடிக்கலாம். வேண்டுமென்றால் நானும் வருகிறேன்'' என்றான் அவசரமாக. அதற்கு முதியவர் "வேண்டாம் நானே பார்த்துக் கொள்கிறேன். நாளைக்கு விலாசத்தை விசாரித்துவிட்டு போய்ப் பார்க்கிறேன்'' என்று பேச்சை சட்டென நிறுத்திவிட்டார். ஆனால் அது அவரைச்

சமாதானப்படுத்தவில்லை. அவனுக்குத் தெரியாமல் யாரெல்லாம் அவ்வாறு துக்கம் கேட்டலில் விடுபட்டிருக்கிறார்களென யோசிக்கவாரம்பித்தார். அதற்கு இன்னொரு காரணமும் இருந்தது. உண்மையில் இது இளைஞனிடம் தன் அதீத ஞாபகத்தைக் காட்டிக்கொள்ளக் கூறிய கதையா அல்லது தனது நிஜமான நினைவா என்பதைக் கண்டுபிடித்தாக வேண்டும்.

சாயங்காலம் வேலைக்குக் கிளம்பும் முன்பே அடுத்த நாள் காலையில் துக்கம் விசாரிக்கப் போவதால் வீடு திரும்பத் தாமதமாகலாம் என்றார். அவனும் சரியென்று சம்மதித்துவிட்டு விலாசம் நன்றாகத் தெரியுமா என்று அவரது வாயால் அதைக் கேட்டுப் பெற்றுக் கொண்டான். அவர் தலை மறைந்த மறுகணம் அவனுக்கு இருப்புக் கொள்ளவில்லை. வௌவாலாக வீட்டிற்குள் மோதிமோதிச் சுழன்றான். முதியவரைப் பின் தொடர்வதுதான் அவனுடைய முதல் திட்டமாக இருந்தது. ஆனால் அது வெறுமனே நடப்பதை வேடிக்கைப் பார்க்கத்தான் செய்யும். அவனுக்கு வேண்டியதெல்லாம் தான் தொலைத்ததை முதியவரின் தொலைத்ததிலிருந்து மீட்டெடுப்பது. அதற்கு முதலில் முதியவரை அவர் தொலைத்ததை நம்ப வைக்க வேண்டும். அதாவது இறந்துவிட்டவர்கள் அனைவரையும் இருப்பதாக நம்ப வைத்தால் மட்டுமே தனது இருப்பையும் நம்புவார். நடுவில் தேவை ஒரு சாட்சி. அவனுக்குச் சட்டென பொறி தட்டியது. நடுநிசி நண்பரைச் சந்திக்க அவசரமாகக் கிளம்பினான். இப்படித்தான் இளைஞனுக்கும் நடுத்தரவயதுக்காரருக்குமான வேலைத் துவந்தம் துவங்கிற்று.

மூன்றாவது வேலைக்குரிய பெயரை வாங்கிப் பார்த்ததும் நடுவயதுக்காரருக்கு மனப்பலகையில் உடனே ஒரு சித்திரம் உருவாயிற்று. இஸ்லாமியர், கம்யூனிஸ்டுகாரர், தடித்தக் கண்ணாடி, நிறைய படித்தவரைப் போன்று முகபாவம். ஆமாம் கம்யூனிஸ்ட் கூட்டத்தில் ஓரமாக நின்றபடி பேச்சை உற்றுக்கவனிப்பார். பேச அழைத்தால் மறுத்துவிட்டுச் சற்று நகர்ந்து கொள்ளும் தயக்கம். அவர்களுடைய கூட்டத்தில் ஆட்களை நினைவில் வைப்பது சிரமமிருக்காது. மூன்று மாதங்களுக்கு முன்புகூடக் கடைவீதியில் பார்த்த ஞாபகம். விசித்திரம் என்னவென்றால் இறந்ததாக அவராலே நம்ப முடியவில்லை.

வீட்டிற்குள் சென்றபோது அந்த பெண்ணும் அப்பாவுக்கு தெரிந்தவர் யாரோ துக்கம் கேட்க வந்திருப்பதாகத்தான் நினைத்தாள். பிடரியில் கிடந்த முக்காட்டைச் சரி செய்து அமர்ந்தாள். பெரிய நெற்றி, நல்ல களை. மழை மேகம் மாதிரி அழுது கருத்த விழிகள். இறந்து ஒருசில நாட்களோ வாரங்களோதான் ஆகியிருக்க வேண்டும். வீடே பேரமைதியில். நெஞ்சை அடைக்கும் மௌனம். மிகப் பெரிய வீட்டில் வெளிச்சமும் இருளும் கூடத்திலும் மூலையிலும் வசதியாக நிறைந்திருந்தது. அறைக்குள் யாரோ விம்முகிறார்கள் அல்லது அப்படித்தான் தோன்றுகிறதா? உள்ளே யாரையோ அழைத்தாள் அந்தப் பேரிளம் பெண். தேநீர் போடச் சொல்லும் சமிக்ஞை. இறந்துபோன சம்பவத்தை ஓயாது சொல்லியிருப்பாள். எப்படித் தொடங்குவதென நடுத்தர வயதுக்காரர் முதன் முறையாகத் தடுமாறினார். அவள்தான் ஆரம்பித்தாள், “அப்பா நன்றாகத்தானிருந்தார்” என்றதும் கண்களைத் தழைத்துவிட்டு நோக்கினாள். ஒரு துளி புறப்பட்டது. இருக்கையின் விளிம்புக்கு வந்தவர் அவள் தொடங்குவதற்குள் “அப்பாவைத் தேடிக் கண்டுபிடித்துவிட்டீர்களா. நானும் நிறைய இடத்தில் விசாரிக்கிறேன். கவலைப்பட வேண்டாம் யாராவது கண்டுபிடித்து விடுவார்கள். முதலில் உங்க உடம்பைப் பார்த்துக்கோங்க.”

அவள் சிரித்துவிட்டாள். துளிர்த்த ஈரம் சொட்டியது. மூக்கை உறிஞ்சி மெல்லியதாக உதடுகளை மட்டும் வளைத்தாள். நொந்து கொள்ளும் சிரிப்பு. பெரிய தம்ளரில் வந்த தேநீரைக் காட்டி “குடிங்க” என்றாள். “என்னுடைய அப்பாவும் அவரோடு ஆஸ்பத்திரியில் பக்கத்து கட்டிலில் இருந்தார். உங்க அப்பா தொலைந்து போனதுக்கு இரண்டு நாளைக்குப் பின்னாலதான் அப்பாவை வீட்டுக்கு அனுப்பினாங்க. இப்போ உடம்பு தேறிட்டு வருது. உங்களைப் பற்றி நிறைய சொன்னார் அதான் வந்தேன்.” நடுவயதுக்கார முடிப்பதற்குள் அவளுக்குச் சிரிப்பும் அழுகையுமாக மூக்கும் உதடும் திசைக்கொருபுறம் சுழித்துத் தடுமாறின. பிறகு கைக்குட்டையில் மூக்கை உறிஞ்சி மேசையில் போட்டு “உங்களுக்கு யார் வேண்டும்?” குரல் இடறிற்று. குரல் திம்மென விழுந்தது. முதன்முறையாக அவருக்கே அச்சம் ஏற்பட்டது. தைரியத்தை வரவழைத்து மீண்டும் தொலைந்ததைக் கூற எத்தனிப்பதற்குள் “அப்பா இறந்துவிட்டார்” என்றாள் பொட்டில் அடித்ததுபோல. “உங்களுக்கு ஏதும் வேண்டுமா” என்று தேநீர்

வைத்தவளை அழைத்தாள். இவர் பதறி “இல்லை இல்லை. அப்படியெல்லாம் இல்லை.”

“அப்புறம் ஏன் தொந்தரவு செய்றீங்க. தயவு செய்து கிளம்புங்கள்” முக்காடை இழுத்துவிட்டு எழப் போனவளிடம் “உங்ககிட்ட அவர் இறந்ததாக யார் சொன்னது?” எனக் கேட்டு அமர்த்தினார். அவள் மருத்துவமனையின் பெயரைக் கூறினாள். “உடம்பைக் கொடுத்தாங்களா?” அவள் இல்லையென்றாள். “நீங்க பார்க்காமல். எப்படி யாரோ சொன்னதை நம்ப முடியும்?” அவள் உடல் துவண்டு விட்டிருந்தது. அவர் தான் சேகரித்த தகவல்களை அவள் நம்பும்படி திரும்பத் திரும்பக் கூறிக்கொண்டே இருந்தார். சில கணங்களுக்குப் பிறகு அவள் முகம் சற்று தெளிந்தது. “மாமா நகராட்சி மயானத்தில் பார்த்தபோதும் மச்சான் மாதிரியே இல்லை. மச்சான் மாதிரியே இல்லை. யாரோ மாதிரி இளைத்துப் போயிட்டார்னு சொன்னார். நானும் பார்க்காதது ஒரு வகையில் நல்லதுனு இருந்துட்டேன். சில நேரம் எனக்கும்கூட அது வேற யாரோவாக ஏன் இருக்கக்கூடாதுனு தோன்றும். இறந்தவர் பாவம் யாருடைய அப்பாவாகவோ இருந்துவிட்டு போகட்டுமே. நேற்று இதே நேரம்தான் ஒரு வயதானவர் அப்பாவைக் கேட்டு வந்தார் நான்தான் கதவைத் திறக்கவில்லை. அப்பாவுக்கு உடம்புக்கு ஒன்றும் பிரச்சனை இல்லை. ஆஸ்பத்திரி வாடையே பிடிக்காது. கிளம்பி வந்தாலும் வந்துடுவார். இதுதான் அவர் உட்கார்ந்து புத்தகம் படிக்கிற இடம். நான்தான் காபி போட்டு தருவேன். நேற்றும் அவருக்கும் சேர்த்தே போட்டேன். உடுத்துன சாரம்கூட அழுக்குக்கூடையில் அப்படியே கிடக்கிறது. சிலதை மட்டும் துவைத்து சிலதை இருக்கட்டுமென்று விட்டு விட்டேன். சீப்பில் சில வெள்ள முடி ஒட்டியிருக்கு. வாசித்து முடிக்காத புத்தகம் நிமிர்த்தப்படாமல் குப்புறக் கிடக்கிறது. தோட்ட வேலைகளும் பாக்கி.” ஜன்னலை எட்டி “மண்வெட்டி இப்படிக் கிடந்தா கத்துவார். துரு ஏறிடும்.” உள்ளே அழைத்து மண்வெட்டியைக் கழுவி வைக்க ஏவினாள். “அப்பா பொழுதுக்கும் யாரிடமாவது பேசிட்டே இருப்பார். காபி போட்டு மாளாது. எத்தனை பேருக்கு போடுவது நீங்களே சொல்லுங்க?” அவள் ஆதுரத்துடன் கேட்டாள்.. நடுவயதுக்காரர் கிளம்புவதாக எழுந்தார். வாசல்வரை வந்தவள் இரும்புக் கதவைச் சார்த்தும்போது “அப்பாவை பத்திரமாகப் பார்த்துக் கொள்ளுங்கள்” என்றாள்.

இளைஞன் அவருடைய வருகைக்காகக் காத்திருந்தான். இனி மிச்சமிருப்பது தன்னுடைய அடையாளம் மட்டுமே. முதியவர் தன்னைத் தேடிக்கொண்டு நாளைக்கு இதோ இதே இடத்திற்கு வந்து நிற்பார். அப்போது நடுநிசி நண்பர் அவரிடம் நான் உயிருடனிருப்பதைத் தெரிவிப்பார். என்னைப் பற்றிய எல்லாத் தகவலையும் நண்பர் தேடியெடுத்திருப்பார். அதைக்கொண்டு முதியவரை நம்ப வைப்பார். முதியவரிடமும் நிச்சயம் அதற்கு பதில் இருக்கும். ஒழுங்கு குலையும் பின் தெளியும். ஒரு புள்ளியில் இருவரும் வந்து நிற்பார்கள். அந்த இடத்தில் என்னுடைய அடையாளம் கிடங்கிலிருந்து வெளியே எடுத்துப் போடப்படும். இளைஞன் நம்பிக்கையோடு இருந்தான். ஆனால் முதியவர் காலையில் வந்ததிலிருந்து மிச்சமிருக்கும் துக்கக் கேட்டலைப் பற்றிப் பேச்சை எடுக்கவேயில்லை. பதிலாக முந்தைய நாள் சாயந்தரம் இஸ்லாமிய நண்பரின் வீட்டிற்குப் போனதைச் சொல்லவாரம்பித்தார். “அவனுடைய மகள் மட்டும் இருந்தாள். என்னைப் பார்த்ததும் அழ ஆரம்பித்துவிட்டாள்.”

இளைஞன் “எதற்கு” என்று வேகமாகக் கேட்டான்.

“எனக்கு ஒன்றும் புரியவில்லை. என்ன ஏது என்று பதறிவிட்டேன். இவ்வளவு நாள் நான் இறந்ததாக நினைத்திருக்கிறாள். அவள் மட்டுமில்லை என்னுடைய ஸ்நேகிதனும்தான். ரொம்ப நாளாக என்னைப் பார்க்காததால் அப்படி முடிவெடுத்துவிட்டார்கள்போல. வெகு நேரம் ஆகியும் பிரமை பிடித்தது போலத்தானிருந்தாள். நான் ஆவி இல்லனு சத்தமாகச் சொன்னேன். அழுத முகத்தோடு சிரிக்கிறாள். பாவம். மறுபடியும் மறுபடியும் நான் எங்கே போனேன் ஏன் அப்பாவை பார்க்க வரவில்லைனு கேட்டாள். நான் இங்கேதான் இருந்தேன்னு சொன்னதற்கு இல்லை நீங்கள் எங்கேயோ தொலைந்து போயிருப்பீர்கள். அதான் உங்களை இறந்து விட்டதாக நம்பிட்டோம். தெரிந்திருந்தால் எப்படியாவது தேடிப் பிடித்திருப்போம். உங்க வீட்டிலும் அப்படித்தான் நினைத்துக் கொண்டிருப்பார்களாக்கும் பாவம் என்று முகம் கூம்பினாள். நான் அதற்கு, “இல்லை நான் பத்திரமாகத்தான் இருக்கிறேன். ஒரு பையன் என்னைப் பார்த்துக்கிறான் என்று சொன்னதும் சந்தோஷப்பட்டாள். தொலைந்தவர்களை இறந்துவிட்டதாக மனம் ஒப்புக்கொள்ளாதபோது கண்ணில் பார்க்காமல் இறந்து போனவர்களை தொலைந்ததாக நம்புவது சரிதானே என்றாள்.

எனக்குப் புரியவில்லை. கொஞ்சம் நேரம்தான் பேசினோம். என்னால சாப்பிட முடியல. இந்த ருசி இல்லை. காரம் குறைவு. சாயந்தரத்தில் வைக்கிற இறால் குழம்புக்குத் தனி மணம் வந்துடுது இல்லையா?" புருவத்தைத் தூக்கிச் சரிதானே என்பது போலக் காட்டிக் கேட்டார். அவன் அமைதியாக இருந்தான். "கடைசிக் காலத்தில் இந்த நாக்கிற்கு வந்த வாழ்க்கையைப் பாரேன் அப்படித்தானே." அவர் பலமாக அவன் தோளை உலுக்கிச் சிரித்தார். பிறகு படுக்கையில் சாய்ந்தவாறு பேசத் தொடங்கினார், "நல்ல ருசியில் ஒரு தருணம் உருவாகிறது. அதுமாதிரி சில தருணங்களுக்கென்றே பிரத்யேகமான ருசி உண்டு. இரண்டும் கச்சிதமாகப் பொருந்திவிட்டால் அப்படியே ஆழத்தில் கிடந்து போகும். அழியாது. அதே தருணம் மறுபடியும் வாய்க்காது. ஆனால் அதே ருசி அந்தத் தருணத்தைத் திருப்பிக் கொண்டு வந்துவிடும்."

உறங்கியதே அவனுக்குத் தெரியவில்லை. சில கணங்கள்தான் அப்படியே உறைந்தது போலிருந்தது ஆனால் பல மணி நேரம் தூங்கிவிட்ட அசதி. அந்தித் தூக்கத்திற்குரிய தெளிவின்மையும் அழுத்தியது. எழுந்தபோதுதான் இவ்வளவு நேரம் முதியவரின் கட்டிலில் படுத்திருந்ததைக் கவனித்தான். புதிய பழக்கம் விசித்திரமாகப் பட்டது. முதியவர் ஏதும் சமைக்கிறாரோ என்று அழைத்துப் பார்த்தான். அவர் இருப்பதாகத் தெரியவில்லை. கொடியில் அவருடைய சீருடை இருந்தது, ஆனால் செருப்பும் மூங்கில் தடியும் வேட்டியும் இல்லை. வீட்டைவிட்டு வெளியே வந்தான். சாலையின் கடைசிப் புள்ளிவரை யாரும் தென்படவில்லை. தெருவின் கடைக்கோடிவரை இரண்டு முறை சென்று திரும்பினான். அந்தி சாய்ந்த மறுகணம் விறுவிறுவென இருள் மண்டிவிட்டது. ஒவ்வொரு ஆடையகமாகத் தேடிச் சலித்து போனான். முதியவர் எங்குமே வரவில்லை என்றார்கள். வீட்டிற்கு திரும்பும்போது நடுத்தர வயதுக்காரரை வழக்கமாகச் சந்திக்கும் இடத்தில் அதே நேரத்தில் போய் நின்றான். அவர் அடுத்த வேலைக்குத் தயாராகக் காத்திருந்தார். தனக்கும் அவருக்கும் என்ன துவந்தம் என்று புரியவே நேரம் ஆயிற்று. எதுவும் பேசாமல் வெறுமனே அமர்ந்திருந்தான். வழக்கத்தைவிட நேரம் கழித்தும் அவன் போகாமலிருப்பது அவருக்கும் புதிதாகப்பட்டது. தேநீர்க்காரருடன் மூன்று வேலையிலும் நடந்த சுவாரசியங்களைப் பரிமாறிக்கொண்டிருந்தது அவனைச் சற்று ஆசுவாசப்படுத்தியது. இருவரிடமிருந்து விடைபெறும்போது

இளைஞன் கொடுக்கப்போகும் அடுத்த வேலையை எதிர்பார்த்து அவனை நோக்கினார், பசியில் வாடியது போன்ற முகத்துடன். அவன் நான்காவது வேலையைக் கொடுத்துவிட்டுக் கிளம்பினான்.

சீட்டைத் தரும்போது இளைஞன் முகம் கன்றிப் போயிருந்ததை நடுவயதுக்காரர் அவதானித்தார். பழைய களை இல்லை. உடம்பில் வயதேறிய தளர்வு. கைத்தடி இல்லாத நடை போன்ற தடுமாற்றம். நிலத்தை நோக்கியவாறே நடந்து போனான். இன்னொன்று, நான்காவது வேலைக்குரிய விலாசத்தை அங்கு வைத்துதான் அவன் எழுதினான். வேலை தருவதில் அலுப்பு ஏற்பட்டிருக்கலாம். காரணம் வேலை செய்பவரிடமிருக்கும் சுவாரசியம் சொல்பவரிடம் இருக்காது. ஆனால் பிரச்சனை வேறொன்றாக இருந்தது,

இந்த முறை சீட்டில் பெயர் இல்லை, விலாசமும் தெளிவில்லை. பதிலாக வயது- 75, உயரம்- ஆறு அடிக்கு இரண்டு அங்குலம் குறைவு, உடலமைப்பு- சதுரக்கண்ணாடி, முன் வழுக்கை, குனிந்த நடை. அடையாளங்களைக் கோர்த்து உருவத்தைச் சிருஷ்டிக்க வேண்டும். கிட்டத்தட்ட வயதானவர்கள் அனைவரும் இதே அடையாள வரிசையிலிருந்தனர். வழக்கமான பாணிக்கு மாறாக உருவத்திலிருந்து பெயரை எடுக்க முடியாமல் தடுமாறினார். எடுத்த முயற்சிகள் சரிந்தன. எல்லாக் குழந்தைகளும் தவழ்ந்து கொண்டிருக்கையில் தேடுவதை எப்படிக் கண்டுபிடிப்பது? விலாசமும் அவ்வாறே கலைத்துப் போடப்பட்டிருந்தது. திசை, முக்கம், திருப்பம், தண்ணீர் குழாய், பள்ளம், உடைந்த தெருக் கம்பம், துரு ஏறிய இரும்புக் கதவு. முக்கியமாக இந்த முறை வேண்டுமென்றே தவிர்த்தது போன்று எதிலும் பெயர் இல்லை. நடுவயதுக்காரர் மிரண்டுவிட்டார். அதிகமில்லை சில கணங்கள்தான். பிறகு எங்கு போய் ஒளிந்து கொள்கிறதென்று பார்க்கலாம் என அடையாளக் குறிப்புகளை உருவங்களுடனும் விலாசங்களுடன் பொருத்தத் தொடங்கினார். சரியான விலாசத்தைக் கண்டுபிடிக்க இரண்டு இரவுகள், ஒரு பகல் ஆனது.

கீழ நான்காம் வீதியும் தெற்கு முதல் வீதியும் தொட்டுத் திரும்புமிடம். இரும்புக் கதவைத் திறந்ததும் மாடிப்படி. படிக்கட்டு தெற்கில் ஏறி வடக்கில் திரும்புகிறது. பூச்சுப் பெயர்ந்த சுவர். ஏறியதும் சட்டென முகத்துக்கு முன்னால் வந்து நிற்கும் சாத்தப்பட்ட பழைய தேக்குக்கதவு. கொண்டிதான் அழைப்பு

மணி. தட்டிவிட்டுக் காத்திருந்தார். யாரும் குடியிருப்பதுபோலத் தெரியவில்லை. கீழ் வீட்டைவிட மாடி வீடு மிகச் சிறியது. இரண்டு அறைதான் இருக்கும் என்று கணித்தார். நுழைந்ததும் இறங்கிச் செல்வது போன்று நிலைப்படி. கோவிலுக்கும் மேலுள்ள சுதைக் கட்டிடம் மாதிரி முகப்பு. ஓரமாகச் சிறிய காலியிடம். வீட்டின் முதுகுவரை நீண்டு முடிகிற இடத்தில் சாத்தப்பட்ட மரச் சன்னல். கீழே உணவுத் துணுக்கள் கிடந்தன, சமையற்கூடமாக இருக்கலாம். துணுக்குகள் இன்னும் உலர்ந்து விடவில்லை. வயதானவர்கள் யாரோ உள்ளே இருக்கிறார்கள். மூன்றாவது சீட்டைப் போலவே இந்த வீட்டிலிருந்தவரும் இறந்து இன்னும் துக்கம் காய்ந்திருக்காதென ஊகித்தார். இந்த முறை எப்படித் தொடங்குவதென்கிற முன்தயாரிப்பு ஏதுமில்லை. வேலை பழகிவிட்டது. சன்னல் வழியாக அழைத்தார். வெகு நேரம் கழித்து பதில் வந்தது. “யார் வேணும்?” கிணற்றுக்குள்ளிருந்து கேட்கும் அளவிற்கு.

சட்டெனக் குரலை ஊகிக்க முடியவில்லை. பெயர் வேறு இல்லாததால் அவசரமாக “அய்யா இல்லையா?” என்று பொதுவாகக் கேட்டார். என்ன பதில் வரப்போகிறதென்று ஆர்வத்துடன் தலையை ஜன்னலுடன் இன்னும் சாய்த்து ஒட்டினார். “சத்தமாகப் பேசுங்க காதில் விழல.” “அய்யா இல்லையா” சன்னலுக்குள் கைகளைக் குவித்து பலமாகக் கத்தினார். பதில் வந்தது. “வீட்டில் இல்லை வெளியே போய்விட்டார். வந்தால் சொல்றேன். உங்க பெயர்?” என்றதும் நடுவயதுக்காரர் ஆடிப் போய்விட்டார். வயதான குரல் போலில்லை யாரோ இளம் வயதுக்காரன். மறுபடியும் குரல் அதே பதிலைச் சொல்லிக் கொண்டிருந்தது. நடுவயதுக்காரருக்கு ஒன்றும் புரியவில்லை, நெற்றியைத் தேய்த்தார். என்ன செய்வதென்று குழப்பம். “சரி நாளைக்கு வரேன்” என்று குரலுக்குக் கேட்டது பற்றிய அக்கறையின்றி வீட்டின் முன்புறம் வந்தவர் மரக்கதவு திறந்திருக்கிறதா என்று தள்ளினார். இறுக்கமாகச் சாத்தப்பட்டிருந்தது. பிறகு கீழே இறங்கி வெறிச்சோடிய சாலையில் நடக்கத் துவங்கினார்.

❑❑❑

நன்றி:
நோய்மையான உலகத்துடன் ஓர் உரையாடலை உருவாக்குவதன் வழி ஷாகிதா இக்கதையை என்னுள் நிகழ்த்தியதற்கு...

கிளையினிற் பாம்பு தொங்க,
விழுதென்று, குரங்கு தொட்டு
"விளக்கினைத் தொட்ட பிள்ளை
வெடுக்கெனக் குதித்த தைப்போல்"
கிளைதோறும் குதித்துத் தாவிக்
கீழுள்ள விழுதை யெல்லாம்
ஒளிப்பாம்பாய் எண்ணி எண்ணி
உச்சிபோயத் தன்வால் பார்க்கும்

–பாரதிதாசன் (அழகின் சிரிப்பு)

மேதகு வைஸ்ராய் திரு ராபர்ட் புல்வேர் லிட்டன்

(அல்லது)

கவிஞர் ஓவன் மெரிதித்தாக எப்படி வணிகம் செய்வது?

அத்தியாயம் ஒன்று

நீங்கள் கவனமுடன் இருக்க வேண்டியது முதலில்
உங்களுடைய அலட்சியத்தின் மேல்

லிட்டன் கண் விழித்தபோது அருகில் ஜோடன் தன் தலையைத் தூக்கி அவரைப் பார்த்தது. எப்போதுமே அவர் எழுந்ததும் அது அப்படி

ஒரு பார்வை பார்க்கும். என்ன வேண்டும் என்பது போன்று விழிகளைத் தாழ்த்தி, சில கணங்கள்தான், பிறகு, மீண்டும் தாடையைத் தரையில் வைத்து உறங்கத் தொடங்கிவிடும். எஜமானரின் சிறு அசைவுகூட நாய்களுக்குத் தெரியும். அந்த அசைவு எதில் இருந்து உந்தியது, எதற்கான துணுக்குறல், எதை நோக்கிய பதற்றம் எல்லாவற்றையும் அவதானித்துவிடும். 'பயப்படாதே படு' என்பதுதான் அதன் முகபாவம். லிட்டன் அதை ஒவ்வொரு முறையும் அறிவார். உறக்கம் கலைந்ததுகூட அசாதாரணமான கனவுக்குத்தான் என்பது ஜோடனுக்கும் தெரிந்திருக்கலாம். லிட்டன் போர்வையை விலக்கிவிட்டு ஜோடனின் தலையை அதன் செவிமடல்களோடு சேர்த்து நீவிக்கொடுத்தார். அது பகுமானத்துடன் படுத்துக்கொண்டது. பிறகு, மேசை முன் அமர்ந்தார். மணி இரண்டு அல்லது மூன்று இருக்கலாம். எழுத்தாணியை எடுத்து மைக்குப்பியில் தொட்டு எழுத ஆரம்பித்தார்.

மேதகு பிரிட்டன் பிரதமர் திரு பெஞ்சமின் டிஸ்ரெய்லி அவர்களுக்கு,

பிரிட்டிஷ்த்தில் உயர் பதவிக்குரியவர்களுக்கு அப்பதவிகள் அவர்களுக்காகவே காத்திருப்பதாக மகாராணி விக்டோரியா சொல்வது உங்களுக்குப் பொருந்தும். உங்களுக்கு என் வாழ்த்துகள். தனிப்பட்ட வகையில் நீங்கள் எனக்கு மிக நெருக்கமானவர். இதோ இந்தக் கடிதம் எப்போதோ என்னுடைய பால்ய காலத்திலேயே எழுதப்பட்டுவிட்டது. வேறுவேறு மனநிலைகளில் இதை அழித்து திருத்தி வடிவமைத்ததுண்டு. எத்தனையோ முறை கற்பனையில் உங்களுடன் உரையாடல்களை நிகழ்த்தியிருக்கிறேன். அப்போதெல்லாம் நான் மிகவும் சிறுவனாக என்னை உணர்வேன். கன்சர்வேடிவ் கட்சியின் வரலாற்றில் ஒரு நாள் பெஞ்சமின் என்பவர் மறக்கப்படலாம். ஆனால், ஒரு படைப்பாளியாக வாசகனாக சிடோனாவை உருவாக்கியவரை அப்படி எளிதாக நினைவிலிருந்து அழித்துவிட முடியாதென்று என் மாமாவிடம் அடிக்கடி கூறியிருக்கிறேன். அப்போது எனக்கு இலக்கியத்தின் மீது தீராத வேட்கை இருந்தது. ஓவன் மெர்த்தித் என்கிற புனைப்பெயரைச் சூட்டிக்கொண்டு கவிதைகள் எழுதியதும் அப்போதுதான். கொலம்பியா மாகாணத்தில் மந்திரியாக இருந்த என் மாமாவுக்குத் தனிச் செயலராக

பணியாற்றத் துவங்கியபோது ரால்ப் எமர்சன் அறிமுகமானார். மூன்று மாதத்துக்குள் அவரின் மொத்த படைப்பையும் வாசித்து முடித்துவிட்டேன். அதன் பின் இலக்கிய வாசிப்பு வேறு திசையில் திரும்பியது. அதாவது, வெறும் ரசனை சார்ந்து மட்டுமே ஒரு படைப்பை அணுகத் தேவையில்லையென்பதும், புதினம் எழுப்பும் சிந்தனைகளும் கேள்விகளும்தான் காலத்தை உருட்டித் தள்ளிக்கொண்டே இருக்கும். இலக்கியத்தின் மகத்தான பணி அதுதான். என்னைப் பொறுத்தவரை வெறுமனே ஒரு நாவல் தன்னிரக்கத்தையும் வரலாற்றின் ஏற்கெனவே எழுதப்பட்ட கதைகளாக மீண்டும் வருவதும், தரிசனத்தை தருவதால் அது காவியத்தன்மை பெற்றுவிடாது. மீண்டும் மீண்டும் வாசிக்கப்படும்போதெல்லாம் அது வாசகனுடன் சேர்ந்து வளர்ந்துகொண்டேயும் அவனுக்கானதைத் தரக்கூடிய மாயக்கண்ணாடியாகவும் இருக்க வேண்டும். நான் அப்படியானதைத்தான் வாசிக்கிறேன். 'கோனிங்ஸ்பை' அப்படியொன்றுதான். அதொரு அரசியல் நாவல் என்பதைவிட இங்கிலாந்து அரசதிகாரத்தைக் குறிக்கீடு செய்வதால்தான் முக்கியம் பெற்றது. உங்கள்மீது உருவான காழ்ப்பு அத்தனையும் நீங்கள் ஒரு யூதர் என்பதால்தான். இதற்கு முன்பு இருந்தவர்களையும் இனி வரப்போகிறவர்களையும் அது குற்றவுணர்ச்சிக்குட்படுத்தும். ஒரு சிறுபான்மையின பிரிட்டன் யூதன் எழுப்பிய கேள்வியாக தோன்றும். அவர்கள் ஒவ்வொருவரும் அவரவர்களுக்குரிய முகமூடியை அணிந்துகொள்கிறார்கள். எவ்வளவு காலம் அது முகத்துக்கு முன் தொங்கிக்கொண்டிருக்கப்போகிறது?

ராபர்ட் பீல் மற்றும் அவருடைய சகாக்கள் 'கான் சட்டத்தை நீக்கி வணிகத்தின் தரத்தைக் குறைத்தது ஒருவேளை நீடித்திருந்தால் இன்றைக்கு பிரிட்டனில் வணிகப் பொருளாதாரம் நசிந்துபோயிருக்கும். அதைக் காப்பாற்ற அன்றைக்கு லிபரிலிஸ்ட்களுடன்(வேறு வழியில்லாமல்) சேர்ந்து பீலை எதிர்த்து நவீன கன்சர்வேடிவ் உருவானது ஒரு தற்செயல் நிகழ்வுதான். ஆனால், அது ஒன்று மட்டுமே நவீன கன்சர்வேடிவை விமரச்சிக்க நினைப்பது தேவையற்றது. (ஆனால், அதே பீலின் ஆதரவாளர்கள்தான் அவர் இறந்த பின் லிபரிலிஸ்ட்களுடன் சேர்ந்ததும்) என்னைப் பொறுத்தவரை வணிகத்திலும் அதன் விலை மதிப்பிலும் ஒரு தேசம் சமரசம் செய்துகொள்வது முட்டாள்தனமானது. பொருளாதார பிரச்சினைக்கு அந்நாட்டின்

வாணிபத்தைத்தான் அதிகப்படுத்த வேண்டுமேயொழிய விலையைக் குறைப்பதல்ல. இங்கு இந்தியாவில் சில சமயங்களில் அதே பிரச்சினை எழுவதுண்டு. வாணிபம் இவர்களுக்கான தொழிலல்ல. தனது அத்தியாவாசியங்களைத் தவிர வேறொன்றையும் இவர்கள் யோசிப்பதில்லை. இஸ்லாமியக் கலாச்சாரம் வேரூன்றும்வரை இங்கு இப்படித்தான் இருந்திருக்கிறது. இஸ்லாம் அதை மாற்றியுள்ளது. பிரிட்டன் அவர்களிடம் கற்றுக்கொள்ள வேண்டும். இவை என்னுடைய தனிப்பட்ட கருத்துதான். உங்களிடம் பகிர விரும்பினேன்.

அதோடு சமீப காலமாக என்னைச் சுற்றி சில விசித்திரங்கள் நடக்கின்றன. சரியாகச் சொல்வதென்றால் இங்கு, இந்தியாவில் திடீரென்று உருவான மக்கட்தொகைப் பெருக்கம் அதைத் தொடர்ந்து உணவுப் பற்றாக்குறையும், இயற்கைச் சூழலின் குழப்பங்கள், நோய் பரவல் என ஒரு பெரும் பஞ்சச் சூழல் உருவாகியிருக்கும் காலகட்டத்தில், இங்கிருந்து நான் எழுதியனுப்பும் கடிதங்கள் அவை அலுவலக சம்பந்தமாகவோ அல்லது தனிப்பட்ட வகையான கடிதங்களோ எதுவாக இருந்தாலும் உறையிலிட்டு பிரிட்டிஷ் முத்திரைப் பதித்து வெளியேறி உரியவர்களைச் சேர்கையில், அதை அவர்கள் பிரிக்காமலேயே படித்துவிடுவதாகக் கேள்விப்படுகிறேன். இது என்னை பெருங்குழப்பத்தில் ஆழ்த்தியிருக்கிறது. பிரிட்டிஷின் நடைமுறைகளில் எங்கோ தவறு நடக்கிறதென்கிற ஐயமும் மனவருத்தமும் எனக்கு. மதிப்பிற்குரிய விக்டோரிய அரசாங்க இறையாண்மைக்கு ஆபத்தான இச்சிக்கலைத் தீர்க்கும் மிக முக்கியமான வேலையில் நான் ஈடுபட ஆரம்பித்திருக்கிறேன். தற்போதைக்கு இதை மட்டுமே என்னால் கூற முடியும். ஆனால், ஒன்று மட்டும் புரியவில்லை. கடல் கடந்து அனுப்பப்படும் (உங்களுக்கு இப்போது எழுதிக்கொண்டிருக்கும்) கடிதங்களும், மன்னிக்கவும் அதாவது, நீங்களும் இதை பிரிக்காமலேயே வாசித்துவிடுகிறீர்களா என்று எனக்கு சந்தேகம் எழுகிறது. இவ்விஷயத்தில் தாங்கள் எனக்கு எதுவும் கூற வேண்டியிருந்தால் தெரியப்படுத்துங்கள்.

கடிதத்தை உறையிலிட்டு மடித்து அரக்கு வைத்தார். அலுவலக விஷயமின்றி பிரதமருக்கு அவர் தனிப்பட்ட வகையில் எழுதும் முதல் கடிதம் இது. தன் நட்பு பாராட்டல் கடிதங்கள் எதையும்

லிட்டன் யாரிடமும் கூறியதில்லை- மனைவி எடித்து உட்பட. ஆனால், யார், எப்படி, எங்கிருந்து, எவ்வாறு கவனிக்கிறார்கள் என்பதுதான் அவருக்குப் பிடிபடாத விஷயம். காய்ந்த அரக்கு வட்டத்தைச் சுரண்டியவாறே லிட்டன் யோசனையில் இருந்தார். இந்த யோசனைதான் சட்டென எழுதிக்கொண்டிருந்த கடிதத்தை நிறுத்திற்று. எவ்வாறு முடித்ததாகக்கூட நினைவிலில்லை. லிட்டன் என்று கையெழுத்திட்டேனா ஓவன் என்று கையெழுத்திட்டேனா தெரியவில்லை. அரக்கை வேகமாகச் சுரண்டினார். பிரிட்டிஷ் முத்திரை அவ்வளவு எளிதாக நகரவில்லை. கடிதத்தை சற்று உருட்டி பக்கவாட்டில் தெரியும் பிளவில் முடித்திருந்த வரிகளைக் கூர்ந்துபார்த்தார். கடைசி வரிக்கு அடியில் கையெழுத்து இல்லை. கடிதத்தை ஊதி உருட்டி வைத்துக்கொண்டு எழுத்தாணியை வைத்துவிட்டு இறகில் மை தொட்டு துளைக்குள் நுழைக்கத் தடுமாறினார். ஆடிக்கொண்டிருக்கும் நூலில் ஊசியை நுழைப்பது மாதிரி. முத்திரையைப் பிரித்தால் கடிதம் நம்பகத்தன்மையை இழந்துவிடும். கடிதத்தைப் பலமாக ஊதிப் பெரிதாக்கி இறகை சற்று வளைத்து ஒருவழியாகப் போட்டு முடிப்பதற்குள் லிட்டனின் அவஸ்தைகளைக் கவனித்து ஜோடன் எழுந்து வந்துவிட்டது.

லிட்டனும் தலையைச் சாய்த்து ஜோடனைப் போலவே ஜோடனைப் பார்த்தார். சட்டென அது முகத்தைச் சுருக்கி நாவால் மூக்கை ஈரப்படுத்திக்கொண்டது. லிட்டன் கடிதத்தை மெல்ல மடித்து, தனது ஆடைக்குள் வைத்துக்கொண்டு காலை வேலைகளுக்குத் தயாரானார். ஜோடன் அவருடனே சென்று படுக்கையறையில் புதியதாக மாட்டப்பட்டிருந்த நீர் வண்ண ஓவியத்தின் மீது பட்டு, பளிங்குத் தரையில் பிரதிபலிக்கும் சூரிய ஒளியுடன் விளையாடியது.

வைஸ்ராயின் ரகசிய ஒற்றன்

மதராஸ் மாகாணத்திலிருந்து வந்த அவசரக் கடிதத்தை லிட்டனிடம் சேர்ப்பதற்காக மாகாண கவர்னர் ட்யூக் அனுப்பிய பஞ்சப் புள்ளிவிவரக் கண்காணிப்பாளர் நார்மன் வெல்ஹெஸ் காலையிலிருந்து வைஸ்ராயின் பங்களா விருந்தினர் அறையில் விடாமல் உபசரித்துக்கொண்டிருந்த பழரசங்களையும் எதன் கறியென்றே கண்டுபிடிக்க முடியாத காலை உணவையும்

முடித்துவிட்டுக் காத்திருந்தார். லிட்டன் பொதுவாக சூரியன் உச்சிக்கு வந்த பிறகு, கண் விழிப்பவர். இரவு முழுவதும் கடிதம் எழுதிக்கொண்டிருப்பார். ஆதலால் பங்களாவிலிருக்கும் பணி ஆட்களிலிருந்து அவரது வளர்ப்புநாய் ஜோடன் வரை இன்னும் சோம்பல் கலையாமல்தான் இருந்தனர். நார்மனுக்கு வெறுமனே பங்களாவையும் தோட்டத்தையும் வேடிக்கைப் பார்த்து அலுத்து விட்டிருந்தது. ஒவ்வொரு முறையும் சாத்தியிருக்கும் கதவு திறந்துவிடுகிற கற்பனையை நிகழ்த்தி சோர்ந்துபோயிருந்தார். ஒருகட்டத்தில் உண்ட களைப்பில் உறங்கிவிட்டார். நல்லதொரு உறக்கம். வைஸ்ராயின் பங்களாவில் வீசும் காற்று கை கால்களைப் பிடித்துவிடுவது மாதிரி அசதியைப் போக்கிற்று. யாரோ தன்னைப் பலமாக எழுப்புவது போன்று இருந்தது. கண் விழித்தான். நீளமான மூக்கும் தேங்காய் நார் தாடியுமாகச் சிறிய கண்கள். ஆனால், தீர்க்கமாகச் சுழலும் பார்வை. வைஸ்ராய் ராபர்ட் புல்வேர் லிட்டன்.

“மேன்மைதங்கிய பிரிட்டிஷ் இந்தியாவின் வைஸ்ராய் திரு லிட்டன் அவர்களுக்கு” என்று சொல்லிக்கொண்டே தலையைக் குனிந்து பணிந்தார். லிட்டன் அவரது தோள்மூட்டுகளை இறுக்கிச் சிரித்தார். “மன்னிக்கவும் மேதகு லிட்டன் அவர்களே” என்றார். லிட்டன் புன்கைத்தார். கையில் வைத்திருந்த கடித உறையை நீட்டி, “சாப்பிட்டீர்களா?” எனக் கேட்டார். நார்மன் “மிகச் சிறப்பான விருந்து” என்றவர் உறை மேல் குறித்திருந்த தேதியைக் கண்டு குழம்பிவிட்டார். அதாவது, அது அவர் அங்கு வந்துசேர்ந்த இரண்டாவது நாள். அப்படியென்றால் காத்திருந்தது ஒரு நாள், உண்டு உறங்கியது ஒரு நாளா என்று மனதுக்குள் சொல்லிப்பார்த்தார்.

“உங்ளுக்கு என்ன வயது திரு நார்மன்? நீங்கள் அதிகமாகக் காக்க வைக்கப்பட்டுவிட்டீர்களா?”

“ஓய்வு பெறும் வயதுதான் மேன்மைதங்கியவரே. காத்திருந்தது ஒன்றும் சிரமமில்லை. பஞ்ச சூழல் பற்றி நீங்கள் நேரடியாகக் கேட்டுத் தெரிந்துகொள்ள இருக்கலாம் என்று நினைத்தேன்.”

லிட்டன் அவரை ஏறிட்டுப்பார்த்து, “உலகிலேயே பலவீனமானவர்கள் யார் என்று உங்களுக்குத் தெரியுமா நார்மன்?”

சாவகாசமாக இருக்கையில் சாய்ந்தவாறு கேட்டார். நார்மனுக்கு யாரைச் சொல்வதென்று குழப்பம். தடுமாறினார். "இந்தியர்களா?"

"இல்லை. ஐரோப்பியர்கள். அதிலும் குறிப்பாக பிரிட்டிஷார்கள்." லிட்டன் கணப்பில் தீ மூட்டும்படி சைகை காட்டிவிட்டு நார்மன் பக்கம் திரும்பி "உங்களால் நம்ப முடியவில்லை என்று நினைக்கிறேன். அதாவது, மற்ற பெரிய நாடுகளை ஒப்பிடும்போது எந்தப் படை பலமும் பெரிதாக பிரிட்டிஷிடம் கிடையாது. போர் மூண்டால் பிரிட்டிஷார்கள் அழிந்துவிடுவார்கள். பிறகு, எப்படி பிரிட்டிஷ் பெரும் பலத்துடன் காலனிய நாடுகளை ஆள்கிறது? வணிகம். மாபெரும் உலகச் சந்தை." நார்மன் கண்கள் விரிய அவரை நோக்கினார்.

"ஆமாம். அதுதான் உண்மை. பெருவணிகத்தால் மட்டுமே பிரிட்டிஷ் ஆண்டுகொண்டிருக்கிறது. இதற்கு நாம் செய்ய வேண்டியதெல்லாம் பிரிட்டிஷ் இறையாண்மையைக் காப்பாற்றுவது இல்லையா?" லிட்டன் சட்டென நிறுத்திவிட்டு வேறு ஏதோ யோசனையிலாழ்ந்தார். நார்மன் அவர் கூறிய பிறகும் ஆமாமெனத் தலையசைத்துக்கொண்டிருந்தார். லிட்டன் மௌனமாக எதையோ தேடும் பாவனைக்கு மாறிவிட்டிருந்தார். விரல்களுக்குள் இங்க் பென்சில் சுழன்றுகொண்டிருந்தது. அது, அவர் எப்போதும் அங்கியில் வைத்திருக்கும் பேனாவாக இருக்க வேண்டுமென்று நார்மன் நினைத்தார்.

சற்று அமைதிக்குப் பின் நார்மனின் அருகில் நெருங்கி, "நீங்கள் எனக்கு உதவி ஒன்று செய்ய வேண்டும்." லிட்டன் அப்படிக் கேட்டதும் நார்மன் துணுக்குற்று "நிச்சயமாக மேதகு அவர்களே" என்றார் அவசரமாக. "இந்தக் கடிதம் நாளை இங்கிருந்து அனுப்பப்படும். வழக்கமாக நேராக மதராஸை அடையாமல் கடிதம் முதலில் பம்பாய் மாகாணத்திற்குச் சென்று பின்பு அங்கிருந்து மதராஸ் போகும்." நார்மன் குழப்பத்துடன் ஏன் என்று வாய் திறப்பதற்குள் "காரணம் இருக்கிறது. இது அரசியல் ரகசியம்."

"குறுக்கிடுவதற்கு மன்னிக்கவும். ஆனால், இது மதராஸின் பஞ்ச சூழல் சம்பந்தமாகத் தங்களிடம் நிதி ஒதுக்கீடுகளைப் பெற்றுவர அனுப்பப்பட்டதல்லவா." அவர் முடிக்கும்வரை லிட்டன் பொறுமையுடன் கேட்டுவிட்டு "ஆம் எனக்கு நன்றாகவே

தெரியும். ஆனால், நான் சொல்வதை நீங்கள் கவனமுடன் கேட்பீர்களென்று அறிந்ததால் பிரிட்டிஷின் மிக அந்தரங்கமான வேலை ஒன்றை அளிக்கவிருக்கிறேன்” என்று கூறியதும் நார்மன் உடனே “நிச்சயமாக” என்று தொப்பியைக் கழற்றி வணங்கினார்.

“கடிதம் மதராஸை அடைவதற்கு முன்பாக நீங்கள் மதராஸை அடைந்துவிடுவீர்கள் இல்லையா?” நார்மன் வேகமாகத் தலையாட்டினார் “கடிதத்தை ட்யூக் வாசிப்பதை எனக்குத் தெரியப்படுத்த வேண்டும்.”

நார்மன் குழப்பத்துடன் “இதுதானா? திருவாளர் ட்யூக் வாசித்ததும் வழக்கமான நடைமுறைப்படி உடனே வைஸ்ராய் அலுவலகத்துக்கு ஒப்புதல் சீட்டு அனுப்பப்படும். இதில் காலதாமதம் இருக்காதே” என்று முடித்தார்.

“இல்லை நான் கேட்பது அது இல்லை.” லிட்டன் புகைக்கருவியைப் பற்றவைத்தபடி பார்த்தார். நார்மனுக்கு ஒன்றும் புரியவில்லை. “கடிதத்தை ட்யூக் பிரிக்காமலேயே எப்படி அதில் நான் எழுதியிருப்பதைத் தெரிந்துகொள்கிறாரென்பதைக் கவனித்து எனக்கு எழுத வேண்டும். முக்கியமானது இது பிரிட்டிஷ் அதிகார ரகசியம். இதை உடனே செய்ய வேண்டும். சரிதானே?” என்று கேட்டார். நார்மனுக்கு வெலவெலத்துவிட்டது. ஒருகணம் என்ன செய்வதென்று தெரியவில்லை. “உங்களுடைய கடிதம் வெறும் துப்புதான். சாட்சி கிடையாது. தெளிவுபடுத்தத்தான் கேட்கிறேன். அச்சம் வேண்டாம்.” லிட்டன் புகைக்குழாயில் இருந்த சாம்பலைத் தட்டி சுத்தம் செய்துவிட்டிருந்தார். நார்மன் சட்டெனச் சுதாரித்து எழுந்து தலைவணங்கி நின்றார். லிட்டன் தலையை உயர்த்தி சிப்பாயைப் பார்த்தார். அவன் நார்மனை வழியனுப்புவதற்கானத் தயாரிப்புடன் வந்தான். நார்மன் வெளியே வரும்போது கூண்டுவண்டி தயாராக இருந்தது. நார்மனுக்குத் தான் திடீரென்று வெளியேறிவிட்டது போலானது. கால அவகாசம் மிகச் சரியாகக் கிடைத்தும் நான் எதற்காக வீணடித்தேனென்று புலம்பினார். ட்யூக் பற்றி நார்மனும் ஒரு விசயத்தைக் கூறத்தான் வந்திருந்தார். அதுவும் கடிதம் சம்பந்தமானதுதான். அதாவது, மதராஸ் கவர்னர் அலுவலகத்தில் தற்போது புகையும் சம்சயங்களில் ஒன்று அது. திருவாளர் ட்யூக், வைஸ்ராய் அலுவலகத்தில் இருந்துவரும் கடிதங்களைத் தன் அலுவலக

ஊழியர்கள் முன் மிகச் சாதாரணமாகக் காட்டி "இதில் என்ன எழுதியிருக்கிறதென்பதைப் பிரிக்காமலேயே சொல்கிறேன்" என்று நமட்டுச் சிரிப்புடன் தொடங்குவது பற்றித்தான். ஆனால், இதை லிட்டனே ஏற்கெனவே தெரிந்திருக்கிறாரே? எப்படியோ இந்த விஷயத்தில் எங்கோ தனக்கு சகாயம் கிடைக்கப்போவது மட்டும் உறுதி. திருவாளர் வைஸ்ராய் அளித்த மேன்மைக்குரிய பணியைத் திறம்படச் செய்து முடிக்கும் பொறுப்பை மனதில் பத்திரமாகப் பிடித்தபடி இறக்கிவிட்ட கூண்டுவண்டியைத் திரும்பிப்பார்க்காமல் புகைவண்டி நிலையத்தை நோக்கி நடக்கத் துவங்கினார்.

அத்தியாயம் இரண்டு

கதை நன்றாகத்தான் தொடங்கியது

பிரிட்டிஷ் இந்தியாவின் வைஸ்ராயாகப் பொறுப்பேற்று தில்லி மாளிகைக்கு வந்துசேரும்போது ராபர்ட் புல்வேர் லிட்டனுக்கு இப்படியெல்லாம் புதிரானக் குழப்பங்கள் உருவாகுமென்று நினைக்கவில்லை. ஆனால், மிக உயர்ந்த பதவி என்பது வெளியில் இருந்து வேடிக்கைப் பார்க்கும் குழந்தைகள் யானையை வியந்து நோக்கும் ஆவலுக்கு நிகரானது என்றும் ஏறி அமர்ந்துவிட்டால் அது எந்தப் பக்கம் அசையும், எதைப் பிடித்துக்கொள்வது, விழுந்துவிடாமல் எப்படி அமர்வது, யானைக்கு எப்போது மதம் பிடிக்கும் என்கிற அச்சத்துடன் ஆவலும் பரவசமும் கலந்த மனநிலைதானென லிட்டன் சீக்கிரமாகவே புரிந்துகொண்டார். "யானைமீது அமர்ந்தாலும் யானையைச் செலுத்துவது பாகன்தான். அவனது கட்டுப்பாட்டில் யானை முழுமையாக இருக்க முடியுமென்றால் அதுவும் கிடையாது. அது அதனுடைய அதிகாரத்திற்குள்தான் இருக்கும். ஒருவித கூட்டு மனநிலை, பெரும் ஜனத்திரள் மாதிரி. அதை அடக்கி அதிகாரத்திற்குட்படுத்த தெரிந்திருக்க வேண்டும்." மனைவி எடித்தின் ஏழு மாத கர்ப்ப வயிறைத் தடவியபடி கப்பல் பயணத்தின்போது லிட்டன் இப்படிக் கூறினார்.

இந்தியா வந்திறங்கிய அன்றே தில்லி தர்பாரில் பெரும் பிரிட்டிஷ் சிப்பாய்கள் சூழ அலங்காரமான வரவேற்பும், இந்திய சமஸ்தான மன்னர்களின் மரியாதைகளும் குறைவில்லாமல் கிடைத்தன. எல்லோரும் பிறக்கப்போகும் "குழந்தை லிட்டனின்" வருகையை

உவப்புடன் விசாரித்தனர். ஒரு மாத பயணத் திட்டமிடல்படி வங்காளத்தில் பெர்வெதர் எஸ்டேட்டில் பத்து நாட்களும், பஞ்சாப் மாளிகையில் ஒரு வாரமும் பிறகு, மதராஸ் மாகாணச் சுற்றுப் பயணத்தில் மீதி நாட்களையும் முடித்துவிட்டு தில்லி திரும்பும் போது தனிப்பட்ட உதவிக்குத் தேவையான ஊழியர்களை, சுற்றிய இடங்களில் இருந்து அவரே தேர்ந்தெடுத்துக்கொண்டார்.

1876 கூதிர் பருவத்தில் லிட்டன் அளித்த ஒப்புகை ஆணைச் சீட்டுடன் நான்கு இந்தியர்களும் ஆறு பிரிட்டிஷ் ஊழியர்களும் தில்லி வைஸ்ராய் பங்களாவிற்கு வந்துசேர்ந்தனர். வந்தவர்களில் இருந்த பிரிட்டிஷ் ஊழியர்களைத் தவிர்த்து மற்ற நால்வரின் தோற்றம் பங்களாவில் இருந்தவர்களுக்குப் பஞ்சத்தைத் தின்று செரித்து வந்தவர்கள்போல காட்டியது. அதில் இருவர் (தாடிவேலு கவுண்டர், பங்காரப்பா கவுடா) லிட்டனின் தனியறையில் பணியாற்றவும் மற்ற இருவர் (சேவுகப் பெருமாள், குஞ்சாலி மரக்காயர்) சமையலறைக்கும் பிரித்து அனுப்பப்பட்டனர். குஞ்சாலி மரைக்காயர் அடுப்படிக்குள் நுழைந்ததிலிருந்தே நெய்யும் பூண்டும் இஞ்சியும் மணக்கவாரம்பித்தது. மீனை மட்டும் இருபது வகையில் சமைக்கத் தெரியும். ஜோடன் மரக்காயரைக் கண்டதும், நவிசாக விடைத்த செவி மடல்களை ஒடித்துப்போட்டு, வாலை வீசிக்கொண்டு அசடு மாதிரி வந்துநிற்கும். சில சமயங்களில் அறையைத் திறக்காமல் எழுதிக்கொண்டிருக்கும் லிட்டனை ஆங்காரத்துடன் குரைக்கத் தொடங்கிவிடும். மரக்காயருக்கு உதவிக்கு சேவுகன். இருவரும் சமையலறையை விட்டு வெளியே வருவதே இல்லை. எப்போதாவது வெளியே தென்பட்டால் அவர்கள்மீது நிரந்தரமாகத் தங்கிவிட்ட மணத்தை முகர்ந்தவாறு பங்களா பணியாட்கள் சூழ்ந்து நிற்பார்கள். மரக்காயர் பேச மாட்டார், வெறும் புன்னகை மட்டும்தான். சுடச்சுடப் பொங்கிய சாதம் மாதிரி வெளீரென்றிருக்கும் அந்தச் சிரிப்பு. அடுப்படியை விட்டு வெளியே வருவதுகூட பங்காரப்பாவிடம் தாயம் விளையாடத்தான்.

இருவருக்கும் இப்படி எப்போதாவது ஓய்வு கிடைக்கிறதென்றால் தாடிவேலு கவுண்டருக்கு நிற்க நேரம் இருக்காது. லிட்டனின் அனைத்து வேலைகளுக்கும் கிழவர்தான் பொறுப்பு. வைஸ்ராய் கடிதம் எழுத உட்கார்ந்தால் அவிழ்த்த உடைகளைத் தேடி எடுப்பதில் இருந்து கசக்கி எறிந்த காகிதங்களை பெருக்கி

எறிவதுவரை தாடிவேலு மட்டுமே. கிழவருக்குத் தொண்ணூறு அல்லது நூறு வயது இருக்கும். நெஞ்சுவரை நீண்ட வெண்தாடியும் (வைஸ்ராய் லிட்டனைவிட அரை அங்குலம் அதிகம்) வெத்திலை ஊறிய வாயும் குழி விழுந்த கன்னமுமாக பார்வை தெளிவில்லாமல் கண்களைச் சுருக்கி எப்போதும் அண்ணாந்தவாறு பார்ப்பார். வாய்க்கணக்கு, புதிர்க்கதை, புராணப்பாட்டு, தர்க்க விளையாட்டு, விவாத வழக்குகள் எனத் தினமும் ஏதாவதொன்றைக் கேட்க அவரைச் சுற்றி சிலர் இருப்பார்கள். விஜயநகர வம்சத்துக் கதை, அப்பக்கா ராணிக்கும் போர்ச்சுகீஸியருக்கும் நடந்த சண்டை, கோவாவிலிருந்து துளு நாட்டுக்கு குடியேறியவர்கள் கதை, போர்ச்சுகீஸியன் ஹைதரை ஏமாற்றிய தந்திரம் தெரிந்து மங்களூர் கிறிஸ்தவர்களை சிறையில் கொன்றது, பின்பு வந்த திப்புவுக்கு அஞ்சி ஜமலாபாத் கோட்டை வழியாகத் தப்பித்தவர்கள், ஆற்றுப்படுகைகளில் ஒளிந்தவர்கள், வனத்தில் மாயமானவர்கள், எஞ்சியவர்களின் மூக்கு காது உதடுகள் அறுபட்டு உயிர்தப்பிய கதைகள் எனக் கதைகளைக் கேட்பதற்கு, தமிழ் புரிகிறதோ புரியவில்லையோ பிரிட்டிஷ் ஊழியர்கள்கூட வந்து அமர்ந்திருப்பார்கள். கிறிஸ்தவர்களுக்கு அடைக்கலம் தந்ததற்காக தாடிவேலு கவுண்டரின் தகப்பானாரையும் காது மூக்கு இல்லாத மூளியனாக திப்புவின் ஆட்கள் உருமாற்றிவிட்டதாக ஒரு கதையையும் கூறினார். “மூளி கோலத்தை மறைக்கத்தான் என் தகப்பனார் பெரிய மீசை தாடியும் ஜடாமுடியும் வைத்திருந்தார்.” இது போக மைசூர் உடையார் வம்சத்தில், ஒவ்வொருமுறையும் வெவ்வேறு சாபத்தால் மன்னர்களாகவும் ராணிகளாகவும் திரும்பத்திரும்ப நிகழும் மாயக் கதையொன்றும் தாடிவேலுவிடம் இருந்தது. இந்தப் பொழுதுபோக்கில் கிழவர் இன்னொரு விசயத்தையும் கையாள்வார். அது, விடுகதையோ, ஒளித்து வைக்கும் தந்திரத்தையோ அல்லது ஆச்சர்யமூட்டும் வித்தைகளையோ காட்டி சுற்றியிருப்பவர்களிடம் பந்தயப் பணத்தைப் பெற்றுவிடுவது. மேதகு எடித் லிட்டன்கூட கிழவரிடம் இருமுறை தோற்று இருக்கிறார். ஜோடன் பலமுறை.

ஆனால், லிட்டனுக்கு இந்தக் கேளிக்கைகளிலெல்லாம் நாட்டமில்லை. இவர்களைத் தேர்ந்தெடுத்ததற்கு லிட்டனிடம் சில தனிப்பட்ட காரணங்கள் இருந்தன. அதாவது, பெருமைமிகு விக்டோரியப் பேரரசின் ஆட்சியின்கீழ் நடைபெறும் காலனிய நாடுகளில் இருப்பவர்கள் மொத்தம் நான்கு வகை. ஒன்று,

ஐரோப்பிய மனநிலையில் அதாவது, எப்போதும் தாய்நாட்டுப் பற்றுடன் இருக்கும் பிரிட்டிஷார்கள். இரண்டு, இந்திய மனநிலை அல்லது கீழைத்தேய பண்புகள் வாய்த்திருக்கும் அரிதான பிரிட்டிஷார்கள். மூன்று, பிரிட்டிஷ் மனநிலைக்குத் தங்களை மாற்றிக்கொண்ட இந்தியர்கள். நான்கு, காலனியப் பண்பை சுவீகரித்தவர்கள். இதில் முதல் வகையும் மூன்றாம் வகையும் எப்போதும் பிரிட்டிஷரசின் மணி முடிக்கு பாதுகாப்பானவர்கள். இரண்டாம் வகை எப்போதும் ஆபத்தானவர்கள். அவர்களால் பிரிட்டிஷுக்குப் பலன் கிடையாது. ஆகையால் அவர்களிடம் எப்போதும் மனவிலக்கம் உண்டு. ஆனால், லிட்டனுக்கு தான் தேர்வுசெய்த நான்கு இந்தியர்களும் காலனியக் குணத்தைக்கொண்ட அரிதான வகையினர் என்பதில் அதீத நம்பிக்கை இருந்தது.

லிட்டன் பதவியேற்ற இரண்டாவது மாதம் தில்லியில் அனைத்து மாகாண கவனர்களுக்கும் விருந்து உபசரித்து ஆற்றிய பேருரையில் இந்த நான்கு வகைகள் பற்றிப் பேசினார். திருவாளர் சாலிஸ்பரிக்கு இது ஒன்றும் புரியவில்லை. சாப்பிடும் மேசைக்கு வந்தமர்ந்தபோது இதுபோன்று வகைப்படுத்துவதில் தனக்கு விருப்பம் கிடையாது என்று தெரிவித்தார். “இந்தியர்களில் இரண்டே வகைதான். ஒன்று, பிரிட்டிஷின் விசுவாசத்துக்குரியவர்கள் இன்னொன்று வெறுப்பவர்கள். விசுவாசத்துக்குரியவர்களிடம் இருந்து மேலும்மேலும் விசுவாசத்தைப் பெறுவதில் எனக்கு நம்பிக்கை இல்லை. ஒரு நிலைக்கு மேல் அது பாவனையாகிவிடும். வெண்ணெய் திரண்டுவருவதைத் தின்பதுபோலத்தான் நாவில் வைக்கும் முதல் கட்டிக்குப் பிறகு, எவ்வளவு தின்பது?” லிட்டன் ஒன்றும் சொல்லாமல் புன்னகைத்தார். இருவரும் பட்டாணியுடன் பன்றி இறைச்சி போட்ட சூப்பை அருந்தியபடி அமர்ந்திருந்தனர். “உங்களுடையக் கருத்து மிகப் பழையது என சாலிஸ்பரிக்குத் தெரியாதா?” என்று லிட்டன் கேட்டதும் சாலிஸ்பரி சூப்பை உறிஞ்சியபடி தலையை ஆட்டி ஆமோதித்தார். அவருக்கு சூப் பிடித்திருந்தது. இன்னொரு முறை கேட்டு வாங்கிக்கொண்டார்.

சாலிஸ்பரியின் கவனத்தைத் திருப்ப கோபமாக, “ஆனால், காலனியக் குணம் வகையினர் வேறு மாதிரி. நீங்கள் ரசிக்கும் சூப்பைப் போல உருவானவர்கள்” என்றதும் சாலிஸ்பரி போதை ஏறியதுபோல் கீழிறங்கிய பார்வையில் சொல்வதைக் கவனித்தார். லிட்டன் சற்று சாந்தமாகத் தொடங்கினார். “அதாவது,

அந்த வகையினர்களுக்குக் கடந்த காலம், எதிர்காலம் பற்றிய பிரக்ஞை இருக்காது. காலனியக் காலம்தான் நிகழ்காலம். அதை மட்டுமே நினைக்கக்கூடியவர்கள். பிரிட்டிஷரசு மட்டுமல்ல கடலுக்கப்பால் இருக்கும் ஏதோவொரு சிறிய நாடுகளில் ஒன்றே தங்களை ஆட்சிபுரியும் என்பதும், காலனிய ஆட்சியை முடிவு செய்வது அந்நியர்கள் அல்ல மாறாக அந்த நிலம்தான் அதை முடிவு செய்கிறது, அதன் சீதோஷண நிலைதான், பூலோக அமைப்பு, அதன் மனிதர்கள்தான் என்பதெல்லாம் இந்த நான்காவது வகையினருக்கு மட்டும்தான் தெரியும்." சாலிஸ்பரி ஒருகணம் கண்களை இறுக்கி மூடித் திறந்து காட்சியை சரிசெய்துகொண்டார். லிட்டன் தொடர்ந்தார், "அவர்களே காலனியர்களிடம் நடந்துகொள்ளும் விதத்தை உருவாக்கியவர்கள். அது அவர்களின் பிறப்பில் இருந்து உருவானது, வளர்ந்த விதத்தில் இருந்துபெற்றது. அதற்கு அவர்களது மொழியில் பல பெயர்கள் உண்டு. என்னைப் பொறுத்தவரை அது காலனியப் பண்பு, காலனிய வர்க்கம்."

"நீங்கள் ஒரு இலக்கியவாதியாக இருப்பதால் இப்படியெல்லாம் யோசிக்க முடிகிறதோ என்று தோன்றுகிறது எனக்கு. ஆனால், இலக்கியவாதிகளிடம் அரசியல் சரிநிலை இருக்கும் என்பது பொதுவான உண்மை." லிட்டன் இதுபோல பலமுறை சீண்டப்பட்டிருப்பதால் பெரிதாக சட்டைசெய்யவில்லை. விருந்தினர்கள் இரவுணவைப் பற்றிப் புகழ்ந்துகொண்டிருந்தனர். லிட்டன் அவர்கள் பக்கம் திரும்பிப் பெருமையாக, "இஸபெல்லா பீட்டனை இங்கு இருப்பவர்களுக்குப் பரிச்சயம் இருக்காது என்று நினைக்கிறேன். மிகச் சிறந்த பிரித்தானிப் பத்திரிக்கையாளர், அற்புதமான எழுத்தாளரும்கூட. விருந்து உபதேசிப்பதைப் பற்றி அற்புதமான புத்தகம் எழுதியிருக்கிறார். அவரது புத்தகத்தில்தான் இந்த உணவு வகைகள் உள்ளன. பீட்டனின் மாணவர் மேரி டியூரல் அதை நமது சமையலர்களுக்குக் கற்றுத்தருகிறார். நான்தான் அவரைத் தேர்வுசெய்தேன்" என்று சொல்லி முடிக்கையில் மேரி டியூரல் பீட்டன் எழுதிய புத்தகத்துடன் வந்துநின்றார்.

விருந்து அன்றைக்கு இரவு முழுக்க நடந்துகொண்டிருந்தது. சாலிஸ்பரியால் எழ முடியவில்லை. சமீப காலமாக மூட்டு வலியால் அவதிப்படுவதைச் சொல்லி சலித்துக்கொண்டார். ட்யூக் ஆப் பங்கிங்காமும் கிட்டத்தட்ட சாலிஸ்பரியைப் போலத்தானிருந்தார்.

உடல் முழுவதும் நாற்காலியில் நிரம்பியிருந்தது. அவருடைய ஜெர்மன் வகை நாய், குட்டை ரோமத்துடன் கரும்புள்ளியில் முகம் மட்டும் செம்பழுப்பாக, மாவிலைக் காதுகளுடன் எல்லோரையும் ஒவ்வொருவராக உற்றுப்பார்த்துக்கொண்டிருந்தது. அங்கிருக்கும் பிரிட்டிஷ் மூத்த அதிகாரிகள் பலரும் உண்ட திளைப்பில் தங்களது பெருத்த உடல்களை அசைக்க முடியாமல் முண்டிக்கொண்டிருந்தனர். சாலிஸ்பரி லிட்டனிடம் “ஒருவகையில் லார்ட் நார்த்புரூக்கும் நீங்கள் கூறிய இரண்டாம் வகை என்றே நினைக்கிறேன். இந்திய மனநிலை வைத்திருக்கும் பிரிட்டிஷர்” என்று கூறியதும் உடனே ட்யூக் குறுக்கிட்டு “இல்லை இல்லை அவர் அந்த வகையினர் இல்லை. அவர் ஒரு பரிசுத்தமான விக்டோரிய ஊழியர்தான். வைஸ்ராய் பதவியில் இருந்து விலகியதற்குத் தனிப்பட்ட காரணங்கள் இருப்பதாகத்தானே தெரிவித்திருந்தார். அவரது மனைவி எலிசபெத் பேரிங் இறந்ததும் ஒரு காரணம்.”

லிட்டன் உடனே “ஏன் ட்யூக்கும் தன் மனைவியை இழந்திருக்கிறாரே” என்றார் ட்யூக்கைப் பார்த்து. அதற்கு சாலிஸ்பரி “எலிசபெத் பேரிங் தேவதை போல் இருப்பாள். இறக்கும்போது மிகச் சிறிய வயதுதான்.”

ட்யூக் உடலைச் சாய்த்து சத்தமாக வாயுவை வெளியேற்றியபடி “உங்களுடைய கற்பனைகளை நிறுத்துங்கள் தயவுசெய்து. நார்த்புரூக்கால் பொருளாதாரச் சரிவை தடுக்க முடியவில்லை அதுதான் உண்மை. இங்கு இருக்கும் கள்ளப் பதுக்கல்களை வளரவிட்டவர் அவர். உற்பத்திக்கும் ஏற்றுமதிக்கும் வானளவு வித்தியாசம் இருந்தது. நிர்வாகக்கடன் வேறு அதிகமாயிற்று.”

சட்டென லிட்டன் எழுந்து “கடனை விடுங்கள்” என்று கணப்பு அருகே நாற்காலியைப் போட்டு அமர்ந்தார். “விவிலியத்திலேயே கடன் பற்றி சொல்லப்பட்டிருக்கிறதே. சரி, ‘நிவாரண நிதி’ நார்த்புரூக்கின் யோசனை அல்லவா?”

சாலிஸ்பரி தலையசைத்தவாறு “ஆனால், அதற்கான கணக்காயத்தை அவர் உருவாக்கவில்லை” என்று பதில் கூறினார். லிட்டன் வேறு யோசனைக்குப் போய்விட்டார். ட்யூக் என்ன என்பதுபோல அவரது சிந்தனையை நிறுத்தியதும் லிட்டன் “இரக்கத்தைக் காட்டி தானம் பெற்றா ஆட்சியை நடத்துவது?” என்று கோபமாகக் கேட்டார்.

சாலிஸ்பரி உறிஞ்சிக்கொண்டிருந்த சூப் கின்னத்தை இறக்கி “வேறு என்ன செய்ய முடியும் என்கிறீர்கள்?”

“எனக்கு அதில் உடன்பாடில்லை. சரி ஆரம்பித்ததை நிறுத்த வேண்டாம். பஞ்ச நிவாரண கமிஷனுக்கு மேதகு பிரதமரிடம் கேட்டு ஒருவரை நியமித்திருக்கிறேன்.” லிட்டன் பெயரைச் சொல்வதற்குள் சாலிஸ்பரி குறுக்கிட்டு சிரித்தபடியே “ரிச்சர்ட் டெம்பிள்தானே?” என்றார். லிட்டன் விழி அகல “ஜீஸஸ் எப்படி சரியாகச் சொன்னீர்கள். அவரேதான்.” சட்டென அந்த ஆச்சர்யம் நீடிப்பதற்குள் ட்யூக் முந்திக்கொண்டு “ஒரிசா பஞ்சத்தின்போது வேலை செய்தவர் இல்லையா?” லிட்டன் எரிச்சலுடன் “பஞ்சத்திற்கு எதற்கு பெயர் வைத்து நினைவூட்டிக்கொள்கிறீர்கள். அவரேதான். ஆனால், அதில் வெளிப்படுத்திய அனுபவம் என்னுடைய அரசியல் சூழலுக்கு ஒத்துவராது. நான் சில பொருளாதாரக்கொள்கைகளை வகுத்திருக்கிறேன். அதன்படி அவர் நடந்தால் கிறிஸ்துவின் புகழுக்கு நல்லது. விரிவான கடிதத்தில் உங்களுக்கு அதைத் தெரியப்படுத்துவேன்.”

ட்யூக்கின் முகம் தூக்கக் களையில் இருந்தது. சாலிஸ்பரி அவரிடம் எதையோ முணுமுணுக்க ட்யூக் தனது விக்கைக் கழற்றி தலையைச் சொறிந்துகொண்டு முக்கியமான விசயத்தைக் கூறத் தயாரானார். சாலிஸ்பரி லிட்டனை கண் அசைவில் அருகில் அழைத்ததும் ட்யூக் தொடங்கினார் “மேதகு பேரரசி விக்டோரிய ஆட்சியின் கீழ் எல்லா காலனிய நாடுகளிலும் உங்களைப் போன்ற மிகச் சிறந்த வைஸ்ராய்கள் சிறப்பாகப் பணியாற்றுகின்றனர். நல்லது. பிரிட்டிஷ் இந்தியாவில் நான் உட்பட இங்கிருக்கும் அனைவருமே ஏன் லண்டன் ஹெய்லிபரில் படிக்கும் மாணவர்கள் முதற்கொண்டு உயர்குடிக் கணவான்களாகும் விருப்பத்துடனே இருப்பது நாமறிந்த உண்மை இல்லையா?” லிட்டன் சாலிஸ்பரியைப் பார்த்தார். ட்யூக் தொடர்ந்தார், “பிரிட்டிஷ் இந்தியாவில் சம்பாதிக்கத் தெரியாதவனுக்கு லண்டனில் செருப்புகூட தைக்க திராணியிருக்காது” என்கிற சொலவடை உண்டு. இங்கு கள்ளப் பதுக்கல் வணிகம் நடைபெறுவது யாரும் அறிந்ததுதான். கிழக்கு இந்தியக் கம்பெனி ஒழிந்ததற்குப் பின் இருக்கும் ஒவ்வொரு பிரிட்டிஷாரும் கம்பெனி நிர்வாகிகளாக மாறிவிட்டனர். நாம் அவர்களை ஒழிக்க நினைத்தால் லண்டனில் அவர்கள் குடும்பம் ஒரு பவுண்டுக்குப் பிச்சையெடுக்கும்

பாவத்தை நாம் செய்வது போலாகிவிடும்." சாலிஸ்பரி 'உச்' கொட்டினார். லிட்டன் குறுக்கிட்டு "நான் யாருக்கும் பாவம் செய்யச் சொல்லவில்லையே" என்றார் பதற்றமாக. உடனே சாலிஸ்பரி தொடைகளைத் தொட்டு "பொறுமை பொறுமை திரு ட்யூக் முழுவதும் முடிக்கட்டும்" என்றதும் ட்யூக் ஆரம்பித்தார், "இல்லை நானும் நீங்கள் பாவம் செய்யப் போகிறீர்கள் என்று கூறவில்லை. நான் சொல்ல வரும் விசயமே வேறு. உள்ளூர் கள்ள வணிகத்தை நாம் நிறுத்த வேண்டாம். அது ஒருவகையில் நமக்கு பயன்படும். பொருளாதாரம் மந்தமாகும்போது கள்ளசந்தையில் பதுக்கியவைதான் நாட்டைக் காப்பாற்றும்." அதற்குள் லிட்டன் ட்யூக்கிடம் "நீங்கள் முக்கியமான விசயத்திற்கு வாருங்கள்" என்று உடல்மொழியை மாற்றினார். "இப்போது புதிய வகை வணிகச் சந்தை ஒன்று நடந்துகொண்டிருக்கிறது. 'வணிகச் சூது.' அதாவது, நாட்டில் என்ன விதமாக வணிகம் நடக்கப்போகிறதென கணித்து முதலீட்டை அமைக்கும் சந்தை." லிட்டன் குழப்பமாக மாறினார். சாலிஸ்பரி அவரிடம் "சூது விளையாட்டு மாதிரி" என்று சிரித்தபடிக் கண் அசைத்தார். லிட்டன் குழப்பமாகக் கேட்டார் "இது எப்போதிருந்து நடக்கிறது?"

"ஒன்றிரண்டு மாதங்கள் ஆகியிருக்கலாம். ஆனால், நல்ல வளர்ச்சி. பணம் மும்மடங்காகிறது. கணிக்க முடியாத கன்னிகள் இருக்கின்றன. யார் நடத்துகிறார்கள், எங்கு எப்படி என்றெல்லாம் தெரியவில்லை." சாலிஸ்பரி உடனே "இல்லை, நிச்சயம் பழைய கிழக்கு இந்தியக் கம்பெனியின் அதிகாரிகளாக இருக்கலாம்" என்றார். உடனே லிட்டன் "நிச்சயம் அவர்களாகத்தான் இருக்கும். எப்படி சம்பாதிப்பதென வியூகம் வகுத்திருக்கிறார்கள் போல." அதற்கு ட்யூக் தலையாட்டியபடி நிறுத்தியதில் இருந்து தொடங்கினார். "அதாவது, அந்தச் சீட்டில் நம்முடைய கணிப்பு சரியாக விழுந்தால் அதற்கான சீட்டு கிடைக்கும். அதைக் கொடுப்பவன் இன்னொருவரிடம் வேறொரு விலைக்கு வாங்கியிருப்பான். சீட்டில் இங்கு நடக்கப்போகும் மிகப் பெரிய வணிக ஒப்பந்தங்களுக்கான குறியீடுகள் இருக்கும். நீங்கள் அதைச் சரியாகப் புரிந்துகொண்டு முதலீடு செய்ய வேண்டும்." லிட்டன் அதிர்ந்தார். "வித்தியாசமான வணிகம். சரி இதை நாம்தானே முடிவுசெய்கிறோம். வைசிராயின் ஆணையின்றி இது எப்படி சாத்தியம்?" ட்யூக் சிரித்தார் "ஒன்று நீங்கள் நினைவில் வையுங்கள். காலனிய நாடுகளின் வணிகத்தை லண்டனின் முதலாளிகள் முடிவு

செய்கிறார்கள்.'' லிட்டன் அதை ஆமோதிப்பதுபோல உடலை இருக்கையில் தளர்த்தினார். மூவருமே கிட்டத்தட்ட உறக்கத்திற்கு வந்துவிட்டிருந்தனர்.

சாலிஸ்பரியின் தலை வசதியாக இடது தோளில் சாய்ந்திருந்தது. சிப்பந்தி ஒருவன் வைனுடன் நின்றுகொண்டிருந்தான். சாலிஸ்பரியிடம் லிட்டன், ''வடகிழக்கு எல்லையிலிருக்கும் ஜோவகி பழங்குடியினப் பிரச்சினைப் பற்றி பேச வேண்டும்'' என்றார். சாலிஸ்பரி அதற்கு, இப்போது பேச முடியாதென்பது போலத் தோள்களைக் குலுக்கிவிட்டுக் 'கிளம்பலாம்' என உதவியாளர்களைப் பார்த்தார். அப்போதுதான் சாலிஸ்பரியிடம் கேட்க மறந்தது லிட்டனுக்கு நினைவுக்கு வந்தது. ''நான் இங்கு வந்து ஒரு வாரம்தான் ஆகிறது. டெம்பிளை நியமிப்பது பற்றி நாம் முதல் சந்திப்பில் பேசிக்கொள்ளவே இல்லையே. எப்படிச் சரியாகச் சொன்னீர்கள்? சரி அதில் இன்னொரு உண்மையைக் கூறட்டுமா, நான் உங்களுக்கு டெம்பிளை நியமிப்பதைப் பற்றிக் கடிதம் எழுதி அஞ்சல் அனுப்பியிருக்கிறேன். தற்சமயம் அது வங்காளத்தில் உங்கள் மாளிகை நோக்கிப் போய்க்கொண்டிருக்கும். அதற்குள் நீங்கள் விருந்துக்கு வருவது உறுதியானதால் இப்போதே தெரிவிக்கும்படி ஆகிற்று. ஆனால், எப்படித் தெரியும் உங்களுக்கு? கடிதம் கிடைத்துவிட்டதா.'' சாலிஸ்பரி சிரித்தார். அதற்குள் சாலிஸ்பரியை நாற்காலியுடன் தூக்கிச் செல்ல நான்கு பேர் வந்திருந்தனர். லிட்டன் விரல்களைத் தொட்டு எண்ணி ''வாய்ப்பில்லையே கிடைக்க இன்னும் ஒரு நாள் மீதி இருக்கிறதே'' என்றார். தலைக்கு மேல் அமர்ந்தபடி கண்களைச் சிமிட்டி ''ஏன், இதைக் கணிக்குமளவுக்கு எனக்கு அரசியல் அனுபவம் இல்லையா?'' என்று திருப்பிக் கேட்டார். லிட்டன் புன்னகைத்தார். சாலிஸ்பரி நாற்காலியோடு கோச் வண்டிக்குள் திணிக்கப்பட்டார். லிட்டன் பால்கனியில் இருந்து அவருக்கு விடைகொடுத்தப் பின் அறைக்குத் திரும்பினார். கடிதப் பிரச்சினை இவ்வளவுக்கு விஸ்வரூபம் எடுக்குமென்று லிட்டன் அப்போது நினைத்துப்பார்க்கவில்லை.

அத்தியாயம் மூன்று

குரங்கின் வால் முதன் முதலில் பாம்பாக மாறிய அத்தியாயம்

மதராஸ் மாகாணத்தில் இருந்து வரும் இறப்பு புள்ளிவிவரங்களின் எண்ணிக்கை அதிகமாகிக்கொண்டிருந்தது. ட்யூக் ஆப் பக்கிங்ஹாமிடம் இருந்து வார இறுதியில் வரும் தந்தி என்றாலே லிட்டன் பயப்படவாரம்பித்தார். அவருக்கு என்ன பதில் சொல்வதென்றே புரியவில்லை. எப்படிப் பார்த்தாலும் கணக்கு சரியாக வரவில்லை. நிதி நிலைமையை நிறுத்த எந்த முடிவு எடுத்தாலும் அவை எங்கோ சரிந்துகொண்டே இருக்கின்றன. சாலிஸ்பரிக்கு எழுதிக்கொண்டிருந்த கடிதமும் திருப்தியாக வராமல் நின்றதால் அதையும் இந்தப் புள்ளிவிவரங்களோடு கசக்கி எறிந்துவிட்டு அறையை சுத்தம் செய்து வாசனை திரவியங்கள் தெளித்து தோட்டத்திலிருக்கும் லில்லி பூக்களைப் பறித்து மேசைக்கூஜாவைத் தயார்படுத்துமாறு தாடிவேலுவிடம் கூறிவிட்டு லிட்டன் மனைவி எடித் அறைக்கு வந்தார். தாடிவேலு உடனே ஆட்களை ஏவினார். எடித் குழந்தைக்குப் பால் ஊட்டிக்கொண்டிருந்தாள்.

லிட்டனை அவள் வரவேற்று அமரவைத்து குழப்பத்தைக் கேட்டறிந்தாள். எடித்தின் பொலிவு எப்போதுமே வாட்டத்தைக் களைத்து விடும். மதராஸ் மாகாணத்திற்கு நேரில் சென்று பார்வையிடலாம் என்று கூறியதற்கு "இப்போது வேண்டாம். அங்கிருக்கும் கோரமான பஞ்சச் சூழல் உன்னை பாதிக்கும்" என்று லிட்டன் மறுத்துவிட்டார்.

"மார்கஸ் சாலிஸ்பரிக்கு இங்கிலாந்து திரும்பும் எண்ணமில்லையா?" புதிய கேள்வியைக் கேட்டாள்.

"அவருக்கும் இங்கு இருக்க விருப்பம் இல்லைதான். ஆனால், நிறைய பிரச்சினைகளைப் பேச வேண்டியிருக்கிறது. ஆப்கான் பிரச்சினையும் மதராஸின் சூழலும்தான் மிகப் பெரிய தலைவலி."

எடித், லிட்டனின் தோள்களைத் தொட்டுப் பரிவுடன் தொனியைக் குறைத்துக் கேட்டாள் "சாலிஸ்பரியால் எப்படி உங்களுடைய கடிதங்களைப் பிரிக்காமல் தெரிந்துகொள்ள முடிகிறது?" லிட்டன் அதிர்ச்சியாகத் திரும்பினார். "மன்னிக்கவும் எனக்கு வந்த செய்தி இது. அவர் தன்னுடைய உதவியாளர்களிடமும் பணிப்பெண்களிடமும் இதைப் பெருமையாகச் சொல்லியிருக்கிறார். என்ன நடக்கிறது?" லிட்டனுக்குத் தலைசுற்றியது. இவ்வளவு நாள் ட்யூக்கிற்கு மட்டுமே இப்படியொரு மாயசக்தி இருப்பதாக

நம்புவதா வேண்டாமா என்கிற குழப்பத்திலிருக்கையில திருவாளர் சாலிஸ்பரியும் கண்டுபிடிப்பதாக எடித் கூறியதை நம்பாமல் இருக்க முடியவில்லை. ஒருகணம் மலை உச்சியில் இருந்து குதிக்கப்போகும் மனநிலைக்கு முகம் மாறிக்கொண்டிருந்தது. எடித் பார்த்துவிட்டு மிரண்டு போனாள். சட்டென எண்ணத்தைக் கலைக்க "உங்களுடைய தற்காப்பு அதிகாரி கேப்டன் கிளேடோனின் இறப்பு மிகவும் தொந்தரவு செய்கிறதா?" எடித் கேட்டதற்கு லிட்டன் மௌனமாக இருந்தார். "புதிய வருடம் தொடங்க இருக்கிறபோது இப்படியொரு சோகம் நிகழ்வதா? அவரது குழந்தைகள் இப்போது எங்கு இருக்கிறார்கள்?"

அதற்கு லிட்டன் "குதிரைக் குட்டியிலிருந்து கேப்டன் தவறி விழுந்து இறந்ததைத்தான் என்னால் ஏற்றுக்கொள்ள முடியவில்லை. மற்ற நாடுகளுக்குத் தெரிந்தால் பெரிய அவமானம் இல்லையா?"

அவர்கள் பேசிக்கொண்டிருக்கும்போது ஜோடன் குப்பைத் தொட்டியை உருட்டி விளையாடியபடி அறைக்குள் வந்தது. இருவரும் ஜோடனை அள்ளிக் கொஞ்சினர்.

சற்று நேரத்தில் வைசிராயின் தனிச் செயலர் சர் பர்னே உள்ளே வந்து, ரிச்சர்ட் டெம்பிள் வந்திருப்பதாக விருந்தினர் அட்டையைத் தட்டில் வைத்தார். எடித் "எதற்காக டெம்பிள் வந்திருக்கிறார்?" என்று கேட்டாள். "வழக்கம் போல மதராஸ் பஞ்சப் பிரச்சினைதான், வேறு என்ன" என்று சிரித்தார். ஆனால், அன்றைக்கு டெம்பிளை நேரில் சந்திக்காமல், என்ன விஷயம் என்று எழுதித்தர ஆணையிட்டார். நேரில் பேசத்தான் மேதகு வைஸ்ராய் அழைத்தாரென்று ஆர்டர்லிகளிடம் டெம்பிள் சத்தம் போட்டார். அவர்களுக்கும் என்ன சொல்வதென்று குழப்பம். ஆனால், வைஸ்ராய் பிடிவாதமாக மறுத்துவிட்டார். அவருக்கு டெம்பிள் என்ன எழுதுவாரென்பதைக் குறிப்புச் சீட்டைப் பார்க்காமல் கண்டுபிடிக்க வேண்டுமென்கிற பரிசோதனை. டெம்பிளுக்கு சிறிய காகித நோட்டும் மையும் தரப்பட்டன. டெம்பிள் காத்திருப்பு அறையில் அமர்ந்தவாறு ஜமீன்தாரி முறை வரியில் பஞ்சக் காலத்தில் மதராஸ் மாகாணத்தில் இருந்துபெறப்பட்ட நிதியளவின் போதாமை குறித்தும், இனி எவ்வளவு சதவீதம் உயர்த்தலாம் என்கிற புள்ளவிவரத்தினையும் எழுதினார். சீட்டைத் திருப்பாமல் கண்டுபிடிக்க முடிகிறதா

என்று லிட்டன் ஊகித்தார். பிறகு, அவராகவே ஊகித்து, ‘1834இல் தடைசெய்யப்பட்ட இந்தியாவில் கப்பல் கட்டும் தொழிலை மறுபடியும் பிரிட்டிஷ் அரசின் அனுகூலங்களுக்கு ஏற்ற வகையில் திருத்தி திரும்பப் பெறுவது பற்றி திரு டெம்பிள் நீங்கள் கூறுவதை நான் பிரிட்டிஷ் நாடாளுமன்றத்தில் ஏற்க மாட்டார்கள்’ என்று எழுதினார். டெம்பிளுக்கு ஒன்றும் புரியவில்லை. கொண்டுவந்து கொடுத்த பிரிட்டிஷ் ஊழியர், டெம்பிளைக் காத்திருப்பு அறைக்கு அருகில் இருக்கும் நிலவறை படிக்கட்டில் வந்து அமரும்படி லிட்டன் கேட்டுக்கொண்டதாக தலைவணங்கி முணுமுணுத்துவிட்டு நகர்ந்தான். நிலவறைப் படிக்கட்டிற்கு அருகில் மிகச் சிறிய கதவு ஒன்று இருக்கிறது. அதன்வழியே தான் வைஸ்ராய் அறையிலிருந்து உணவுத் தட்டுக்கள் கழுவுவதற்காக வைக்கப்படும். அதை எடுத்துக்கொண்டு பணிப் பெண்கள் கீழிருக்கும் சமையற்கூடத்திற்குச் செல்வார்கள். டெம்பிள் மிகவும் குழப்பமாக உணர்ந்தார். அதுமாதிரியான இடத்தில் அமரவைப்பது அவமானம் என்று அடுத்த சீட்டில் எழுதியனுப்பினார். பதிலுக்கு லிட்டன், ‘பிரிட்டிஷ் கப்பல் தளவாடங்கள் இந்தியர்கள் பயன்படுத்தும் தேக்கு, சால் மரங்கள் போலில்லை ஆதலால் அதன் உறுதித்தன்மை இந்தியக் கப்பல்களைவிட குறைவுதான். இதில் பிரிட்டிஷ் தொழில் முனைவோர்களும் பயன்படும்படி சட்டத்தில் கப்பலுக்குத் தேவையான தளவாடப் பொருட்களை இங்கிருந்து அனுப்புவது அனுகூலமாக இருக்கும்’ என்று எழுதி சீட்டை அவரே சிறிய கதவைத் திறந்து வைத்தார். டெம்பிளுக்கு அந்த இடத்தில் அமர்ந்திருப்பது மிகவும் சிரமமாக இருந்தது. புகைக்கும் குழாயை எடுத்துப் பற்ற வைத்தபடி அவர் எழுதியதை உற்றுபார்த்துக்கொண்டிருந்தார். அது நல்ல திட்டமாகத்தான் தெரிந்தது. ஆனால், சில சந்தேகங்கள் எழுந்தன. அவற்றை எப்படிக் கேட்பது? கேட்டால் பதில் சம்பந்தமில்லாமல் வருகிறதே! அப்போது நிலவறைக் கிடங்கில் சமையல்காரர்களுடன் பிரிட்டிஷ் ஊழியர் பேசிக்கொண்டிருப்பது கேட்டது. அதாவது, லிட்டனின் குடும்பம் நான்கு நாட்கள் சிம்லா சென்றுவிட்டுத் திரும்பிய பிறகு, மீண்டும் நிலவறைக் கிடங்கில் எலிகள் தொல்லை அதிகரித்திருந்ததைப் பற்றி. டெம்பிள் அதை அப்படியே லிட்டனுக்கு எழுதினார். “எலித் தொல்லை கொஞ்ச நாட்களாக இல்லையே இப்போது எப்படி வந்தது?” என்று. உடனே வைசிராயின் உதவியாளர் டெம்பிளை உள்ளே வர அழைத்தார்.

லிட்டன் இதை மட்டும்தான் வாசித்திருப்பாரென்று டெம்பிள் நினைத்தார். உண்மைதான். லிட்டன் டெம்பிளிடம் வெளியே காத்திருக்க வைத்ததற்கு மன்னிப்பு கேட்டார். டெம்பிள் தன் வளைவுத் தொப்பியை சற்று உயர்த்தி வைஸ்ராயிக்கு வணக்கம் தெரிவித்தார். உடனே லிட்டன் அவர் அருகில் வந்து "சில அரசாங்க ரகசிய ஆலோசனைகளை இப்படி நிகழ்த்தலாமென்றிருக்கிறேன் அதற்கான முன்னோட்டம்தான்" என்றார்.

டெம்பிள் அதற்கு அசடாகப் புன்னகைத்தார். லிட்டன் அவரிடம் "நீங்கள் வந்த விசயத்திற்குப் பதில் கிடைத்துவிட்டதா?" என்று கேட்டார். டெம்பிளுக்கு அப்போதும் ஒன்றும் புரியவில்லை. ஆனால், ஆட்சியதிகாரத்தில் நடக்கும் ரகசிய சமிக்ஞை ஆலோசனைகள் இப்படி இருக்கலாமென ஊகித்துக்கொண்டார். ஏனெனில் இப்போதிருக்கும் நிதிப்பற்றாக்குறையான சூழலில் பிரிட்டிஷ் இந்தியாவைக் காப்பாற்றுவது மிகப் பெரிய சவால் என்பது அவருக்குத் தெரியும். ஐரோப்பிய நாடுகளில் இருக்கும் பிரிட்டிஷ் அதிகாரிகளுக்கு சம்பள உயர்வும் ஓய்வூதியமும் சில வருடங்களாக உயர்த்தப்பட்டு சமாளிக்க முடியாமல் அரசாங்கம் திணறிக்கொண்டிருப்பது ஒருபுறம். இன்னொரு புறம் தோல் நோய் மாதிரி ஓரிடத்தில் மறைந்தால் மறு இடத்தில் முளைப்பதுபோல பஞ்சம் தெற்கிலும் வடக்கிலுமாகப் பரவிக்கொண்டிருக்கிறது. "என்ன யோசனை?" என்று லிட்டன் டெம்பிளைக் கலைத்தார். "ஒன்றுமில்லை, உங்களுடைய நிலவறைக் கிடங்கில் எலிகள் அதிகம் இருப்பதாகப் பேசிக்கொண்டிருந்தார்கள் அது பற்றி யோசித்தேன்" என்றார். அதற்கு வைஸ்ராய் அப்பால் தெரியும் தோட்டத்தைக் காட்டி "எல்லாம் அங்கு பதுங்கியிருந்துவிட்டு இப்போது வந்திருக்கின்றன" என்றார். இருவருக்கும் சாப்பிட கோதுமை கேக்கும் வெண்ணெய் பிஸ்கட்டுடன் தேநீர் வந்தது. லிட்டன் சாப்பிட்டு முடித்துவிட்டு தில்லி தர்பாருக்குக் கிளம்பத் தயாரானார். தேநீரை அருந்தி முடிக்கும் முன்பு டெம்பிளுக்கு சட்டென ஓர் எண்ணம் உதித்தது. "நாம் ஏன் கிடங்கிலிருக்கும் தானியங்களை இப்போது விற்பனை செய்யக் கூடாது? இரண்டு விதத்தில் அது பலன் தரும். ஒன்று, பஞ்சச் சாவுக் கணக்கிலிருந்து நம்மை சற்று இளைப்பாற்றும். இன்னொன்று அவற்றை விற்பனை செய்வதன் மூலம் லாபத்தை சுமாரானளவு பெற்றதுபோலாகும் இல்லையா?" என்று கேட்டார்.

டெம்பிள் கருத்தை லிட்டன் முழுவதுமாக மறுத்தார். தான் சொல்ல வருவதை லிட்டன் புரிந்துகொள்ளவில்லையோ என்று மறுபடியும் விளக்கமாக "சேமிப்புக்கிடங்கிலிருந்து மொத்தத் தானியங்களையும் சந்தைக்குக் கொண்டுவருவதுதான் நல்ல யோசனையாக இருக்கும்" என்று அழுத்திக் கூறினார். அதற்கு லிட்டன், "சேமிப்பை இந்த நேரத்தில் வெளியே எடுத்தால் பிறகு, அதுவும் ஏற்றுமதி செய்ய இயலாது நாட்டின் வருவாய் இன்னும் மோசமாகலாம். நீங்கள் மதராஸ் பற்றி மட்டும் யோசிக்கிறீர்கள். நான் எதிர்கால பொருளாதாரத்தைக் கருத்தில் கொள்கிறேன்." லிட்டன் கூறியதும் டெம்பிள் பதற்றத்துடன் "சரி நிவாரண நிதியை என்ன செய்வது?" என்றார். "நிதியை எப்படி எங்கிருந்து பெறுவது என்பதை மட்டும் இப்போது திட்டமிடலாம் பிறகு, அவற்றை என்ன என்ன மாதிரி பயன்படுத்துவதென யோசிப்போம்" என்று பதில் கூறியபடி எழுந்து உடையலங்காரத்தைக் கண்ணாடியில் பார்த்தவாறு கோட் விளிம்பில் தெரியும்படி விக்டோரிய முத்திரை பட்டன்களை ஒழுங்குபடுத்தினார். "நீங்கள் தவறாக எடுத்துக்கொள்ளவில்லையென்றால் ஒன்று கேட்கிறேன்" என டெம்பிள் தயங்கினார். லிட்டன் தலையசைத்தார். "நிவாரண நிதி பெறுவதை கௌரவப் பிரச்சினையாக மேதகு வைஸ்ராய் கருதுகிறீர்களா?" லிட்டன் அதற்குப் பலமாகச் சிரித்தபடி இல்லையென்று தலையாட்டினார். "பிறகு, ஏன் தானியக் கிடங்கைச் சந்தைக்குக் கொண்டுவரவும் ஒப்புக்கொள்ள மறுக்கிறீர்கள்?"

"அதற்கு சட்ட வரைவைத் தயார்செய்ய வேண்டும். பிரிட்டிஷ் மாமன்றத்திற்கு அனுப்பி அமல்படுத்த வேண்டும்" சற்று அழுத்தமாகக் கூறினார். வைஸ்ராய்க்கு உட்பட்ட அவசர அதிகாரம் வழியில் வெளிப்படுத்தலாமென்பது டெம்பிளுக்குத் தெரியும் ஆனால், லிட்டன் எதற்கு இவ்வளவு யோசிக்கிறாரென்பதுதான் அவருக்குப் புரியவில்லை. லிட்டன் நாற்காலியில் சாய்ந்திருந்தார். தலைக்கு வெண்ணிற விக் அணிவித்து அதற்கு சாயமும் வாசனையும் தெளிப்பதற்காக அவருக்கு முகமூடி ஒன்றை ஒப்பனைக் கலைஞன் கொடுத்தான். லிட்டன் அதை வைத்து முகத்தை மூடியபடி அமர்ந்திருந்தார். டெம்பிள் சற்று தொனியை உயர்த்தி "இப்போது எதையும் செய்யாமல் இருந்தால் அதுவே வன்முறையாக மாறிவிடும்" என்றதும் லிட்டன் முகமூடியை எடுக்காமல் "குறைந்தபட்ச வன்முறை இல்லாமல் எந்த அதிகாரமும்

சாத்தியமில்லை திருவாளர் டெம்பிள். அதிகாரத்திற்கு எப்போதுமே மௌனமான குணம்தானுள்ளது. அதுதான் அதனுடைய பலம். எந்த அதிகாரமும் உரக்க தன்னை அறிவிப்பதில்லை. மௌனமான வன்முறைதான் அதிகாரம்." சொல்லிவிட்டுச் சிரித்தார். டெம்பிள் தன் தொனியை உயர்த்தியதற்கு சற்று பயந்துதான் போயிருந்தார். வைஸ்ராய் முகத்தை மூடியிருந்தது எப்படியோ தைரியத்தைக் கொடுத்திருக்க வேண்டும். உடனே தான் என்ன பேச வேண்டுமோ அதையும் உரக்கச் சொல்லிவிட நினைத்தார். "மேதகு வைஸ்ராய் அவர்கள் இரண்டு நிலைகளில் பேசுகிறீர்கள். ஒன்று, எது உங்களுடைய விரலைக் கடிக்கிறதோ அதை முதலில் வெட்டுவது. இன்னொன்று விரலுக்கு அடுத்து இருக்கும் பகுதியைத் துண்டிப்பது."

லிட்டன் "எனக்கு நீங்கள் சொல்வது புரியவில்லை. உதாரணத்துடன் விளக்குங்கள்" என்று கேட்டார். டெம்பிள் தடுமாற்றத்துடன் "தற்போது உங்களுடைய நிலவறைக் கிடங்கில் எலித் தொல்லையைப் பற்றிப் பேசினோமே அதுமாதிரிதான். கிடங்கிலிருக்கும் தானியங்களை நாம் வெளியே எடுக்காவிட்டால் வீணாக எலிதான் தின்று தீர்க்கும். ஒன்று சந்தைக்குக் கொண்டுவர வேண்டும் அல்லது ஏற்றுமதியை ஆரம்பிப்பது. இந்த இரண்டையும் செய்யாமல் ஏன் ஒத்திப்போட வேண்டும்?" டெம்பிள் கூறி முடிப்பதற்குள் லிட்டன் குறுக்கிட்டு முகமூடியை விலக்கிவிட்டு "இப்போது ஐரோப்பிய நாடுகளில் விளைச்சல் நன்றாக இருக்கிறது. இன்னும் ஆறு மாதத்துக்கு அங்கு தேவை இருக்காது. இப்போது ஏற்றுமதிக்கான அவசரமும் இல்லை. எலிகள் எவ்வளவு தானியத்தைத் தின்று முடிக்கும், ஏன் வீணாகக் கவலைப்படுகிறீர்கள்? வேறு எங்காவது அவைகளுக்கு உணவு கிடைத்தால் ஓடிவிடும் விடுங்கள்." லிட்டன் எழுந்து கண்ணாடி முன் ஆடை அலங்காரத்தைக் கவனித்தார். வழக்கமான நீள அங்கியும் தொப்பியும் இல்லாமல் நெப்போலியன் பாணியில் இறுக்கமான கால்சராயுடன் நீண்ட சிவப்பு நிற துண்டு ஒன்று கழுத்தில் கட்டப்பட்டு தரையைக் கூட்டிக்கொண்டு கழுத்தில் நீல வண்ண இரத்தினக் கற்கள் பதித்த சங்கிலியுடன் லிட்டன் மிக அழகாக மாறியிருந்தார். டெம்பிள் அவரையே வெறித்தவாறிருந்தபோது திடீரென்று லிட்டன் திரும்பி "மதராஸ் மகாணத்தில் இருந்து சில பேரை ஒப்பந்தத் தொழிலாளர்களாக அனுப்பினால் என்ன?" என்று கேட்டார்.

டெம்பிளுக்கு சட்டெனப் பிடிபடவில்லை. பிறகுதான், சொல்லை மாற்றி லிட்டன் பயன்படுத்தியிருக்கிறாரென ஊகித்தார். "மன்னிக்கவும் அடிமைக்கூலிகளாக ஒப்பந்தத்தின்பேரில் ஏற்றுமதி செய்வது தடை செய்யப்பட்டிருக்கிறதே."

"யாரையும் அடிமைக்கூலிகளாக அனுப்பப் போவதில்லை. ஒப்பந்தத் தொழிலாளர்களாக அனுப்புகிறோம். இரண்டு மூன்று வருடங்களுக்கு முன்பு சுரிநாம்க்கும் ஃபிஜி தீவுக்கும் டச்சு காலனியரசுக்காக இங்கிருந்து ஆட்கள் அனுப்பப்பட்டார்களே மங்களூர் துறைமுகத்தின் வழியே, உங்களுக்குத் தெரியாதா? யாரையும் கட்டாயப்படுத்தாமல் அவரவர் விருப்பத்துடன் ஒப்புதல் பெற்று நீதிபதியிடம் சமர்ப்பித்து ஐந்து வருட ஒப்பந்தக் காலம் முடிந்ததும் அனைவரும் திரும்பி வந்துவிடுவார்களென்று உறுதியுடன் அனுப்பலாம்." டெம்பிள் மௌனமாக யோசனையில் இருந்தார்.

"இது தற்காலிகத் தீர்வுதான். ஆனால், வேறு வழியில்லை. ஓரிடத்தில் வெள்ளம் வந்தால் அங்கிருப்பவர்களை அப்புறப்படுத்துவதில்லையா அதுமாதிரி. யோசிக்க வேண்டாம் செயல்படுத்திப்பாருங்கள். நல்ல உணவும் வேலையும் கிடைக்கிறதென்றால் நிறைய பேர் ஒப்புக்கொள்வார்கள்." லிட்டன் அத்துடன் முடித்துக்கொள்வதுபோல திரும்பினார். அவரது கண்ணசைவு ஒரு பிரிட்டிஷ் ராணுவ வீரன் மீது விழுந்ததும் அவன் டெம்பிளின் முன் வந்து சிறிய அழைப்பிதழை அளித்தான். டெம்பிள் அதைப் பிரித்தார். அது, லிட்டன் மகனின் முதல் பிறந்தநாள் விருந்தழைப்பு.

"நான் உங்களிடம் சொல்ல வந்த விசயத்தை மறந்துவிட்டேன்." டெம்பிள் கூறியதும் லிட்டன் நின்று என்ன என்பதுபோல புருவத்தை உயர்த்தினார். "வணிகச் சூது சந்தை வேகமாகப் பரவுவதாக ஒரு செய்தி அறிந்தேன். முக்கியமாக நான்கு மாகாணங்களில். வங்காளம், பம்பாய், மதராஸ் மற்றும் தில்லியில்கூட." லிட்டனின் முகம் சற்றுத் தணிந்தது. "எஃகு கொள்முதல் ஒப்பந்தம் வெளியாவதற்கு முன்பே சந்தையில் அதன் விலையை நிர்ணயிக்கிறார்களாம். பம்பாய் எஃகு ஆலைகளில் பிரிட்டிஷ் ஒப்பந்தக்காரர்களின் பேரம் நடைபெறுகிறது. அதேபோல பருத்தி ஆலைகளிலும். இவர்கள் குறைந்த

விலையில் பொருட்களை வாங்கிப் பதுக்குகிறார்கள். இப்போது இதுதான் பிரிட்டிஷ் இந்தியாவின் செல்வச் செழிப்பான வணிகம்.'' வேலைக்காரன் ஒருவன் லிட்டனுக்கு வைன் கொண்டுவந்தான். லிட்டன் அதை வாங்காமல் டெம்பிளைத் தீவிரமாக வெறித்துக்கொண்டிருந்தார். ''ஓய்வு பெற்ற பிரிட்டிஷ் ஊழியர்களுக்கும் இந்தச் சூது வணிகத்தில் அதிகம் நாட்டம். சில சிவில் அதிகாரிகளும் இருப்பதாகக் கேள்விப்பட்டேன். இங்கு இதுபோல நிறைய வணிகங்கள் நடந்துகொண்டுதான் இருக்கின்றன. அதனால் இது பெரிய விஷயம் இல்லைதான் ஆனால், இந்த வணிகத்தில் வழக்கத்துக்கு மாறாக ஒரு புதுமையைக் கையாள்வதாக அறிந்தேன்.''

லிட்டன் ''என்ன அது?'' என்றார்.

''மஞ்சள் நிறச் சீட்டு'' டெம்பிள் முடிப்பதற்குள் லிட்டன் சாதாரணமாக ''இதெல்லாம் சூதுச் சந்தைகளில் வணிகர்களை ஈர்க்கவைக்கப் பயன்படுத்தும் விளம்பரம். இது பற்றி ட்யூக்கும் சாலிஸ்பரியும் பல மாதங்களுக்கு முன்பே தெரிவித்தார்கள். அவர்களுக்கு நெருக்கமானவர்கள்கூட இவ்வணிகத்தில் ஈடுபடுவதாகவும், சந்தையில் பணப் புழக்கம் அதிகம் புரள்வதாகவும் கூறினார்கள். நல்லதுதான் நாட்டில் பணப் புழக்கம் அவசியம் இல்லையா? இதற்கு ஏன் இப்படிக் கவலை கொள்கிறீர்கள் டெம்பிள்?''

டெம்பிள் குரலைத் தளர்த்தி ''இல்லை நான் குறிப்பிடுவது அது அல்ல. அந்தச் சீட்டு எங்கிருந்து எப்படி வருகிறது? யார் அதை சுற்றுக்கு விடுகிறார்கள் என்பது ராணுவ ரகசியத்தைவிட மேலானதாக உள்ளது. அதை நடத்துபவர்கள் பல ஆயிரம் பவுண்டுகள் சம்பாதிக்கிறார்கள். மஞ்சள் சீட்டு பெறுபவர்களுக்கு நினைத்துப் பார்க்க முடியாதளவுக்கு வணிக ஒப்பந்தம் கைக்கு வருகிறது.''

லிட்டன் அதற்கு ''ஒன்று எங்கிருக்கிறது, எப்படி இருக்கிறது என்பது தெரியாதவரை அதற்கான மதிப்பு அதிகம். அதுவே அதன் விளம்பரம். குடிமைப் பணியில் பிரிட்டிஷார்கள் மட்டும் இருக்கும்வரை எப்படி இருந்தது, இப்போது அதன் மதிப்பு என்ன? இதுவும் அப்படித்தான். விக்டோரிய ஆட்சியின் வணிக ஒழுங்கின்கீழ் அந்தச் சூதுச் சந்தையையும் கொண்டுவந்து

நெறிமுறைப்படுத்தலாம். அதற்கான வரைவைத் தயாரிக்கிறேன். நீங்கள் நான் கூறிய ஒப்பந்தத் தொழிலாளர் ஏற்றுமதியை உடனே நடைமுறைப்படுத்துங்கள்." கூறிவிட்டு லிட்டன் உடை அலங்காரத்தைக் கண்ணாடியில் பார்க்கத் திரும்பிவிட்டார். டெம்பிள் அதன்பிறகு, ஒன்றும் பேசவில்லை, பேசுவதற்குள் நிலைமை மாறிவிட்டது. அந்த அறையின் மிகப் பெரிய மரக்கதவு திறக்கப்பட்டதும் வெளியே வயலின் கலைஞர்கள் ஒத்திகை செய்துகொண்டிருந்தார்கள். அவரைப் பார்ப்பதற்காக வங்காள மாகாண கவர்னர்களும் நிலப்பிரபுக்கள் சிலரும் நின்றுகொண்டிருந்தார்கள். விக்டோரிய பேரரசி லிட்டன் மகன் பிறந்தபோது எழுதிய கடிதத்தை ஒருவர் வாசித்தார். தாடிவேலு மிடுக்குடன் பிரிட்டிஷ்களின் உடையில் எல்லோரையும் வரவேற்று அமர வைத்தார். கருகருவென காய்ந்த சப்பைத் தலையும் புறங்கழுத்தில் மட்டும் சில நீளமான வெண் சுருள் முடிகளும், வெள்ளையும் கறுப்பும் கலந்த தாடியும் மீசையுமாக வித்தியாசமாக இருந்தார். சற்று முன் கூனுடலுடன் எலும்பு தெரிய காய்ந்த மட்டைபோல அறையை சுத்தம் செய்து கொண்டிருந்த கிழவனை அந்தத் தோற்றத்தில் நினைவுக்குக் கொண்டுவர முடியவில்லை. கோட் அணிந்ததும் சட்டென உடல் நிமிர்ந்து அதற்கேற்ற பாவனைகள் இயல்பாக வந்துவிடுகின்றன. டச்சு காலனிய கவர்னரின் அருகில் சென்று அவர்கள் விரும்பும் இளநீர் கஞ்சியும் பொறித்த மீனையும் வரவழைத்து தாடிவேலு பரிமாறிக்கொண்டிருந்தார். அவர்களிடம் தனக்குத் தெரிந்த பாஷையில் எதையோ பேசினார். பதிலுக்கு அவர்களும் சிரித்தனர். ஜோத்பூர் மகாராஜாவுக்கும் போபால் அரசருக்கும் லிட்டன் பிரிட்டிஷரசின் கௌரவப் பரிசாக இங்கிலாந்தில் இருந்து வரவழைக்கப்பட்டிருந்த பேரரசி விக்டோரியாவின் கையுறை ஒன்றையும் வெள்ளிக் கோப்பை ஒன்றையும் அளித்தார். இரண்டு அரசர்களும் பெருமை பொங்க அவற்றைப் பெற்றதும் அறை முழுவதும் கரவொலி எழுந்தது.

கலை வல்லுநர் லாக்வுட் கிப்ளிங்கை டெம்பிளிடம் அறிமுகப்படுத்தினார். விக்டோரியப் பேரரசின் பிரகடனத்தைக் கொண்டாடப்போகும் நிகழ்விற்கு தில்லி தர்பாரை அலங்கரிக்கும் பொறுப்பு கிப்ளிங் வசம் இருந்தது. லண்டனில் பேரரசிக்காக தயார் செய்த கோடை வாஸஸ்தல அனுபவத்தை அங்கிருந்தவர்கள் கிப்ளிங்கிடம் ஆர்வமுடன் கேட்டுக்கொண்டிருந்தார்கள். அதன்

பிறகு, அங்கு டெம்பிளால் லிட்டனை நெருங்க முடியவில்லை. கிப்ளிங்கின் விவரிப்பில் மூழ்கிவிட்டிருந்தார். தன்னந்தனியாக மாளிகையை வெறித்தவாறு திரிந்த கிப்ளிங்கின் பையனிடம் டெம்பிள் ஒரு காகிதத்தில் அவசரமாக எழுதி வைஸ்ராயிடம் கொடுக்கச் சொல்லிவிட்டுக் கிளம்பிவிட்டார். பையனுக்கு டெம்பிள் கொடுத்தது, விருந்து முடித்து வைஸ்ராய் மடியில் வைத்துக் கொஞ்சும்போதுதான் நினைவுக்கு வந்தது. காகிதத்தைப் பிரித்தார், 'ஒப்பந்தத் தொழிலாளர் ஏற்றுமதி பற்றி நீங்களே மதராஸ் கவர்னருக்கு கடிதம் எழுதித் தெரிவியுங்கள்' என்று இருந்தது. சட்டென உற்சாகம் வெளுத்துவிட்டது. கடிதம் பற்றிய யோசனைக்குள் போய்விட்டார். கடிதம் எழுத வேண்டாமென்றுதான் முடிவெடுத்திருந்தார். ஆனால், உத்தரவுகளை எப்படி ஆவணம் செய்வது? எழுதுகிற ஒவ்வொரு சொற்களையும் எப்படி ஒருவரால் பிரிக்காமல் தெரிந்துகொள்ள முடியும்? ஒருவருக்கு மட்டும் என்றால் அது ஒருவிதத் திறமையாகவே இருக்கட்டுமே. ட்யூக் ஆப் பக்கிங்ஹாம், சாலிஸ்பரி, ரிச்சட் டெம்பிள் என எல்லோருக்கும் எவ்வாறு சாத்தியப்படும்? இன்று டெம்பிளைக் கதவுக்கு வெளியே நிறுத்தி கடிதத்தைக் கொடுத்துப் பரிசோதித்ததில் எந்த முடிவுக்கும் வர முடியவில்லை, டெம்பிளுக்கு அப்படியொரு திறமை இல்லையா அல்லது தன்னிடம் மறைக்கிறாரா? அங்கிருந்த அனைவரும் அவருக்கு முன்பு பறப்பது போலிருந்தது. மிகப் பெரிய அரங்கு தண்ணீரில் மூழ்கி எழுவதுமாதிரி பிரமை. லிட்டன் தன் இருக்கையைப் பற்றிக்கொண்டார். "இல்லை நான்தான் தலை சுற்றி சாய்கிறேன், கண்களை மூடிக்கொள்ள வேண்டும், செவிகளை அடைத்துக்கொள்ள வேண்டும்." மறுபடியும் மறுபடியும் சொல்லிக்கொண்டே இருந்தார்.

அன்றிரவு முழுக்க லிட்டனுக்கு உறக்கம் வரவில்லை. படுக்கையில் புரள்வது வீணென்று எழுந்தார். படிப்பறையில் ஒரு விளக்கைத் தவிர மற்றவை எண்ணெய் இல்லாமல் அணைந்திருந்தன. சலிப்புடன் யாரையும் எழுப்பாமல் மெழுகுவர்த்தியை ஏற்றிக்கொண்டு மேசை முன் அமர்ந்து எழுத வேண்டிய கடிதங்களுக்கானக் குறிப்புகளைப் பார்த்தார். பதில் எழுத வேண்டியவை, பிரதமரிடம் அனுமதி கோரும் சில முக்கிய ஆவணங்கள், பிறப்பிக்க வேண்டிய ஆணைகள், ஒப்பந்த வரைவுகள் என மேசை முழுவதும். எந்தக் கடிதத்திற்கும் பதில் எழுத அச்சம். மதராஸிலிருந்து வந்திருந்த சாம்பல் உறையிலிட்டக் கடிதம் ஒன்று கவனத்தைத் திருப்பியது.

'காப்டன் எய்டன் பைர்ன்' என்கிற கையெழுத்துடன் மதராஸ் பஞ்சச் சூழல் பற்றிக் கொந்தளிப்பான மனநிலையில் நாற்பது பக்கங்களுக்குக் குறையாத பெருங்கடிதம். பஞ்சத்தில் இறந்த உடல்களின் அகோரமான ஓவியங்களும் நீளமான புள்ளிவிவரங்களும் கடிதத்தைத் திருப்புவதற்குள் கடுமையான சோர்வைக் கொடுத்தன. கடும் கோபத்துடன் லிட்டன் உடனே மையைத் தொட்டு எழுத ஆரம்பித்தார்.

மதிப்பிற்குரிய காப்டன் எய்டனுக்கு,

இது உங்களின் தனிப்பட்ட கடிதமாக இருந்தாலும் பிரிட்டிஷ் இந்தியாவின் வைஸ்ராயிக்கு அனுப்பும் நடைமுறையைப் பின்பற்றவில்லை. மதராஸ் கவர்னரின் தனிச் செயலர் திரு ரஸ்ஸலின் ஒப்புகையுடன், ட்யூக் ஆப் பக்கிங்ஹாமின் முன் கவனக் குறிப்பைப் பெற்று அனுப்புவதுதான் பிரிட்டிஷ் நடைமுறை. மேலும் இதுமாதிரி பெருங்கடிதங்கள் எழுதி நேரத்தை வீணாக்காமல் விக்டோரியப் பேரரசின் ஆட்சியில் உங்களுக்குக் கிடைத்த மாபெரும் சேவையைச் செய்யுங்கள்,

என்று முடித்ததுடன், தான் எழுதி வைத்திருந்த "எது பஞ்சம், எது பஞ்மில்லை" என்கிற கவிதையொன்றின் நகலை அதனுடன் இணைத்தார். பின் எதற்காக இதை அனுப்புவது பிறகு, இவனும் கடிதங்களைப் பிரிக்காமல் வாசிக்கும் திறனை அடைந்துவிடுவானோ என்று கசக்கி எறிந்துவிட்டார்.

இருந்தும், மனம் அலைக்கழிவது நிற்கவில்லை. பிரிட்டிஷ் பிரதமர் டிஸ்ரேலிக்கு எழுத வேண்டிய சில ஆணைகளுக்கான வரைவுகள் அவை. விக்டோரியாவை பேரரசியாகப் பிரகடனப்படுத்துவதைக் கொண்டாடும் வகையில் பிரிட்டிஷார்களின் சீருடையில் படோடபமான சில வழக்கங்களை மாற்றுவது குறித்து (அதற்காக கலை வல்லுநர் ஜான் லாக்வுட் கிப்ளிங்கை, பேரரசியின் கோடை வாஸஸ்தல மாளிகையைத் தயார்படுத்தியவர், ஆலோசித்திருக்கிறேன்) தன் எண்ணத்தை அதில் குறிப்பிட்டார். குழப்பமான மனம் சற்று தணிந்தது. நடந்துகொண்டிருக்கும் பிரச்சினைகளை (கடிதம் சம்பந்தமாக அனைத்தையும்) தேதிவாரியாக எழுதிக்கொண்டே வந்து நாற்பது பக்கத்தைத் தாண்டியது. கடிதம் வழக்கம்போல சரியாக பூர்த்தியாகாமல் நிறைய கூடையில் சேர்ந்தன. ஒருவழியாகத் திருப்தியுடன் முடிக்கும்போது தான்

ஏற்கெனவே குறிப்பிட்ட புதிய திருச்சபையின் தோற்றத்தையும் நினைவூட்டி நிறைவு செய்து அரக்கு வைத்து உறையிலிட்ட பின் எப்படி முடித்தேன் லிட்டன் என்று கையெழுத்திட்டேனா அல்லது ஓவன் என்றா என்கிற குழப்பத்தில் தவித்து ஒருவழியாக அரக்கைச் சுரண்டி திருத்தி அனுப்பிவைத்தார்.

கடிதத்தை பிரிட்டிஷ் தபால் ஊழியரை வரவழைத்து ஒப்படைத்துவிட்டுத் திரும்பும்போது ஜோடன் அவரது அவஸ்தைகளை அண்ணாந்து பார்த்துக்கொண்டிருந்தது. மனம் சற்று இளைப்பாறத் தவித்தது. ஜோடனுடன் விளையாடுவதற்காக அதனுடைய விளையாட்டுப் பொருட்களை (உடைந்த யானைத் தந்தம், மரச் சக்கரம்) எடுத்து வந்தார். அவரைப் பார்த்ததும் எழுந்து வந்து காலடியில் படுத்துக்கொண்டது. அது சுறுசுறுப்பாக இல்லை. விளையாட விருப்பமில்லாமல் மோவாயை தரையில் வைத்துக்கொண்டது. வயிறு கோளாறு இருக்க வேண்டும் அடிக்கடி வாயைத் திறந்து எதையோ கக்குவதற்கு முயற்சித்தது. லிட்டன் அதையே உற்றுபார்த்தார். நேற்றிரவு ஜோடனுக்கு யாரோ புளித்த பழைய கேக்கைக் கொடுத்திருக்கலாம். அதன் வயிறைத் தொட்டு தடவிக் கொடுத்ததும் பாதத்தின் மீது தாடையை வைத்துக்கொண்டது.

அத்தியாயம் நான்கு

லிட்டன் தவறவிட்ட ஜெஸூவித் பாதிரியாரின் துப்பு

கோவாவில் பிரிட்டிஷ் - போர்ச்சுகீசிய நிலக்கரி ஒப்பந்தத்திற்காகத் துறைமுகம் வந்த லிட்டன் மங்களூரில் அலோசியஸ் தேவாலயக் கட்டிடப் பணியைப் பார்வையிடச் சென்றார். இத்தாலியிலுள்ள சர்ச் ஆப் ஜெஸூவித்தின் ஆதரவுடன் நன்கொடைகள் பெற்று ஜெஸூவித்களால் கட்டப்பட்டும் பிரம்மாண்டமான ஆலயம். ராபர்டோ தபுச்ஷி அதன் மேற்பார்வையாளர். ஆறு அடியில் கரிய அங்கியுடன் நீண்ட வெண் தாடி, அடர்த்தியான சுருள் முடியுமாக, இரு புருவங்கள் இணைந்து கண்ணில் காலாதீத அனுபவத்தைத் தேக்கியபடியான எவரையும் சற்று நிறுத்திவிட்டு அனுப்பும் தோற்றம். லிட்டனுக்கு உள்ளுக்குள் புரண்டுகொண்டிருந்த பிரச்சினைகளைச் சொல்ல செவி கிட்டியது மாதிரி, கிடைத்த சொற்ப நேரத்தில் அத்தனையையும் ஒப்படைத்துவிட்டார்.

விவிலியத்தில் எதையோ தேட அமர்ந்தார் தபுச்ஷி. மிகப் பெரிய சாய்விருக்கையில் அவரது உடல் முழுக்க நிறைந்திருந்தது. தொந்தியில் பூனை படுத்திருக்க அதன் மீது குழந்தையைப் பிடித்திருப்பதுபோல விவிலியைத்தை வைத்துப் புரட்டியபடி செவிகொடுத்தார். பாதிரியாரின் குரல் சப்தமேயில்லாமல் அடித்தொண்டையில் இருந்து வந்தது. தூரிகையால் சுவரில் தேய்ப்பது போன்று ஒலி. லிட்டன் கூறுவதைக் கேட்டுவிட்டு, தனிப்பட்ட உதவியாளர்கள் யார் யாரென்று விவரங்களையும் விசாரித்தார். வைஸ்ராய் பங்களாவில் இருந்த அனைவரையும் லிட்டன் தெளிவாக விளக்கினார். கடிதம் எழுதுவதற்கு முன் அதாவது, உறக்கத்தில் உளறுவது உண்டா என்று புன்னகைத்தார். உளறுவது கிடையாது அப்படியே உளறினாலும் மனைவி எடித் தவிர வேறு யாரும் கேட்க முடியாது என்றார். லிட்டனின் அன்றாட நடைமுறைகளை கேட்டறிந்தப் பின் பாதிரியார் தபுச்ஷி சற்று முன்னால் வந்து அரிக்கன் திரியை உயர்த்தி, “உறுதியாக வைஸ்ராய் மாளிகையை விட்டு கடிதம் வெளியேறுவதற்குள் அதன் விசயங்கள் கசிந்துவிடுவதாகத்தான் தெரிகிறது” என்றதும் லிட்டனுக்கு தூக்கிவாரிப்போட்டது. “அதெப்படி அவ்வளவு உறுதியாக?”

பாதிரியார் விவிலியத்திலிருந்து கண் எடுக்காமல் “உங்களுடைய ஊழியர்கள்மீது நீங்கள் சொல்வதுபடி எந்த சந்தேகமும் எனக்குப் படவில்லை. ஆனால், கடிதத்திலிருப்பவைகளுக்கான பயன்மதிப்பும் அதனால் ஏற்படக்கூடிய வணிகச்சூது விளையாட்டுகளுக்கும்தான் சம்பந்தம் இருக்கிறது” என்றவர் விவிலியத்தினுள் அடையாள நூலை வைத்துவிட்டுக் குரலை இன்னும் சற்று உயர்த்தி “எப்படியென்றால் ஒரு உதாரணம் சொல்கிறேன். மந்திர வித்தை செய்பவனுக்கு அது என்னவாக மாற வேண்டும் என்று தெரியும். பார்வையாளர்களுக்குத் தெரியாது. அவனும் உடனே அதை ஒரு கையில் மறைத்து மறுகையில் காட்டிவிடுவதில்லை. கால அவகாசம் தருகிறான். உங்களுக்குள் ஊகத்தை வளர்க்க விரும்புகிறான். அதன்மூலம் நீங்கள் அவனை நம்ப வேண்டும். இந்தக் கால இடைவெளிக்குள் நடக்கும் அத்தனை பேரின் ஊகங்கள், நம்பிக்கைகள் ஒவ்வொருத்தருக்குள் அதை உறுதிப்படுத்த பரபரக்கும். அவர்களுக்குள் அதொரு விளையாட்டாக மாறும். மேதகு வைஸ்ராய் உங்களுடைய ஆணை உரியவருக்குப் போய்ச் சேரும் கால அவகாசம்தான்

பந்தயம் நிகழும் தருணம். ஆக, ஆணை பிறப்பிக்கப்பட்டதுமே அது வெளியே பறக்கவாரம்பித்துவிடுகிறது. எனவே கடிதம் வைஸ்ராய் மாளிகையில்தான் பிரிக்கப்படுகிறது இதில் யாருக்கும் முன்கணிக்கும் வித்தையோ சக்தியோ கிடையாது. கிறிஸ்துவைக் காட்டிக்கொடுப்பவர் அவரது சீடர்களில் ஒருவராகத்தான் இருக்க முடியும், இருக்க வேண்டும் என்பதை பிலாத்துகளின் ஊழியர்கள் முடிவெடுத்ததைப்போல கிறிஸ்தும் அறிந்திருப்பார் இல்லையா?'' ஒருகணம் நிறுத்திவிட்டு பாதிரியார் லிட்டனைப் பார்த்தார். ''இன்னும் எத்தனை காலத்திற்கு கிறிஸ்துவையே உதாரணத்திற்கு இழுக்கப் போகிறீர்களென்றுதானே நினைக்கிறீர்கள். ஆனால் ஒன்று மட்டும் உண்மை. இந்தக் கதை வெறும் கடிதப் பிரச்சினையை மட்டுமே பேசுவதாக என்னால் ஊகிக்க முடியவில்லை'' என்று உதட்டைப் பிதுக்கி தோள்களைக் குலுக்கினார். லிட்டனுக்குத் தலைசுற்றிவிட்டது. பாதிரியார் ஏதும் நடக்காதது மாதிரி விவிலியத்தில் குறிப்பு எடுக்கவாரம்பித்தார். அவரது குரல் லிட்டனின் செவிக்குள்ளிருந்து வெளியேறவே இல்லை. அப்படியான கார்வையுடன் எந்த விசயத்தையும் ஒருமுறை கூறினால் போதும் அதற்கு அவ்வளவு அழுத்தம் உண்டு.

அந்த அறையில் அவர்கள் பேசிக்கொள்கிற தடயமே இல்லாதபடி நிசப்தம். லிட்டன் குழப்பத்தோடு அமர்ந்திருந்தார். கையுறைகளைக் கழற்றிவிட்டுத் தாடியை நீவி முகத்தைத் துடைத்துக்கொண்டு யோசித்தார். அதாவது, இந்தக் கடிதச் சிக்கல் துவங்கியதுமே லிட்டனும் பாதிரியார் ஊகிப்பதுபோல அந்தரங்கச் செயலர்களைச் சந்தேகித்து, யாரெல்லாம் கடிதத்தை வாசித்துவிடக்கூடியவர்கள் என்கிற புலனாய்வுடன், அவர்களை உடனே மாற்றியிருந்தார். குறிப்பாக கடிதங்களை உறையிலிட்டு முத்திரையுடன் சேர்க்கும் பிரிட்டிஷ் ஊழியர்களுக்கு பதிலாக பார்வையில்லாத ஓய்வுபெற்ற பிரிட்டிஷ் ராணுவ அதிகாரியைப் பணியமர்த்தினார். பாதிரியாருக்கு அவர்மீதுதான் சந்தேகம். லிட்டன் அதை மறுத்து ''நன்றாகத் தெரியும், அவர் பார்வையற்றவர்தான்'' என்றார்.

''பார்வையற்றவர்களை மிகச் சாதாரணமாக நினைக்கிறீர்கள் நீங்கள். இந்த உலகத்தை அவர்களால் காண முடியாது என்பதே நாம் நினைப்பது. ஆனால், உலகை அவர்கள் காண முடியுமளவுக்கு மாற்றிக்கொள்கிறார்களென்பதுதான் யாருக்கும் தெரியாத இன்னொன்று. அதாவது, நீங்கள் காணும் ஒவ்வொன்றையும்

அவர்களும் அவர்களுக்கு ஏற்றதுபோல் காண்கிறார்கள். இது நம் அனைவரும் அறிந்தது. இன்னும் சிலர் உங்கள் உலகத்திலிருப்பதை எடுத்து அவர்களது உலகத்துக்குள் ஒளித்துக்கொள்கிறார்கள்."

லிட்டன் பீதியுடன் பார்த்தார். "ஆமாம் ஜெஸூவித் ஆகிய நாங்கள் எதையும் சாதாரணமாகப் பார்க்க மாட்டோம். எங்களுக்கு நுட்பமான விசாரணைகள் பற்றி நிறையக் கற்றுக்கொடுக்கப்பட்டிருக்கிறது. இத்தாலியில் எனது தலைமை குருமார் ஒருவர் பதினான்காம் நூற்றாண்டு வாக்கில் பெனடிக்டன் துறவோர் மடத்தில் நடந்த கொலைகள் பற்றிய கைப்பிரதியை அடிக்கடி நினைவுகூர்வார். உங்களால் நம்ப முடியாது மேதகு வைஸ்ராய், அங்கு நடந்த துர்ச்சம்பவங்களுக்குக் காரணம் மடத்தில் இருந்த ஒரு பார்வையற்ற கிழவர்." தொந்திமீதிருந்து பூனை தாவி ஓடியது. லிட்டன் வெகுநேரம் அமைதியாக இருப்பதைக் கவனித்தவாறே பாதிரியார் தபுச்ஷி தனது இருக்கைக்குக் கீழ் இருக்கும் புட்டியின் தக்கையைத் திறந்து கின்னத்தில் ஊற்றிவைத்தார். அதன் புளித்த நாற்றம் லிட்டனின் பிரக்ஞையை கலைத்தது. பால் போன்ற அதில் பாதிரியார் எதையோ கலந்தார். உடனே அதன் நிறம் மாறி, புளித்த நாற்றம் குறைந்து வேறொரு வாடை கிளம்பியது. "கழுதைப்பாலில் உங்களுக்கு அவகோடா விதை சேர்த்து தருகிறேன்." லிட்டன் வேண்டாமென்றார். பாதிரியார் அதைச் சட்டையே செய்யாமல் ஒரு தம்ளரில் ஊற்றினார்.

"வெறும் கழுதைப்பால் மட்டும் கலந்த வைன் எங்களைப் போன்ற துறவிகளுக்கு. இது உங்களுக்கு. பயப்படாமல் அருந்துங்கள்."

"எவ்வளவு நாள் இருக்கும்?" பாதிரியார் சிரித்தபடி "இன்று காலையில் கறந்தது. குட்டி போட்டதும் சுரக்கும் முதல் அமிர்தம்" என்று குடித்தார். "உங்களுக்கு எதையோ கலந்து கொள்கிறீர்களே?"

"அதே கழுதைப்பால்தான். சுண்டவைத்துத் திரட்டிய உருண்டைகள். வைனிலிருக்கும் முழு போதையையும் இது வெளிக்கொண்டுவிடும். பாலும் வைனும் கலந்த சுவை. உங்களுடைய விக்டோரிசத் திருச்சபையைப் போன்று புதிய உருவாக்கம்."

லிட்டன் திடுக்கிட்டுவிட்டார். காரணம் விக்டோரிசம் சபை பற்றித் தெரிந்தவர்கள் இரண்டே நபர்கள்தான். ஒருவர், பிரதமர் டிஸ்ரேலி இன்னொருவர் லிட்டனேதான். வைஸ்ராயின் அதிர்ச்சிக்குக் காரணம்

அது அல்ல, ஏனென்றால், கிறிஸ்தவ மதத்தில் இப்படியொரு புதிய சபை உருவாக்கம் இன்னும் அதிகாரப்பூர்வமாகப் பிரகடனப்படுத்தவில்லையே தவிர விக்டோரிசம் சபையில் இருக்க வேண்டிய வரைமுறைகளையும் ஒழுங்கமைவுகளையும் மெல்லமெல்ல பிரிட்டிஷ் ஊழியர்களுக்கு கடந்த ஓராண்டாக (லிட்டன் வைஸ்ராயாக பொறுப்பேற்றதிலிருந்து) கற்றுத் தரப்பட்டுத்தான் வந்தது. ஆனால், விக்டோரிசத் திருச்சபை என்கிற பெயரை பாதிரியார் உச்சரித்ததுதான் அச்சமூட்டியது. காரணம் பிரதமர் டிஸ்ரேலிக்கும் லிட்டனுக்கும் மட்டுமே தெரிந்த பெயர் அது.

"எப்போது விக்டோரிசத் திருச்சபையை அறிவிக்கப்போகிறீர்கள் திருவாளர் லிட்டன்?"

லிட்டன் மருந்து மாதிரி படக்கெனக் கழுதைப்பாலைக் குடித்துவிட்டு கூறினார். "பிரிட்டிஷ் இந்தியாவின் பேரரசிக்கு எடுக்கப்போகும் பெரும் விழாவில் அப்பெயர் அறிவிக்க முடிவெடுத்திருக்கிறேன். உங்களுக்குத் தெரிந்திருப்பதும் எனக்கு மகிழ்ச்சியே. ஆனால், இந்த விஷயத்தில் எனக்கு ஒன்று தெரிகிறது."

தபுச்ஷி புருவத்தைத் தூக்கினார். லிட்டன் தொடர்ந்தார், "எனக்கு நன்றாக நினைவிருக்கிறது. டிஸ்ரேலிக்கு அனுப்பியக் கடிதம் நான் வைஸ்ராயாகப் பொறுப்பேற்ற அடுத்த நாள் எழுதப்பட்டது. ஆக, இந்தப் பிரச்சினைகள் எல்லாம் அப்போதுதான் தொடங்கியிருக்கின்றன. அதற்கு முன்புவரை பிரிட்டிஷ் இந்தியாவில் நீங்கள் சொல்லும் "வணிகச் சூதுச் சந்தை" என்பதே கிடையாது இல்லையா?" லிட்டன் கேட்டதற்கு தபுச்ஷி உதட்டை வளைத்து தலையாட்டினார். நிச்சயம் இந்த விசயத்தை பாதிரியார் யோசித்திருக்கமாட்டாரென லிட்டன் பூரித்துக்கொண்டார். ஆனால், தபுச்ஷிக்கு புதியத் திருச்சபையின் இறையாண்மை, பங்குப் பணி, மறைபரப்புப் பணி, உரிமைகள் காப்பு நியதிகள் எல்லாவற்றுக்கு மேல் அதன் உள் ஒழுங்குகள், பண்பாட்டு வழக்கங்கள் இவைகளெல்லாம் எவ்வாறு வரைமுறைப் படுத்தப்பட்டிருக்கின்றன என்பதைத் தெரிந்துகொள்ளவே பேராவல். பொதுவாக, மற்ற சபைத் துறவிகளுக்கே உரிய வழக்கம் இது. லிட்டன் அவரிடம் எதையும் முழுமையாக விளக்காமல்

அங்கிருந்து கிளம்புவதில் காரியக்கர்த்தாவானார். தபுச்ஷி விடவில்லை பல வழிகளில் துருவினார். இதுவரை தன்னைப் பதற்றத்தின் விளிம்பில் வைத்திருந்ததற்கு பழி தீர்க்கும் வாய்ப்பாக விக்டோரியத் திருச்சபையின் முக்கியமான அங்கமான பொருளாதார விதியை மட்டும் கூறினார். பாதிரியார் அதைக் கேட்ட மறுகணம் முகக் கோணலுடன் "டார்வினிய சோஷலிசமா அப்படியென்றால்" எனத் தீவிரமாகப் பார்த்தார். லிட்டன் மௌனமாக "விழாவில் அறிந்து கொள்ளுங்கள்" என்றதும் பாதிரியாருக்கு சங்கடமாக ஆயிற்று. லிட்டனை அங்கிருந்து அனுப்ப உடனே சீடர்களை அழைத்தார். வைஸ்ராயின் உதவியாளர்கள் பாதிரியாரை வணங்கி விடைபெற்றனர்.

ஜெஸூவித் பாதிரியார் கூறிய துப்புக் குறிப்பை லிட்டன் தவறவிட மூன்று காரணங்கள் இருந்தன.

ஒன்று, பார்வையற்ற கிழவர் என்கிற சூசகத்தை மட்டும் நம்பிக்கொண்டு ஓய்வுபெற்ற குருட்டு அதிகாரியைப் பின்தொடர்ந்தது.

இரண்டு, லேடி லிட்டனிடம் பேசிக்கொண்டிருந்ததன் தொடர்ச்சியாக தில்லி பங்களாவிற்குத் திரும்பியதும் கவிஞர் ஓவன் மெர்தித்தாக மாறும் புதிய யோசனைக்கு மாறியதில், விஷயம் வேறு திசைக்குத் திருப்பியது. (இது பிறகு, விவரிக்கப்படும்)

மூன்று, அது, தபுச்ஷி தன் தொந்திமீதமர்ந்திருந்த பூனையிடம் பேசியபோது லிட்டனுக்கு ஜோடனின் நினைவு வர, கடிதத்தை இனி புதிய சமிக்ஞை மொழியில் எழுதும் யோசனை உதித்தது. ஆனால், உரியவருக்கு விளங்க வேண்டுமே? கவிதை நடையில் கடினமான உருவகத்துடன் வெவ்வேறு இலக்கியங்களின் மேற்கோள்களால் யாரும் எளிதில் வாசித்துவிட முடியாதவாறு, இப்படித்தான் இனி பிரிட்டிஷ் இந்தியாவின் அலுவலகக் கடிதங்கள் மாற வேண்டும். லிட்டன் தான் எழுதப் போகும் முதல் கடிதத்திற்காகக் காத்திருந்தார். வழக்கம்போல் ட்யூக் ஆப் பக்கிங்ஹாமிடம் இருந்துதான், மதராஸ் பஞ்சத்திற்கான நிவாரண நிதி குறித்து. அதில் எவ்வளவு பிரிட்டிஷ் கனவான்களுக்கு ஊக்க ஊதியமாக ஒதுக்குவது, சாவுக் கிடங்குளில் பணிபுரியும் பிரிட்டிஷ் சிப்பாய்களுக்கு எத்தனை சதவீதம் என்கிற விவரங்களுக்கான

பதில்களைக் கேட்டு. லிட்டனுக்குக் கடும் சலிப்பு. இருந்தும் வெளிப்படுத்தாமல் ஆரம்பித்தார்.

“நாம் நமது தோட்டத்தை உருவாக்குவோம்” என்கிற வால்டேரின் கவிதை வரியை எழுதிவிட்டு கீழே “வடகிழக்குத் தோட்டத்தின் தேயிலை நறுமணங்கள் விக்டோரியன் லண்டனில் வீசட்டும்” என்று முடித்திருந்தார். நிச்சயம் இதை யாரும் புரிந்துகொள்ள முடியாது என்பது லிட்டனின் எண்ணம். அடிக்குறிப்பில் “86 லட்சம் பவுண்டுகள் ஒரு பொருட்டே இல்லை” என்று இருந்தது. ட்யூக்கின் மூளை இங்குதான் வேலை செய்தது. 86 லட்சம் பவுண்டு என்பது கடந்த, நடப்பு ஆண்டில் சீனாவில் இருந்து ஐரோப்பாவுக்கு ஏற்றுமதியான தேயிலைக் கொள்முதலின் விவரம். வைஸ்ராய் அதைவிட ஒரு லட்சம் பவுண்டு இந்தியாவில் கொள்முதல் செய்வதெனச் சூளுரைத்தது நினைவுக்கு வந்தது. ட்யூக் ஆப் பக்கிங்ஹாமுக்கு மட்டுமல்ல, தனிச் செயலர் ரஸ்ஸலுக்கும் புரிந்துவிட்டது. ஆனால், நிதியை எவ்வளவு ஒதுக்குவதென்பதுதான் குழப்பம். அடுத்த கடிதத்திலேயே அவர்கள் ஒப்புதல் பதிலை அனுப்பிவிட்டதில் லிட்டனுக்கும் ஏக சந்தோஷம். இனி இதைப் போன்றே பிரிட்டிஷ் அதிகாரிகளுக்குக் கடிதம் எழுதலாமென முடிவுக்கு வந்துவிட்டார். ஆனால், பிரச்சினை வேறு விதத்தில் திரும்பியது. சரியாக இந்தக் கடிதம் எழுதி இரண்டாவது மாதம் அவரே நினைத்துப்பார்க்காதளவுக்கு கள்ளசந்தையில் ஒப்பந்தங்கள் நிறைவேறியிருந்தன. தலைசுற்றவாரம்பித்ததில் லிட்டன் அனைத்து மாகாண கவர்னர்களையும் அவசர விருந்துக்காக சிம்லாவில் புதியதாய்க் கட்டிக்கொண்டிருந்த வைஸ்ராய் மாளிகைக்கு வரவழைத்தார்.

இது ஒருபக்கம் என்றால், இன்னொரு பக்கம், வைஸ்ராய் பங்களாவிலிருந்து ஒற்றனாகக் கிளம்பிய நார்மன், லிட்டன் எழுதிய கடிதம் ஒரு மாதம் கழித்து மதராஸ் கவர்னர் மாளிகைக்கு வரும் முன்பே ட்யூக் ஆப் பக்கிங்ஹாமிடம் லிட்டன் கையோடு கொடுத்த சிபாரிசுக் கடிதத்தை அளித்துவிட்டு (தாங்கள் ஏற்கெனவே கேட்டுக்கொண்டபடி வில்லிம்ஸ் நார்மனை தங்களது டாபியின் சேவகராக வைத்துக்கொள்ள சிபாரிசு செய்கிறேன்) பிராணிப் பிரியர் பணியில் சேர்ந்துகொண்டார். எதிர்பார்த்ததைப் போல கடிதம் சரியாக இரண்டாவது மாதம் வந்துசேர்ந்தது. கடிதத்தை ட்யூக் வாசிக்காமல் தனிச் செயலர்

ரஸ்ஸலிடம் பந்தயச் சீட்டு விளையாடுவதையும் “இந்த முறையும் கடிதத்தில் இருப்பதை என்னால் சொல்ல முடியாமல் போவதை ஒப்புக்கொள்கிறேன்” என்று ரஸ்ஸலிடம் ட்யூக் புலம்புவதையும் நேரில் கண்ட நார்மன் அதிர்ந்து போனார். அதாவது, கடிதத்தை ரஸ்ஸல் வாசிக்காமலேயே தெரிந்திருக்கிறார். அவருக்கு எப்படி தெரியும் என்று பின்தொடர்ந்தால் கடிதம் பெறும் முதல்நிலை அலுவலருக்கும் தெரிகிறது. அவருக்குப் பின்னால் ஒப்புகைக் கையொப்பம் இடும் கடைநிலை ஊழியர் அறிந்திருக்கிறார். அவர்களுக்கு அடுத்து கடிதம் கொண்டுவரும் கூண்டுவண்டி ஓட்டுநருக்கும் தெரிந்திருக்கிறது. ஆனால், அவனிடம் ஒரு குறிப்புச்சீட்டு இருப்பதை நார்மன் கவனித்தார். அது அடுத்தடுத்து வெவ்வேறு கைகளில் இடம் மாறுகிறது. ஒருகட்டத்தில் கடிதம் பயணிக்கும் பாதை இரண்டாகக் கிளை பிரிகிறது. ஒருபக்கம் கடிதம் அனுப்பப்பட்ட இடம். இன்னொரு பக்கம் துண்டுச்சீட்டு. நார்மனுக்கு எதன் பின்னால் போவதென்கிற குழப்பம். ஒருவழியாக, கடிதம் வந்த பாதையில் பதினொரு மாத காலம் இப்படியே ஒவ்வொருவராகப் பின்தொடர்ந்து (ஒரு கடிதம் வந்த பிறகு, அடுத்த நபரைத் தேட இன்னொரு கடிதம் வரக் காத்திருக்க வேண்டும்) ஒருவழியாக தில்லியில் இருக்கும் வைஸ்ராய் லிட்டன் மாளிகைக்கே வந்துவிட்டார். ஆனாலும் அவரால் அதன் வேரைத் தொட முடியவில்லை. சரி திரட்டிய தகவல்களை என்ன செய்வது?

நேராக விசயத்தை வைஸ்ராயிடம் கூறுவதற்குப் பதிலாக மறுபடியும் மதராஸ் கவர்னர் மாளிகைக்குத் திரும்பி அவருக்குத் தேவையான காரியம் ஒன்றை நிறைவேற்றிக்கொண்டார். எப்படியென்றால், இந்தியாவின் வைஸ்ராயாக லிட்டன் பதவிக்கு வரும் முன்பே ஒருசில ஊகங்கள் பிரிட்டிஷ் நாடாளுமன்றத்தில் சுற்றின. பிரிட்டிஷ் பிரதமர் டிஸ்ரேலிதான் லிட்டனை வைஸ்ராய்க்கானப் பட்டியலில் சேர்த்தவர். பதவிக்குரியவர்களை முறையாக அறிவிப்பதற்குமுன் அவர்களின் விருப்பத்தைக் கேட்பது பிரிட்டிஷின் நடைமுறை. அதைப் பெரும்பாலும் அவர்களுக்கு மேல் இருப்பவர்களே செய்வது வழக்கம். ஆலோசனைக் கூட்டத்தில் லிட்டனை நிராகரிக்கவைத்து அவ்விடத்திற்கு ட்யூக்கின் உறவினர் வங்காளத் துணை ஆளுநர் ஜார்ஜ் ஸ்லீபரைக் கொண்டுவர கன்சர்வேடிவ் கட்சியில் சிலர் முயன்ற பிறகு, அது வீணாகிற்று. ட்யூக்கிடம் இதை நினைவூட்டி நார்மன், தான் திரட்டிய ஆதாரங்களைக்

காட்டி வைஸ்ராய் லிபரலிஸ்டுகளுடன் வைத்திருக்கும் ரகசிய ஒப்பந்த வணிகம்தான் இவை என்று ஒரு புதிரை அவிழ்த்தார். ட்யூக் ஆப் பக்கிங்ஹாம் குழம்பிவிட்டார். ஆனாலும் நம்ப முடியாமல் இருக்கவில்லை காரணம் நார்மன் குறிப்பிட்ட ஒன்று, லிபரிலிஸ்டுகள்தான் மஞ்சள் நிறம் பயன்படுத்துபவர்கள். 1868 பொதுத் தேர்தலில் மஞ்சள் நிற பிரசுரங்களை வெளியிட்டார்கள். ஆக நார்மன் சொல்வது உண்மையாக இருக்கலாம். "இவ்விசயத்தை லண்டன் நாடாளுமன்றத்தில் விவாதித்தால் நிச்சயம் வைஸ்ராயின் மீது விசாரணை துவங்கும்." நார்மன் கூறுவதைக் கேட்டதும் ட்யூக் ஆப் பக்கிங்ஹாமிற்கே திடுக்கிடும்படி ஆகிற்று. இந்த யோசனை அவருக்கே உதிக்கவில்லை. அப்போதே நார்மனுக்கு "என்ன வேண்டும்?" என்று விசாரித்தார். நார்மன் உடனே "பஞ்ச நிவாரணக் குழு தலைமை பதவியை" கேட்டார். ட்யூக் சம்மதிப்பாரென்பது நார்மனுக்குத் தெரியும். ஆனால், அதற்குள் சிம்லாவில் அவசர விருந்து அழைப்பிற்கு ட்யூக்கும் ரஸ்ஸலும் கிளம்ப வேண்டிய நிர்ப்பந்தம் உருவாகிற்று.

லிட்டன் தவறவிட்ட காரணங்களில் குறிப்பிட்ட இரண்டாவது காரணம்

ஜெஸூவித் பாதிரியாரைச் சந்தித்தபின் மங்களூரிலிருந்து திரும்பியதும் இது குறித்து எடித்திடம் விவாதித்தார். எடித் அவர் சொல்வதை முழுமையாகக் கேட்டுவிட்டு "பாதிரியார் தபுச்ஷி கொடுத்த விளக்கமும் வைஸ்ராயாக பதவியேற்றதும் கவர்னர்களுக்கு வழங்கிய விருந்து இரவில் மாகாண கவர்னர்கள் கூறிய 'ரகசிய வணிகச் சந்தைக்கும்' தொடர்பிருக்க வாய்ப்புள்ளதாகத் தெரிகிறது" என்றார். லிட்டனுக்கு புத்திக்குள் சட்டென அது மின்னவில்லை சற்று நேரமெடுத்தது. "ஆமாம் இருக்கலாம்" என்று மலமலங்க விழித்தார். "எப்படிக் கண்டுபிடிப்பது?"

"நிச்சயம் முடியாது" எடித் சொன்னாள். "யாரிடம் பொறுப்பை ஒப்படைத்தாலும் அது கசிந்துவிடும். எனவே நீங்களே நேரடியாகத் தேடிப்போவதுதான் சரி." லிட்டன் உடனே குறுக்கிட்டு "அது சாத்தியமில்லை" என்றார். "வைஸ்ராயாக பிரிட்டிஷ் இந்தியாவின் பதவியை விட்டு உளவுபார்ப்பது எவ்வளவு மோசமான வேலை. இதற்கு வேறொருவரை நியமிக்க வேண்டும்."

எடித் அதற்கு "புலனாய்வதாக ஏன் நினைக்கிறீர்கள். அங்கு நடக்கும் வணிகத்தை அறிந்துகொள்ளும் வாய்ப்பாக நினைக்கலாமே? அதில் நிறைய சம்பாதிப்பதாகச் சொல்கிறார்களே? நீங்களும் ஒருமுறை செய்துபார்க்கலாம் இல்லையா?" என்றதும் லிட்டன் அரைமனதாகச் சம்மதித்தார். எடித் திடீரென்று விழி அகல, "ஏன் நீங்கள் கவிஞர் ஓவன் மெர்தித்தாகப் போகக்கூடாது?" என்றாள். லிட்டனுக்கு விளங்கவில்லை. அன்றைக்கு இரவே வைஸ்ராய் லிட்டனுக்குக் கவிஞர் ஓவன் மெர்தித்தாக ஒப்பனை செய்தாள். மிக அழகான விக் வைத்து, புருவத்திற்கு கரிய சாயம் இட்டு, மீசையை முறுக்கிக்கொண்டு இந்திய பாணி தலைப்பாகை, பைஜாமா குர்தா ஆடையும் கைத்தடியுமாக மெர்தித்தாக மாறினார். "எல்லாக் கவிஞர்களும் வாழ்க்கையில் ஒரு முறையாவது தங்களுடைய புனைப் பெயருக்கு உருவம் கொடுக்க வாய்ப்பு கிடைக்கிறதா?" என்று அலங்கரிக்கையில் எடித் கூறிய வார்த்தைகள்தான் லிட்டனைப் பூரண சந்தோஷத்தில் ஆழ்த்தின. வெளியே வரும்போது அடையாளம் தெரியாமல் ஜோடனே குரைக்க ஆரம்பித்துவிட்டது. லிட்டனுக்கு அதே தோற்றத்தில் அமர்ந்து கவிதை எழுத வேண்டும்போல் இருந்தது. புதிய முகத்துடன் வெளியே சிலரைச் சந்திக்கும் ஆர்வம் வேறு அதிகரிக்க இரவோடு இரவாக ரகசிய கூண்டுவண்டியில் ரயில் நிலையத்தை அடைந்து வங்காளம் செல்லும் வண்டியில் ஏறிவிட்டார்.

கவிஞர் ஓவனுக்கு இருந்த தயக்கமும் அச்சமும் ரயில் பயணம்வரை விரட்டிக்கொண்டேதான் வந்தன. அவரது தோற்றத்தைப் பார்த்தவர்கள் முணுமுணுக்காமல் இல்லை. யாருக்கும் சந்தேகம் வராமலிருக்க ஏதாவது கிறுக்கிக்கொண்டிருந்தார். ரயில் பெட்டியில் பக்கத்து இருக்கையில் ஒரு இந்தியக் குடும்பம் பயணித்தது. நான்கு பிள்ளைகளுடன் குடும்பத் தலைவர் ஓவனைப் போலவே பெரிய மீசையும் ஆனால், தாடியில்லாமல் கரிய குர்தாவும் தலைப்பாகையுடனும் அமர்ந்திருந்தார். தன்னை ராஜ்கோட் திவான் கரம்சந்த் உத்தம்சந்த் என அறிமுகப்படுத்திக்கொண்டார். ஓவன் தன் கவிதைகளில் சிலதை வாசித்துக்காட்டினார். திவானுக்கு நல்ல இலக்கிய ரசனை. குறிப்பாக மனைவியின் பிரிவாற்றாமை கவிதைகள் ரொம்ப பிடித்திருந்தன. ஓவனுக்கும் கவிஞனாகக் கிடைத்த இப்படியொரு அனுபவம் புதுமைதான். ஆனால், ஓவனின் தோற்றத்தை வெகு நேரமாக திவானின்

ஏழு வயது பையன் அடிக்கடி உற்று கவனித்துவிட்டு தன் சகோதரனிடம் எதையோ முணுமுணுத்துக் கொண்டிருந்தான். சிறுவன் கண்டுபிடித்துவிட்டானோ என்கிற அச்சம் வேறு. சிறுவனின் கறுப்பான நிறமும் பெரிய காதும் நீண்ட மூக்கும் ரயிலிலிருந்து இறங்கும்வரைக்கும் கவிஞர் ஓவன் மெர்தித்தை பயத்துடனே வைத்திருந்தது.

அடுத்த நாள் வங்காளத்தை அடைந்ததும் நார்மன் கொடுத்த விலாசத்தின்படி "வணிகச் சூதுச் சந்தை" எங்காவது கிளப்களில் நடக்கும் என்றே நினைத்தார். ஆனால், அது கவர்னர் மாளிகை வளாகத்தில் ரகசியமாக நடந்துகொண்டிருந்தது. அது இந்தியர்கள் அனுமதிக்கப்படாத சிவில் லைன் பகுதி என்றாலும் ஒருசில இந்திய முதலாளிகள் இருந்தனர். ஓய்வுபெற்ற பிரிட்டிஷ் ஊழியர்களும் பழைய கிழக்கிந்தியக் கம்பெனி நிர்வாகிகளும் உள்ளே அமர்த்தப்பட்டிருந்தனர். மாடத்தில் வெண்கலத்தாலான வாயு விளக்குகள் எரிந்தன. யார் இதை நடத்துகிறார்கள் என்று ஊகிக்க முடியவில்லை. அதொரு தனி உலகமாக இருந்தது. இவர் வந்து நின்றதை யாரும் கவனிக்கவில்லை. தன்னைக் கவிஞர் ஓவன் மெர்தித் என்று கூறியதுமே காவலாளிகள் சிரித்துவிட்டனர். "வணிகம் நடக்கும் இடத்தில் கவிஞருக்கு என்ன வேலை இருக்கிறது?" என்று கேட்டார்கள். மெர்தித், "இல்லை எனக்கு வணிகச் சந்தையில் ஈடுபாடு உண்டு. எனது தந்தை இந்தியன் பெனிசுலார் ரயில்வேயில் ஒப்பந்தக்காரராக இருந்தவர்" என்று அதன் பதக்கம் ஒன்றைக் காட்டவும் அங்கிருந்த பிரிட்டிஷ் ஊழியர்கள் ஆச்சர்யமாக அதை வாங்கிப் பார்த்தனர். பிறகு, அதை உள்ளே எடுத்துச் சென்றவர்கள் இரண்டு "கிரே கார்டு" கொடுத்தனர். அப்போதுதான் வாய்ப்புகளுக்கு அவர்கள் மொழியில் கிரே என்பதே மெர்த்தித்துக்குத் தெரியும். ஒன்று ஐம்பது பவுண்டுகள். வாங்கி வைத்துக்கொண்டு என்ன செய்வதென்று புரியாமல் நின்றவரை அவர்கள் "இன்னும் துண்டுச் சீட்டு வரவில்லை காத்திருங்கள்" என்று உள் அறையைக் காட்டினர். அறைக்குள் வங்காளத்தில் மிகப் பெரிய ஒப்பந்தக்காரர்களும் ஆலை நிர்வாகிகளும் அமர்ந்திருந்தனர். மதியம் வரை வந்திருந்தவர்கள் காத்திருக்க, விதவிதமான உணவுகளும் பாலே நடன நிகழ்ச்சிகளும் அங்கு அரங்கேறின.

மாலையில் வணிகக் கணிப்புக்கான விவரங்கள் அடங்கிய சுருள் சீட்டுகள் திறக்கப்பட்டன. அதில் சில ஆணைகளின் விவரங்கள் இருக்கும். ஒப்பந்தக்காரர்கள் தாங்கள் எதிர்பார்த்த வணிகத்தைக் குறிப்பிட வேண்டும். யாருடைய கணிப்பு சரியாக இருக்கிறதோ அவர்கள் மஞ்சள் துண்டு சீட்டைப் பெற்றுக்கொள்ளலாம். யாருமே சரியாகக் குறிப்பிடாதபோது சில சாடைக் குறிப்புகள் காட்டுவார்கள். ஓவன் மெர்தித்திற்கு எல்லாமே விசித்திரமாக இருந்தது. நினைத்ததுபோலவே கவிஞனால் எதையும் கணிக்க முடியவில்லை. அங்கிருந்த லெப்டினன்ட் ஒருவர் சரியாகக் கணித்தார். வந்தவர்களெல்லாம் அடுத்த வணிகச் சூதுக்கான பவுண்டைக் கட்டிவிட்டு லெப்டினனிடம் உள் வியாபாரத்திற்கு பேரம் பேசவாரம்பித்துவிட்டார்கள். ஒருவழியாக அந்த லெப்டினன்ட் தனிமைக்கு வர இரண்டு மணி நேரம் ஆகிற்று. ஓவன் அவன் பின்னாலே சென்று வைத்திருந்த “மஞ்சள் துண்டுச் சீட்டை” தனக்கு ஒருமுறை காட்டும்படி கேட்டார். பதிலுக்குத் தன்னிடம் பவுண்டு எதுவும் இல்லையென்றும் வேண்டுமென்றால் இரண்டு கவிதைப் புத்தகங்கள் இருக்கின்றன என்றும் காட்டினார். லெப்டினன்ட் “அதை நீயே வைத்துக்கொள்” என்றதுடன் ஓவனின் நிலைமையைப் பார்த்துப் பரிதாபப்பட்டு அடுத்து நடக்கும் “நிகழ்வில்” கலந்து கொள்ள பவுண்டும் ஆலோசனையும் வழங்குகிறேன் என்றான். ஓவனும் இரவுவரை லெப்டினன்டுடன் காத்திருந்தார். கட்டிடத்திற்கு வெளியே ஆறு குதிரைகள் பூட்டிய பயணிகளுக்கான பிரயாண வண்டியிலிருந்து அடுத்த வணிகச் சூது நிகழ்வுக்காகச் சிலர் இறங்கி வந்துகொண்டிருந்தனர். முதுபெரும் ஒப்பந்தக்காரர்கள் அமர்ந்திருந்தனர். அனைவருக்கும் பேரிச்சம் பழங்கள் வழங்கப்பட்டன. அடுத்த நிகழ்வில் லெப்டினன்ட் கொடுத்தக் குறிப்பின்படி, அதாவது, “எனக்குக் கிடைத்த மஞ்சள் சீட்டில் குறிப்பிட்டிருக்கும் வணிக ஒப்பந்தத்திற்கும் அடுத்து விழப் போவதற்கும் ஏதோவொரு தொடர்பிருக்கும். நாட்காட்டியில் அடுத்த நாளைச் சொல்வது மாதிரிதான்.” சரிதான் லெப்டினன்டின் கணிப்பு. ஓவன் மஞ்சள் சீட்டைப் பெற்றதும் அங்கு பேரிச்சம் பழங்களைத் தின்று கொட்டைபோட்ட முதுபெரும் ஒப்பந்தக்காரர்களுக்கு பேரதிர்ச்சி. ஓவனிடம் “நீ விக்டோரிய அரசவைக் கவிஞனாக வாழ்த்துகள்” என்றதும் மற்றவர்கள் ஓவெனக் கூச்சலிட்டனர். மிகப் பெரிய வணிகத்தைச் சம்பாதித்தாக ஒவ்வொருவராக அவருக்குத் தலை ஆட்டினர். ஓவன்

சந்தோஷத்தில் எல்லோருக்கும் பழக்க தோஷத்தில் தொப்பி என்று நினைத்து தலைப்பாகையைக் கழற்றி வணங்கினார். ஒருவழியாக மஞ்சள் சீட்டைப் பிரித்தபோது அதில் இப்படி எழுதியிருந்தது:

அடுத்த வருடத்தின் துவக்கத்தில் பிரிட்டிஷ் இந்தியாவின் அனைத்து பிரிட்டிஷார்களுக்கும் விக்டோரியப் பேரரசியின் திருவுருவத்தாலான பட்டன்கள் பதித்த புதிய செம்மஞ்சள் நிற ஆடை தயாராக இருக்கிறது. அதில் ஒவ்வொரு பதவிக்குமான இலச்சினைகள் வைரம், தங்கம், வெள்ளி, வெண்கலம் என்கிற வேறுபாடு அவசியம். மேலும் லண்டன் ஹெஸ்லிபரில் படிக்கும் வருங்கால இந்தியக் குடிமைப் பணி புரியப்போகும் பிரிட்டிஷ் மாணவர்களுக்கும் இதன் பெருமையை உணர்த்தும் வகையில் அவர்களுக்கும் இதுபோன்ற உடை அனுமதிக்கப்படும். இதற்கான நிதியை பாட்டியலா, கபூர்தலா, பரோடா, திருவாங்கூர் மற்றும் மைசூர் போன்ற மன்னர்களிடம் நன்கொடையாகப் பெற்று, இதற்குப் பதிலீயாக அவர்களுக்கு 'மேன்மைதங்கி' பட்டம் வழங்க வேண்டும்.

ஓவனுக்கு ஐந்தாவது முறையாகத் தலைசுற்றியது. மறுமுறை வாசிப்பதற்குள் சீட்டை லெப்டினன்ட் பிடுங்கி ஓவனின் அங்கிக்குள் திணித்து "சீக்கிரம் இங்கிருந்து வெளியேறு. இல்லையென்றால் பேரம் பேசவாரம்பித்துவிடுவார்கள்" எச்சரித்ததும் ஓவன் குழப்பத்துடன் தலையசைத்தவாறே நகர்ந்தார். லெப்டினன்டுக்குத் தயாராக வெளியே கூண்டுவண்டி இருந்தது. ஓவனுக்கு ஒன்றும் புரியவில்லை. மஞ்சள் துண்டுச் சீட்டில் இருந்த வாசகம், நான்கு மாதங்களுக்கு முன்பு மேதகு பிரிட்டன் பிரதமரிடம் ஒப்புதல் கேட்டு வைசியாராக லிட்டன் அனுப்பியது. ஓவனிடம் பேரம் பேசப் பெருங்கூட்டமே காத்திருந்தது. சீட்டின் விலை பிரிட்டிஷ் இந்தியாவின் கால் பங்கு. லிட்டனுக்கு சுற்றவாரம்பித்த தலை நிற்கவில்லை. அதற்குள் அடுத்த நிகழ்வு நடந்து முடிந்துவிட்டது. அதன் வணிக ஒப்பந்தம் "86 லட்சம் பவுண்டுக்கு அமைக்கப்போகும் பிரம்மாண்டமான தோட்டம்" என்பது மட்டும் காதில் விழுந்தது. "86 லட்சம் பவுண்டுக்குத் தோட்டமா?" என்று அதிசயித்தனர். ஓவன் அங்கிருந்து ஓடவாரம்பித்தார்.

அத்தியாயம் ஐந்து

பல்லக்கு மாநாடும் இறுதி விருந்தும்

சிம்லாவில் புதிய தலைமையகத்தில் அனைத்து கவர்னர்கள் மற்றும் பிரிட்டிஷ் குடிமைப் பணி அதிகாரிகள், குறிப்பாக இந்தியர்கள் அல்லாதவர்கள், பங்கெடுக்கும் விருந்து மிக விமர்சையாகத் துவங்கிற்று. பிரிட்டிஷார்கள் அவரவர் மனைவிகளுடன் கைகோர்த்தவாறு அரங்கத்துக்குள் வந்தனர். மகாராணி விக்டோரியாவுடன் எடுத்துக்கொண்ட புகைப்படங்களை எடித் மற்ற அதிகாரிகளின் மனைவிகளுக்குக் காட்டிக்கொண்டிருந்தார். வந்திருந்த மேற்றிராணிகள் எடித்தின் ஆடையைக் கண்டு வாய் பிளந்தார்கள். அவர்கள் அனைவரும் முழுமையாக விரிந்த குடை வடிவ ஆடையில் வந்திருக்க, எடித் மட்டும் அப்போது அறிமுகமாகியிருந்த, சரியாக பிருஷ்டத்திற்கு மேல் மட்டும் தூக்கியவாறு தைக்கப்பட்ட புதிய பாணி ஆடையை அணிந்திருந்தாள். எப்படி யார் தயார் செய்து கொடுத்தார்கள் அல்லது எடித்தே தைத்திருப்பாளா என்கிற முணுமுணுப்புகள் சிதறின. எடித் அதைத்தான் விரும்பினாள். “இனிமேல் ஒரு கையில் ஆடையைத் தூக்கி நடக்க வேண்டியதில்லை பதிலாக அந்தக் கைக்கு இறகுப் பையைக் கொடுத்துவிடலாம்” என்று அதையும் காட்டினாள். “ஓவ்... ஓவ்” என்று உதடு குவித்தனர்.

அவர்கள் அனைவரையும் விருந்துக் கூடத்தில் தொங்கும் வாயு விளக்குகளையும், கண்ணாடியிலான படுக்கை அறையையும் எடித் வில்லிரி அழைத்து வந்து காட்டினாள். உள் அறைகளில் மட்டும் மெழுகுவர்த்தி வெளிச்சம். “கட்டி முடிக்கப்படாமல் இருந்தாலும் மாளிகை மிக அழகாகத் தோற்றமளிக்கிறது” என்று எல்லோரும் விதந்தோதினர். பிரன்ஸ் ஷூபர்டின் இசைக் குறிப்பை இசைக் கலைஞர்கள் வாசித்தனர். சிலர் ஜோடிகளாகச் சேர்ந்து குவாடிரில் வகை நடனத்துடன் அரங்கை நிறைத்துவிட்டிருந்தனர்.

பிரிட்டிஷாரின் வளர்ப்புநாய்களுக்கு தாடிவேலுவும் பங்காரப்பாவும் அதனதற்குப் பிடித்த உணவுகளைப் பரிமாறினர். இவ்வளவு பெரிய கூட்டத்தை லிட்டன் எதிர்பார்க்கவில்லை. கோடை காலம் என்பதால் எல்லோரும் சிம்லாவிற்குக் கிளம்பியிருக்க வேண்டும். விருந்து முடித்து வைஸ்ராயின் பழைய பங்களாவிற்கு

(தலைமையகத்திலிருந்து பதினொரு மைல் தொலைவில் இருக்கும் மலை உச்சியில்) ஒவ்வொருவராக தங்களது மனைவி, குழந்தைகள், நாய்களிடம் இருந்து விடைபெற்றுக் கிளம்ப இரவு ஆகிற்று. மலை ஏற கூண்டுவண்டிகள் ஏற்பாடாயிருந்தன. சாலிஸ்பரியும் ட்யூக்கும் நகர முடியாமல் உருள்வதைக் கவனித்த லிட்டன், வாசல் வரைக்கும் வர பல்லக்கு ஒன்றை ஏற்பாடு செய்தார். பல்லக்கு வந்ததும் மற்ற கவர்னர்களுக்கும் (வடகிழக்கு மாகாணம்- ஜார்ஜ் கூப்பர், பம்பாய்- பிலிப் ஒடஹவுஸ், வங்காளம்- ஆஷ்லே ஈடன் மற்றும் பிரிட்டிஷ் பிரமரின் தனிச் செயலர் ரீகன் கார்ல்) அதில் பயணிக்க ஆசை. லிட்டனும் ஆசையை நிறைவேற்றினார். அங்கு இருந்த பிரிட்டிஷ் கவர்னர்களுக்கும் லிட்டனுக்கும் சேர்த்து மொத்தம் பதினான்கு பல்லக்குகள் வந்தன. சில திறந்த பல்லக்குகள், சிலது கதவுகள் வைத்த இந்திய ராணிகள் பயன்படுத்தும் சிவிகை வடிவில். உள்ளே கால் நீட்டிப் படுக்குமளவு விசாலமானது. ராணிகள் பயன்படுத்திய பல்லக்கைப் பிடிக்க கவர்னர்களுக்குள் வாக்குவாதம். ஒருவழியாக அனைவருக்கும் ஒரே மாதிரி பல்லக்கை ஏற்பாடு செய்து முடிப்பதற்குள் நடுஜாமம் துவங்கிவிட்டது. செயலர் ரீகன், இசைக் கலைஞர்களையும் இசைத்தபடியே கையோடு வரும்படி கேட்டுக்கொள்ள தீப்பந்தங்களுடன் பின்னால் இசையுடன் பல்லக்குகள் வெளியே கிளம்பின.

“பெருமைமிகு வைஸ்ராய் அவர்கள் இத்தனை ராணிகளின் பல்லக்குகளை எங்கு வைத்திருந்தார் என்று இவ்வளவு நாள் தெரியாமல்போயிற்றே”, கூப்பர் கூறியதும் மற்ற பல்லக்கிலிருந்து சிரிப்பொலிகள் எழுந்தன. “விக்டோரியப் பேரரசி இந்தியாவுக்கு வரும்போது பல்லக்கு வரவேற்பை அளிக்க வேண்டும்” சாலிஸ்பரி கூறியதும் லிட்டன் தனது புகைக்கும் குழாயைப் பல்லக்குச் சட்டத்தில் தட்டி அதை ஆமோதித்தார்.

“ஆனால், அதுவரை பிரிட்டிஷ் இந்தியாவின் பொருளாதாரம் சீராக இருக்குமா என்று தெரியவில்லை.” ட்யூக் சொன்னதுதான் தாமதம், ஈடனின் பல்லக்கு நின்றது. “ஏன் அப்படிக் கூறுகிறீர்கள் திருவாளர் சாண்டாஸ்?” பிரிட்டன் பிரதமரின் தனிச் செயலர் ரீகன் அதற்கு, “ஒன்றரை கோடி பவுண்டுகள் இங்கிருந்துதான் பிரிட்டனின் குடிமைப் பணி புரிவர்களுக்கு ஊதியமாகவும் ஓய்வூதியமாகவும் அனுப்பப்படுவது உங்களுக்குத் தெரியாதா?”

இருவருடைய பல்லக்குகளையும் எட்டிப்பார்த்து ட்யூக், "தெரியும் நன்றாகவே. ஊதியம் வாங்குவதெல்லாம் அவர்களும் ஒரு நாள் லிபரலிஸ்ட்டுகளாக மாறத்தான் என்று நினைக்கிறேன்" சொன்னதும் சாலிஸ்பரியின் பல்லக்கும் நின்றது. "என்ன சொல்கிறீர்கள் விக்டோரிய அரசின் ஊதியத்தைப் பெற்றுக்கொண்டு ஏன் அவர்கள் லிபரலிஸ்ட்டுகளாக மாற வேண்டும்.?" சப்தமாகவே கேட்டார். சிறிய பல்லக்கிலிருந்த ரஸ்ஸல் மேதகு ட்யூக் சரியாகக் காய் நகர்த்துகிறாரென எண்ணிக்கொண்டார். எல்லாப் பல்லக்குகளும் மலைப்பாதையில் அப்படியே நின்றன.

முன்னால் சென்ற பிலிப் உட்ஹவுஸின் பல்லக்கு திரும்பி வந்தது. உள்ளிருந்து பெரியதொரு ஏப்பத்துடன் காலை மடக்கி எழுந்தமர்ந்தார் பிலிப். பல்லக்கு இருபுறமும் சாய்வதுபோல தடுமாறியது. "பொருளாதாரம் சரிந்துவிடும் என்பதுதான் ட்யூக்கின் கவலை இல்லையா? அப்படி நடந்தால் அதை சரி செய்ய நிறைய வரி கொள்கைகள் இருக்கின்றன. மேதகு வைஸ்ராய் அனுமதித்தால் நான் ஒன்றைக் கூறுவேன்". லிட்டனின் பல்லக்கைப் பார்த்தார். அதிலிருந்து எந்த அசைவுமில்லை பிறகு, அவராகவே தொடர்ந்தார் "பிரிட்டிஷ் இந்தியாவில் கால்நடைகளுக்கு எப்போதும் குறைவிருந்ததில்லை. நிலக்கிழார்களில் இருந்து கூலிச்சனங்கள் வரை உண்டு. வைத்திருக்கும் கால்நடைகளுக்கேற்ப வரியைப் போடலாம். மிகப் பெரும் வருவாயை அது தரும்." மீண்டும் ஏப்பத்துடன் நிறுத்தினார். "மன்னிக்கவும் நீங்கள் என்ன சாப்பிட்டீர்கள்?" ரிச்சர்டு டெம்பிள் விசாரித்தார். "புளித்த ஏப்பமாக வீசுகிறது. மதுவுடன் சுட்ட ரொட்டியை எப்போதுமே எடுத்துக்கொள்ள வேண்டாம்." டெம்பிள் ட்யூக் ஆப் பக்கிங்ஹாமின் பல்லக்கு பக்கம் திரும்பினார். "நீங்கள் பொருளாதாரச் சரிவு ஏற்படும் என்பதாகச் சொன்னது உங்களது கணிப்பா?" ட்யூக் கதவைத் திறந்து "ஆமாம் அதில் என்ன சந்தேகம்?" என்று சீறினார்.

"எதை வைத்து என்று தெரிந்துகொள்ளலாமா?" டெம்பிள் முடிப்பதற்குள் "அதை வைஸ்ராய் கேட்கிறபோது விளக்குவேன். உங்களுக்கு இப்போது முடியாது." எல்லாப் பல்லக்குகளிலும் முணுமுணுப்பு எழுந்தது. சட்டென வயலினில் ஸ்வரம் குறைந்தது. ரீகன் "நீங்கள் சற்று பொறுமையைக் கடைபிடியுங்கள் சாண்டோஸ்" என்று கூறிவிட்டு இசைக் கலைஞர்களிடம் 'நிறுத்த வேண்டாம்' என்று சைகை செய்தபடி சாய்ந்து படுத்தார்.

சாலிஸ்பரி, "திருவாளர் சாண்டோஸ், மதராஸ் பிரச்சினையை மனதில் வைத்து அவ்வாறு பேசியிருக்கலாம். ஆனால், மதராஸ் நிலவரம் பிரிட்டிஷ் இந்தியா முழுக்க எதிரொலிக்காது. அதோடு இது ஒருவகை மக்கள்தொகைப் பெருக்கத்தால் ஏற்படும் தற்காலிகச் சிக்கல். நாளடைவில் மாறிவிடும்."

உடனே ட்யூக் ஆப் பக்கிங்ஹாம் "அதனால்தான் நான் பயப்படுகிறேன். ஒரிசாவில் சில வருடங்களுக்கு முன்பாக வரவில்லையா? இதோ இந்த ரிச்சர்டு டெம்பிள் அங்கு பணிபுரிந்தாரே அவரிடமே கேளுங்கள் என்ன மாற்று நடந்தது என்று. மதராஸிலிருந்தும் மத்திய மாகாணத்திலிருந்தும் உணவு தானியங்கள் மலைபோல இறங்கின. இப்படியே ஒவ்வொரு பகுதியிலும் நடந்தால் ஏற்றுமதிக்கான தானியங்களைப் பஞ்ச இடங்களில் கொட்டியே பொருளாதாரம் வாழ்நாள் முழுவதும் நொண்டிக்கொண்டிருக்கும்" என்று முடித்தார்.

டெம்பிள் சற்று தலையை எட்டி கூப்பரின் பல்லக்கு பக்கம் குரலைத் தாழ்த்தி "சரி ஆனால், லிபரலிஸ்ட்டுகள் பற்றி சொன்னதை ஏன் என்று கேளுங்கள்" என்றார். கூப்பர் கேட்டதும் ட்யூக் "இப்போது மஞ்சள் சீட்டுச் சந்தை நடப்பது உங்கள் காதுக்கு இன்னும் வரவில்லையா?" என்று பீடிகை போட்டார். கவர்னர் அதற்கு டெம்பிளிடம் "பேச்சைத் திசைதிருப்புகிறார்" என்றார் ரகசியமான குரலில்.

"நான் பேச்சைத் திருப்பவில்லை" ட்யூக் சொன்னார். "மஞ்சள் சீட்டுச் சந்தைக்கும் லிபரலிஸ்ட்டுகளுக்கும் சம்பந்தம் இருக்கிறது. மஞ்சள் அவர்களது பிரதான நிறம். எனக்கு தோன்றுகிறது என்னவென்றால் இந்தச் சூதுச் சந்தை வணிகத்தையே அவரகள்தான் நடத்துகிறார்களோ?" ட்யூக் முடிப்பதற்குள் லிட்டன் இடைமறித்தார். அவரது பல்லக்கிலிருந்து முதல் முறையாகச் சத்தம் கேட்டதும் மற்றவர்கள் திரும்பினர். லிட்டன் எல்லோரின் முகங்களையும் பார்க்கும்படி வட்டமாக பல்லக்குகளைப் பிடித்து நிற்கும்படி ஆணையிட்டார். பல்லக்குகள் மலைப்பாதையில் வட்டமாக நிற்க, தீ பந்தங்கள் வட்டத்திற்கு உள்ளேயும், இசைக் கலைஞர்கள் வட்டத்திற்கு வெளியேயுமாக நின்றனர்.

"திருவாளர் ட்யூக்கின் கேள்வி மட்டுமல்ல இங்கிருக்கும் அனைத்து கவர்னர்களின் குழப்பங்களுக்கும் என்னிடம் பதில் இருக்கிறது.

'விக்டோரிசத் திருச்சபை' அமைவதுதான் ஒரே தீர்வு." அவர் முடிக்கும் முன்பே மற்ற பல்லக்குகளிலிருந்து, ஆமை ஓட்டில் இருந்துதலை நீட்டுவது மாதிரி கவர்னர்கள் அதிர்ச்சியுடன் எட்டிப் பார்த்தனர். சாலிஸ்பரி இசைக் கலைஞர்களைப் பார்த்து "சற்று நிறுத்துங்கள்" என்றார் வேகமாக. லிட்டனிடம் பிலிப் உட்ஹவுஸ் சந்தேகமாக "விக்டோரிசத் திருச்சபையா?" எனக் கேட்டார்.

லிட்டன் தலையாட்டினார்.

ரீகன் அதற்கு, "பேரரசி விக்டோரியாவின் பெயரால் உருவாகப் போகும் மதப் பிரிவா?" என்றார் குழப்பமானத் தொனியில்.

லிட்டன் "நிச்சயமாக" என்றார்.

கூப்பர் "கத்தோலிக்கம் ப்ரோட்டஸ்டன்ட் போல இன்னொரு வகையா?" ஆச்சர்யம் நீங்காமல் கேட்டார். லிட்டன், "ஆமாம், ஆனால் ஜெஸூவித்களைவிடத் தீவிரமானது" என்று தலையசைத்தார். ட்யூக் "என்ன பெயர் விக்டோரிய இறை சபையா?" மற்றவர்கள் "இல்லை விக்டோரிசத் திருச்சபை" என்று திருத்தினர். ஒவ்வொருவராக உச்சரித்துப்பார்த்தனர்.

"விக்டோரிசத் திருச்சபை."

"விக்டோரிச சபை."

"பேரரசி விக்டோரிசத் திருச்சபை."

"விக்டோரிய கிறிஸ்த்தவ சபை."

"விக்டோரிய மாகாரணியின் வருகையின்போது இது தோற்றுவிக்கப்படும். பிரிட்டிஷ் காலனிய நாடுகளில் முதலில் உருவாகப்போவதால் பிரிட்டிஷ் இந்தியாவுக்கு மிகப் பெரிய கௌரவம்." லிட்டன் எல்லோரையும் பார்த்தார். எல்லோரும் லிட்டனை வெறித்திருந்தனர்.

"சரி இது மிகப் பெரிய விஷயம்தான் ஆனால், இம்மதப் பிரிவு உருவாவதற்கு இப்போது அவசியம்?" சாலிஸ்பரி தயக்கத்துடன் கேட்டார். "இருக்கிறது. விக்டோரிச சபை வெறும் இறையியல் மாற்றத்திற்காக உருவாகப் போவதில்லை. அதன் முக்கியமான

அம்சங்கள் பொருளாதாரத்தை மேம்படுத்தும். இந்திய மக்களை நெறிமுறைப்படுத்த இதுதான் வழி."

ஈடன் பேசுவதற்காக எழுந்தார். பல்லக்கு ஒரு பக்கமாக சரிந்தது. "சரியாகப் பிடியுங்கள், என்ன முணுமுணுப்பு" என்று குனிந்து கத்தினார். "அவர்கள் பொழுதுபோக சைகையில் எதோ கதை சொல்லிக்கொண்டிருக்கிறார்கள்" என்றார் ரஸ்ஸல். கவர்னர் தொடர்ந்தார் "இங்கு வாழும் குடிமக்களின் நன்மையைக் கருத்தில் கொண்டு அரசாங்கத்தை நிர்வகிக்க வேண்டும் என்பதுதானே பேரரசியின் நோக்கம். அதற்காக எதை வேண்டுமானாலும் தொடங்கலாம் தவறில்லை."

சாலிஸ்பரி உடனே விக்டோரியாவின் தாரக மந்திரமான "இவர்களுடைய சொந்த நலனுக்காகவே நாம் இவர்களை ஆட்சி செய்கிறோம்" என்பதை சத்தமாக உச்சரித்தார். அடுத்ததாக லிட்டன் குரலை சரிசெய்துகொண்டு துவங்குவதற்குள் ட்யூக் "மன்னிக்கவும் எனது பல்லக்கைக் கீழே இறக்க முடியுமா? சிறுநீர் கழிக்க வேண்டும்" என்று குனிந்து கேட்டார். பல்லக்குத் தூக்கிகள் மெல்ல பிடியை இறக்குவதற்குள் ரீகன் உடனே "வேண்டாம் வேண்டாம் நீங்கள் மேலிருந்தவாறே சிறுநீர் கழியுங்கள், இறக்கி ஏற்றுவது அவர்களுக்குச் சிரமம்" என்று யோசனை கூறியதும் ட்யூக் அப்படியே செய்தார். பிறகு, அடுத்தவர்களுக்கும் சிறுநீர் கழிக்கும் உணர்வு எழ, ரீகனின் யோசனைப்படியே அனைவரும் கழித்தனர்.

எல்லோரும் முடிக்கும்வரை காத்திருந்துவிட்டு லிட்டன் பேச்சைத் துவக்கினார். "இந்த பூமியில் எல்லா வகை உயிரனங்களாலும் உயிர் வாழ முடியாது. ஆனால் எல்லாமே உயிர் வாழத்தான் விரும்புகிறது." இசைக் கலைஞர்கள் பீதோவனின் இசையை வாசிக்க ஆரம்பித்தார்கள். லிட்டன் ஒருகணம் அவர்கள் பக்கம் திரும்பிவிட்டுத் தொடர்ந்தார், "இதில் சில, பிறிதொன்றைச் சார்ந்தும் அல்லது மற்றொன்றின் ஏதோவோரு உயிரியல் மாற்ற விளையால் உருவாகி இருக்கும். அப்படி உருவாகிறவகைகளுக்கெனத் தனியான இயற்கை சூழல் தகவமைப்புகள் கிடையாது அல்லது அவை சார்ந்து வாழும் உயிரியைப் பிரிந்ததற்குப் பிறகு, அவற்றிற்குக் கிடைக்காமல் போகும். அப்படியான சூழலில் அவை இறக்கவாரம்பிக்கும். அவற்றைக் காப்பாற்றுவது இயற்கைக்கு

மாறானது ஒருபுறம் என்றால், அதற்கான முயற்சிகள் வீண் என்பதையும் கருத்தில்கொள்ள வேண்டும். எனவே, பெரும் அசாதாரணச் சூழலில் அவை இயல்பாகவே தங்களது இருப்பைக் காப்பாற்ற வழியில்லாமல் மடியும். சுருக்கமாகச் சொல்வதென்றால் வாழத் தகுதியானவை பூமியில் தங்களைத் தகவமைப்பதும் வலுவிழந்தவை தகுதியிழந்து மாண்டுபோவதும் உயிரியல் கோட்பாடு. இதே நியதிதான் பொருளாதாரத்திற்கும் பொருந்தும். உங்களால் சீக்குக் குதிரையை ஒருபோதும் ஜெயிக்கவைக்க முடியாது. அதன் மீது செலுத்தும் பணமும் வைக்கும் நம்பிக்கையும் வீண்.'' லிட்டன் சற்று நிறுத்திவிட்டு ''இரண்டாவது'' என்று தொடங்குவதற்கும் கோட்டான் கத்துவதுபோல மிகப் பெரிய கொட்டாவியை பிலிப் வெளியிடவும் சரியாக இருந்தது.

''இது வெறும் உயிரியல் கோட்பாடு மட்டுமல்ல. உயர்குடிப் பழக்கவழக்கங்களுக்கான விதை. உயர்குடி என்பதை உலகில் தகுதிவாய்ந்தவர்களுக்கே உங்களால் கற்றுத்தர முடியும். அதை நாம் முடிவெடுப்பதில்லை அவைதான் உயர்குடித்தன்மையைத் தேர்ந்தெடுக்கின்றன. உலகிலேயே பிரிட்டிஷ்களுக்கு அப்படியொரு உயர்குடித்தன்மை பிறப்பிலேயே அமைந்திருக்கிறது.'' சட்டென அனைத்து பல்லக்குகளிலிருந்தும் கரவொலி எழுந்தது.

ட்யூக் கரவொலி சப்தத்தின் ஊடே ''மஞ்சள் சீட்டு விவகாரம்'' என்று கேட்டார். ட்யூக் மறைமுகமாகத் தன்னை எங்கோ சீண்டுகிறார் என்று லிட்டன் எண்ணினார். ''அதைத் தடைசெய்யத் தேவையில்லை. நாட்டின் பணப் புழக்கத்திற்கு நல்ல வழிமுறை. கேளிக்கை வரி அமல்படுத்தலாம். அதுபோன்று நடக்கும் அனைத்து சந்தைகளையும் அரசாங்கக் கட்டுப்பாட்டில் கொண்டுவரலாம்.'' ஈடனின் பதிலுக்கு ட்யூக் உடனே ''சரி இருக்கட்டும், ஆனால் அவர்கள் விலை பேசுவது அரசாங்கத்தின் ஆணை அல்லவா?'' அவர் முடிப்பதற்குள் லிட்டன் இடைமறித்துத் தனது பேச்சை மாற்றிவிட்டார்.

''விக்டோரிசத் திருச்சபையின் இரண்டாவது கொள்கை.''

''மேதகு வைஸ்ராய் முதல் கொள்கையின் சுருக்கமான வரைவை ஒருமுறை கூறிவிடுங்கள்.'' பிலிப் தலையை நீட்டிக் கேட்டார். ''சோஷியல் டார்வினிசம். அதுதான் சுருக்கமான வரைவு.'' லிட்டன் சொன்னதும் கவர்னருக்குத் தலைசுற்றுவதுபோல ஆகிற்று.

எல்லோரும் ஒருகணம் ஒருவரை ஒருவர் பார்த்துக்கொண்டார்கள். ஏதோ இன்பச் செய்தி என்று நினைத்து தூக்கத்துடனே நின்ற வயலின் கலைஞர்கள் ஆளுக்கொரு இசைக் குறிப்பை வாசித்தனர். “நிறுத்துங்கள்”, சாலிஸ்பரி அதட்டினார். லிட்டனின் கருத்தை கூப்பர் ஒப்புக்கொள்வது மாதிரி தொடங்கினார். “ஆமாம் உலகில் நோய்மையான ஒவ்வொரு உயிரையும் அரசு காப்பாற்றவாரம்பித்தால் அது பிறகு, தொண்டு நிறுவனமாக மாற வேண்டியதுதான்.”

லிட்டன் தொடர்ந்தார் “திருச்சபையின் இரண்டாவது கொள்கையில் விக்டோரியாவின் வளர்ப்புப்பிராணியான நாய் ஒரு மதக் குறியீடு. பிரிட்டிஷார்கள் அனைவருமே நாய் வளர்ப்பது அவசியம்.” ஈடன் இடைமறித்து “முக்கியமாக பேரரசியின் முத்திரை பதித்த கழுத்துப்பட்டை அணிவிக்க வேண்டும்” என்று சேர்த்துக்கொண்டார். லிட்டன் தலையசைப்புடன் “நன்றி. ஆனால், சங்கிலியில் பிணைப்பது குற்றச்செயல். நாய் புனிதமான பிராணி. அன்பாக வளர்ப்பவர்களுக்கு உதவித் தொகை உண்டு. ஒன்றை எண்ணிப்பாருங்கள் பிலாத்திடம் மட்டும் நாய் இருந்திருந்தால் கிறிஸ்துமீதான தீர்ப்பே மாறியிருந்திருக்கும்.” லிட்டன் முடிப்பதற்குள் இக்கருத்தை வரவேற்பது மாதிரி எல்லோரும் பல்லக்கைத் தட்டினர். இசைக் கலைஞர்களுக்கு வாசிப்பதா, வேண்டாமா என்கிற குழப்பம். சாலிஸ்பரி லிட்டனிடம் “நாய்கள் வளர்ப்பதன் மூலம் பொருளாதாரக் காரணிகளில் மாற்றம் இருக்குமா?” கேட்டார்.

“நிச்சயம். நான் கூறியது மாதிரி நாய்கள் வளர்ப்பதன் வழியே கருணை அதிகரிக்கும். பெருந்தன்மை உருவாகும். உயர்குடி உணர்வு கிடைக்கும். ஏன் நாம் நாய்களை வளர்ப்பதில்லையா? நமக்கு உயர்குடித்தன்மை வரவில்லையா? இந்தியர்கள் அனைவருக்கும் அதன்மீதான பொறுப்பும், அதற்கான செலவுகளில் தங்களுக்கானதை ஒதுக்கிக்கொள்ளும் பண்பும் உருவாகும். இயற்கையாக எதிர்ப்புத் திறன் அதிகரிக்கும். அதோடு இங்கிருந்து நாய்களை மற்ற காலனிய நாடுகளுக்கும் ஏற்றுமதி செய்யலாம். மூன்றாவது, நீங்கள் பேசிக்கொண்டதுதான், கள்ளச் சந்தைகளை அரசாங்கம் நடத்தும்.” ஈடன் உடனே “நான் கூறியது” என்றார் பெருமையுடன்.

“நான்காவது, விக்டோரியா தேவாலயத்தைக் கட்டுவது. அதற்கான நிதியை அந்தந்த மாகாண மன்னர்கள் அளிப்பார்கள்.” சாலிஸ்பரி கேட்டார், “அப்படியென்றால் புதிய மதப்பிரிவுக்கு மாறுபவர்களுக்கு முன்னுரிமை?” லிட்டன் திடுக்கிடலுடன் “எப்படி நான் அடுத்து கூறப்போவதைச் சொல்லிவிட்டீர்கள்?” சாலிஸ்பரி புன்னகைத்தார். லிட்டன் பதற்றத்துடனே தொடர்ந்தார். “அடுத்த கொள்கை, செயற்கை உபரி, அதாவது, புழக்கத்தில் இருக்கும் பொருட்களுக்கான கட்டுப்பாட்டை ஏற்படுத்தி அதன் மூலம் தேவையை அதிகரிப்பது.” டெம்பிள் புரியாமல் “அதாவாது, சந்தையில் தாராளமாகக் கிடைப்பதை நிறுத்த அவற்றை தற்காலிகமாக அழிப்பது, அதுதானே?” என்று கேட்டார். வைஸ்ராய் பெருமதிப்புடன் தலையசைத்தார்.

“ஏழு, நிலத்தைக் குத்தகைக்கு எடுப்பது மாதிரி தொழிலாளர்களின் நேரத்தைக் குத்தகைக்கு எடுப்பது.” பிலிப் சட்டென உறக்கத்திலிருந்து எழுந்து, “தொழிலாளர்கள் தங்களுடைய எஞ்சிய நேரத்தை மற்றவர்களுக்குக் குத்தகைக்குவிடலாம் இல்லையா கடன் அட்டை மாதிரி?” மற்றவர்களும் அதற்கு பல்லக்கைத் தட்டினர். நேரம் ஆகஆக லிட்டனுக்கு உள்ளூர அச்சம் புரளவாரம்பித்தது. முதல் இரண்டு கொள்கையைத் தவிர ஏனையவை பிறரால் ஏற்கெனவே ஊகித்தது மாதிரியான பிரமை. கடைசிக் கொள்கையைக் கூறுவதா வேண்டாமா என்கிற நடுக்கம். அதற்குள் ஒவ்வொருவரும் மற்ற கொள்கைகளை விவாதிக்கத் தொடங்கிவிட்டனர். லிட்டன் பல்லக்கைவிட்டு எட்டி அண்ணாந்தார். சந்திரன் இறங்கிக்கொண்டிருந்தது. கண்களை மூடிப் பிராத்தித்தார். பிறகு, “ஒருவேளை இப்புதியத் திருச்சபையின்கீழ் பொருளாதார மந்தம் ஏற்பட்டால்” முடிப்பதற்குள் கவர்னர்கள் கூச்சலிடவாரம்பித்தனர். ஆளுக்கொரு யோசனை. சட்டெனக் குரல்கள் உயர்ந்தன. யாரோ வயலின் கலைஞர்களுக்கு இசைக் குறிப்புகளை வாசிக்க ஆணையிடுகிறார்.

ட்யூக், “நான் கூறவில்லையா, நிச்சயம் பொருளாதார வீழ்ச்சியைத் தடுக்கவே முடியாது என்று.” அவர் முடிப்பதற்குள் சாலிஸ்பரி கோபத்துடன் லிட்டனைப் பார்த்து “மேதகு வைஸ்ராய் உங்களது குரலில் புதிய சபைக்குரிய நம்பிக்கை தெரியவில்லையே” என்றார். உடனே கூப்பரும் பிலிப் உட்ஹௌவுஸும் ஒன்றாக “சற்று நிறுத்துங்கள் கொள்கைகளில் பாதி நாங்கள் கூறியவை. ஆதலால்

அவை எப்படி சரிசெய்வதென முடிவெடுப்போம்” என்றதும் லிட்டன் திடுக்கிட்டு குரல் நடுக்கத்துடன் “அமைதியாக இருங்கள் தயவுசெய்து” என்று கத்தினார். டெம்பிள் அதற்கு “செயற்கை உபரியை நான்தான் கூறினேன்” என்றார். லிட்டன் “என்னை முடிக்க விடுங்கள்” என்று மன்றாடினார். ரஸ்ஸல் உடனே “ஆமாம் பிறகு, யார் யார் எதைச் சொன்னதெனத் தீர்மானிக்கலாம்” என்றார்.

“விக்டோரிசத் திருச்சபையின் கீழ் பொருளாதாரம் வீழ்ந்தால், சற்று பொறுமையாக இருங்கள், அப்படி நடந்தால், இசைக் கலைஞர்களே கொஞ்சம் நிறுத்துங்கள், அதாவது, பொருளாதாரம் வீழ்ந்தால் திறமையான வணிக நிறுவனங்களை அழைத்து நாட்டைப் பிரித்துக் குத்தகைக்கு விடுவது என்கிற திருச்சபையின் இறையாண்மைக்கு மட்டும் தெரிந்த ரகசியச் சட்டம்தான் அது. அதன் பெயர் ‘திட்டம் நிறம் ஆரஞ்சு’”. லிட்டன் நிறுத்திய மறுகணம் இசைக் கலைஞர்கள் மொஸார்டின் சிம்பொனியை வாசிக்கவாரம்பித்தார்கள். ரீகன்தான் அவர்களுக்குச் சொல்லிக்கொண்டிருந்தார்.

ட்யூக், “அப்படியொரு ரகசியச் சட்டம்” என்றபடியே லிட்டனைப் பார்த்து “என்ன நிறம் ஆரஞ்சுதானே கூறினீர்கள். ஆமாம் அது அமல்படுத்தப்பட்டால் மிகப் பெரிய வணிகவாதிகளுக்கு முழுப் பலனும் கிடைக்கும்” என்று சீறினார். உடனே மற்ற கவர்னர்களும் “ஆமாம் நிச்சயமாக” என்றனர். ரஸ்ஸல் உடனே “ஆகவே முதலில் புதிய மதத்தின் சட்டங்களை ஒவ்வொருவரும் பங்கிட்டுக்கொள்வதுதான் சிறந்தது. இந்த இரவின் சாட்சியாக அதைச் செய்வோம். நாய் வளர்ப்புச் சட்டம் எனது பெயரில் இருக்கட்டும்.” சட்டென ரஸ்ஸலின் பல்லக்கு சரிந்தது. இருட்டில் என்ன ஏது என்று தெரியவில்லை. ஓவெனக் கத்தினார். ட்யூக்தான் அவரது பல்லக்கை உதைத்திருக்கிறார். “நாயே உனக்கு என்ன பங்கு?”

“விக்டோரியத் திருக்கோயில் எனது பொறுப்பு.” பிலிப் பல்லக்கு கவிழும் அளவு வேகமாக எழுந்தமர்ந்தார்.

“அது மிகப் பெரிய சட்டதிட்டம். உங்களால் முடியாது” என்று சாலிஸ்பரி கூறி முடிப்பதற்குள் கீழேயிருந்து எழுந்த ரஸ்ஸல் விட்ட உதையில் ட்யூக்கின் பல்லக்கு மோதி சாலிஸ்பரியைப் புரட்டிவிட்டது. பெருத்த உடம்போடு கீழே பொத்தென விழுந்தவரைப் பல்லக்குத் தூக்கிகள் அவசரமாக தங்களது

முதுகைக் கொடுத்து மேலே ஏற்றினர். ஏறியவர், மொஸார்ட் இசைத்துக்கொண்டிருந்தவர்களைப் பார்த்து "நிறுத்துங்கள் வேசியின் பிள்ளைகளே" எனக் கொந்தளித்தார். அதற்கு ரீகன், "எனக்குப் பிடித்ததை வாசிக்கிறபோது எப்படி நீங்கள் நிறுத்த முடியும்" என்று அவரது பல்லக்கை மோத உத்தரவிட்டார். சாலிஸ்பரி மறுபடியும் விழுந்தார்.

கூப்பர் "புதிய மதத்திற்கு மாறுபவருக்கான முன்னுரிமையை எனக்குத் தாருங்கள்" எனக் கேட்டதற்கு லிட்டன் முணுமுணுத்தார். அதற்கு கவர்னர் "முதலில் இச்சட்டங்களை யாரிடமாவது காட்டி ஒப்புதல் பெற்றிருக்கிறீர்களா மேதகு வைஸ்ராய் அவர்களே?" எனச் சப்தமாக உறுமினார். "ஏன் இல்லை எழுத்தாளர் டிக்கன்ஸின் ஒப்புதல் இருக்கிறது" என்றார். சட்டென அமைதி.

"சார்லஸ் டிக்கன்ஸா?"

"ஆமாம். அவர் எனக்கு எழுதிய கடிதம் இதோ" என்று தனிச் செயலர் புருனேவைப் பார்த்ததும் அவர் வைத்திருந்ததை எடுத்துக்காட்டி, கீழே நின்ற உதவியாளரிடம் நீட்டினார். தீப்பந்த ஒளியில் அதை அவர் வாசித்தார் "மதிப்புக்குரிய கவிஞர் ஓவன் மெர்த்திக்கு..." ட்யூக் இடைமறித்து "நிறுத்துங்கள் இது ஓவன் மெர்த்தித்துக்குதானே எழுதப்பட்டிருக்கிறது. உங்களுக்கு என்று கூறுகிறீர்களே?" அதற்கு லிட்டன் "அது எனது புனைப் பெயர்."

"இருக்கட்டும் அதை எப்படி நிரூபிக்க முடியும்?"

"நானே ஓவன் மெர்த்தித் என்றால் நம்ப மாட்டார்களா?" சாலிஸ்பரி அப்படி கேட்டதும் லிட்டனுக்குத் தூக்கிவாரிப்போட்டது. கவிஞர்களும் எழுத்தாளர்களும் புனைபெயரில் ஓர் அடையாள அட்டையை வைத்துக்கொள்ள வேண்டும் என்று நினைத்துக்கொண்டார். யாரோ பீத்தோவனின் இசையை வாசிக்கச் சொல்லியிருக்க வேண்டும். லிட்டன் "பீதோவன் வேண்டாம்" என்று கத்தினார். ரஸ்ஸல் அதற்கு "ஜோசப் ஹெடன் வாசியுங்கள்" என்றார். சாலிஸ்பரி உடனே இசைக் கலைஞர்கள் பக்கம் திரும்பி "உங்களுக்கெல்லாம் ஆஸ்திரியா மேதைகளைத் தவிர வேறு யாரையும் தெரியாதா?" அதற்கு கூட்டத்தில் இருந்து ஒருவர் "அங்குதானே இசை பிறந்தது" என்று கூறிவிட்டார். உடனே சாலிஸ்பரி மொத்தக் கூட்டத்தையும் பார்த்துத் திட்டத்

தொடங்கினார். “ஏன் பிரிட்டிஷில் இல்லையா? ஜான் பெனட் இல்லை? கிறிஸ்டிய பாக் இல்லை?” என்று சீறினார். அதற்கு இசைக் கலைஞர் ஒருவர் “கிறிஸ்டி பாக்கும் ஜெர்மனியில்தான் பிறந்தார்” என்று சொல்லியதும் சாலிஸ்பரி, “நாயே அவர் பிற்காலத்தில் எங்கு இறந்தார்? பிரிட்டனில் அவரது இசை பிரிட்டிசைச் சேர்ந்தது” என்று முடிப்பதற்குள் பிலிப் தனது பல்லக்கை அருகில் நகர்த்தச்சொல்லி “இப்போது யாருக்கு வேண்டும் உங்களுடைய இசை அறிவு. கதை எங்கு போகிறது பாருங்கள்?” என்று நொந்துகொண்டார்.

“நீங்கள் வாயை மூடுங்கள். முதலில் இந்த இசைக் கலைஞர்களை எந்த வேசியின் வேலைக்காரன் அழைத்துவந்தான்” என்றதும் ரீகன் தனது பல்லக்கை நகர்த்தி சாலிஸ்பரியின் பல்லக்கைப் பிடித்துக்கொண்டிருப்பவர்களை நோக்கிப் பலமாக உதைத்தார். சட்டென அடுத்தடுத்து நின்ற இரண்டு பல்லக்குகள் மோதிக் கவிழ்ந்தன. இருளுக்குள் ஓவென அத்தனை பேரும் உருண்டதைப் பார்த்து இசைக் கலைஞர்கள் பெனட்டின் சிம்பொனி எதுவென்று தெரியாமல் ஆளுக்கொன்று வாசித்தனர். ட்யூக் பலமாகச் சிரித்தவாறே “ரிங்கா ரிங்கா ரோஸஸ் வாசியுங்கள். அதுதான் நோய் பீடித்துச் செத்ததற்கான அடையாளப் பாடல். சரிதானே மேதகு கவிஞர் ஓவன் மெர்திித் வணிகர் அவர்களே?” என்றதும் லிட்டன் அவரை ஒருகணம் உறைந்துபோனது மாதிரி வெறித்தார். பிறகு, பல்லக்கை விட்டு இறங்கித் தனது பங்களாவை நோக்கி ஓடத் தொடங்கினார். அவருக்குப் பின்னாலேயே பல்லக்குகளும் ஓடின. விடிந்துகொண்டிருப்பது தெரியாமல் தீப்பந்தங்களுடன் பாதையில் ஏற முடியாமல் சறுக்கி நான்கு பல்லக்குகள் தடுமாறிக் கவிழ்ந்தன.

அறைக்குள் வந்த லிட்டன் மூச்சிறைக்க அவசர அவசரமாகக் கடிதத்தை விக்டோரியப் பேரரசிக்கு எழுத ஆரம்பித்தார். உடல் பதறியது, “இப்படியே போனால் இவர்கள் இந்த முழுத் திருச்சபைக் கொள்கையையும் தாங்களே முடிவுசெய்ததாகப் பேரரசிக்கு எழுதிவிடுவார்கள்.” சொல்லிக்கொண்டே கடிதத்தை முடிக்க படாது பாடுபட்டார். வழக்கம் போல இரண்டு மூன்று காகிதங்கள் முடிக்க ஆகுமென்றால் இப்போது ஆறு காகிதங்கள் கிழித்து எறியப்பட்டன. ஒவ்வொரு முறையும் முடிக்கப்போகும் முன் கைகள் நடுங்கி மை கொட்டியது.

“ஜீஸஸ் கிறிஸ்துவே என்னைக் காப்பாற்றும். உமது இரத்தத்தை எனக்குத் தாரும்... இங்கிருப்பவர்களில் ஒருவர்தான் என்னைக் காட்டிக்கொடுக்கப்போகிறார். இதோ இதை நானே எழுதிகிறேன்.” ஏழாவது காகிதத்தை முடிக்கும்போது “நான் எழுதினது எழுதினதுதான், இப்படிக்கு ராபர்ட் புல்வேர் லிட்டன்” என்று கையெழுத்து இட்டார்.

லிட்டனைத் தேடிக்கொண்டு பங்களாவிற்குள் ரிச்சர்டு டெம்பிள் வந்துவிட்டார். அறைகள் எல்லாம் திறந்திருந்தன. கீழே சரிவுப் பாதையில் பல்லக்குகளும் பிரிட்டிஷார்களும் கவர்னர்களும் உருண்டுதிரண்டு வெறிபிடித்து எழுந்துவந்தனர். விடிந்துவிட்டிருந்ததால் அவர்களுக்கு டெம்பிள் நிற்பது கண்ணில் படுமென்று திரைச்சீலையை மூடிக்கொண்டார். ஒருவழியாக லிட்டனின் அறையைக் கண்டுபிடித்துக் கதவைத் திறக்க முயல்வதற்குள் உள்ளே லிட்டனின் மூச்சொலி பலமாகக் கேட்டது. அவரே கடிதத்தைச் சுருட்டி உறையிலிட்டு அதன்மேல் இன்னொன்று அதற்குள் இன்னொன்று பிறகு, ஒன்று என நாற்பது உறைகளுக்குள் வைத்து அரக்கு முழுவதையும் உருக்கி ஊற்றி தாடிவேலுவை அழைத்து “உடனே வில்லியம்ஸ் மோஸஸை வரச்சொல்” என்று கத்தினார். அடுத்த கணம் மோஸஸ் வந்துநின்றான். “உடனே கப்பல் ஏறி இங்கிலாந்து கிளம்புங்கள். இது மிக அவசரம். நேராக விக்டோரியப் பேரரசியிடம் ஒப்படைக்க வேண்டும்” என்றதும் அவன் மலங்கமலங்க விழித்தான். டெம்பிள் நடப்பதை மறைவில் நின்று பார்த்துக்கொண்டிருந்தார். மெழுகுவர்த்திகளும் அணைக்கப்பட்டன. லிட்டன் கட்டிலில் நிம்மதியுடன் சாய்ந்தார். சிதறிய காகிதக் குப்பைகளை ஜோடன் கவ்வி, தாவித்தாவிக் கூடைக்குள் போட்டது. தாடிவேலு ஒவ்வொன்றையும் பிரித்து வேண்டியதா வேண்டாததா என்று சரிபார்த்தப் பின் கணப்புத் தீயில் போட்டுவிட்டு வெளியேறினார். அப்போது அங்கு நின்றுகொண்டிருந்த பிரிட்டிஷ் காவலாளியிடம் எதையோ சொல்ல பதிலுக்கு அவன், “இந்த முறையும் விளையாட்டில் தோற்றுவிட்டேன் இனி கொடுப்பதற்கு ஒன்றுமில்லை இதோ என் தொப்பி” என்று வெட்கித் தலைகுனிந்து கழற்றிக்கொடுத்தான். “எப்படி ஒவ்வொரு முறையும் சரியாகச் சொல்கிறீர்கள்? எனக்கு வித்தையைக் கற்றுக் கொடுங்கள்” அவன் சொல்லிக்கொண்டிருக்கும்போதே தாடிவேலு தொப்பியைக் குலுக்கி பவுண்டுகளை எண்ணியபடியே கூன் முதுகுடன் தடுமாறி

நடந்துசென்றார். அவர் சென்றதும் பிரிட்டிஷ் காவலாளி நாயின் குடிலில் விரிக்கும் மஞ்சள் அட்டையைக் கிழித்து கிழவர் கூறியதை எழுதிக்கொண்டுபோவதை டெம்பிள் பிரமித்துப்போய் பார்த்துக்கொண்டிருந்தார்.

□□□

நன்றி:
1. பாரதிதாசன் (அழகின் சிரிப்பு)
2. பா.வெங்கடேசன் (தாண்டவராயன் கதை)
3. ஜெயமோகன் (வெள்ளையானை)
4. உம்பர்டோ ஈகோ (நேம் ஆப் தி ரோஸ்)
5. மோகன்தாஸ் கரம்சந்த் காந்தி
6. சஷி தரூர் (எரா ஆப் டார்க்னஸ்)
7. கர்ட் வானேகட் (கேட்ஸ் க்ரேடல்)
8. இயேசு கிறிஸ்த்
9. ராபர்ட் புல்வேர் லிட்டன் (கடிதங்கள்)
10. ஸ்டான்லிக் குப்ரிக்
11. குவன்டின் டொரன்டினோ (தி ஹேட்வுல் எய்ட்)